துயரமும் துயர நிமித்தமும்

பெருமாள்முருகன் (பி. 1966)

படைப்புத்துறைகளில் இயங்கிவருபவர். அகராதியியல், பதிப்பு ஆகிய கல்விப்புலத் துறைகளிலும் ஈடுபாடுள்ளவர். அரசு கல்லூரி ஒன்றில் தமிழ்ப் பேராசிரியராகப் பணியாற்றுகின்றார்.

பெருமாள்முருகன்

துயரமும் துயர நிமித்தமும்

காலச்சுவடு பதிப்பகம்

துயரமும் துயர நிமித்தமும் ❖ கட்டுரைகள் ❖ ஆசிரியர்: பெருமாள்முருகன் ❖
© மு. இளம்பிறை, எ.மு. இளம்பரிதி ❖ முதல் பதிப்பு: அக்டோபர் 2004,
திருத்தப்பட்ட இரண்டாம் பதிப்பு: டிசம்பர் 2016 ❖ வெளியீடு: காலச்சுவடு
பப்ளிகேஷன்ஸ் (பி) லிட்., 669, கே. பி. சாலை, நாகர்கோவில் 629001
Thuyaramum Thuyara Nimiththamum ❖ Essays ❖ Author: Perumal
Murugan ❖ © M. Elampirai, E.M. Elamparithi ❖ Language: Tamil ❖ First
Edition: October 2004, Revised Second Edition: December 2016 ❖ Size:
Demy 1 x 8 ❖ Paper: 18.6 kg maplitho ❖ Pages: 152

Published by Kalachuvadu Publications Pvt. Ltd., 669, K.P. Road, Nagercoil
629001, India ❖ Phone: 91-4652-278525 ❖ e-mail: publications@
kalachuvadu.com ❖ Wrapper printed at Print Specialities, Chennai 600014 ❖
Printed at Mani Offset, Chennai 600077

ISBN: 81-87477-83-0

12/2016/S.No. 97, kcp 1632, 18.6 (2) ILL

என்மேல் நீங்கா அன்பு கொண்டு
என்னைச் செலுத்திவரும்
பேராசிரியர் **கே. எஸ். கமலேசுவரன்**
அவர்களுக்கு

உள்ளே ...

இரண்டாம் பதிப்பின் முன்னுரை: ஓர் பிதுக்கம்	9
முதல் பதிப்பின் முன்னுரை: நிராகரிப்பின் உந்துதல்	11
உதிரக் கவிச்சி படிந்த கவிதைகள்	15
சமையலறையில் தேயும் சாமான்	20
மீள்வாசிப்பில் பாமாவின் நாவல்கள்	29
ஜி. நாகராஜன் படைப்புகளில் கனவுகள்	35
சுமுகம் தரும் வெறுமை	46
பரிவில்லாதது வீடு	51
துயரமும் துயர நிமித்தமும்	57
பசலையில் பதிவாகும் வாழ்க்கை	60
பம்மாத்துகளை உடைத்த கிராமத்துக்காரர்	66
'தொட்டிக்கட்டு வீடு' – சாதிய மேலாண்மை	71
திருக்குறள் – சுஜாதாவின் வெகுஜன உரை	81
மணசார் கவிதைகள்	87
உடுமலை நாராயணகவியின் தி. மு. க. சார்புநிலை	94
வனவாசமும் தன்னிலை விளக்கமும்	100
பாரதியாரின் சொல்லாக்க முயற்சிகள்	105
வம்பு – பொருள் வரையறை	110
வட்டார வழக்குச் சொல்லகராதி – ஆய்வுக் குறிப்புரை	115
அகராதி திருடினாரா ஜீவா?	120
தமிழ் இதழ்களின் வரலாற்று நூல்கள்: ஒரு குறிப்புரை	124
கொங்கு நாட்டுச் சுடுமண் சிற்பங்கள்	131
வெளியீட்டு விவரங்கள்	140
பொருளடைவு	143

இரண்டாம் பதிப்பின் முன்னுரை

ஓர் பிதுக்கம்

இந்நூல் 2004ஆம் ஆண்டு முதல் பதிப்பாக வெளியாயிற்று. அப்போது பெருந்துயர் கவிந்து அழுத்திய மனநிலையில் இருந்தேன். அதிலிருந்து விடுபட இந்நூல் வேலை மிகவும் உதவியது. அச்சமயத்திற்கேற்பத் 'துயரமும் துயர நிமித்தமும்' என்னும் தலைப்பு பொருந்தியதால் வேறு யோசனையே இல்லாமல் வைத்தேன். பாவண்ணனின் சிறுகதைகளைப் பற்றி எழுதிய கட்டுரைக்கு வைத்திருந்த தலைப்பு இது.

இத்தொகுப்பில் இருபது கட்டுரைகள் உள்ளன. இவற்றை விமர்சனக் கட்டுரைகள் என வகைப்படுத்தலாம். சிலவற்றில் மதிப்புரையின் இயல்புகளும் சிலவற்றில் ஆய்வுத்தன்மையும் இணைந்திருக்கக் கூடும். தொண்ணூறுகளின் இறுதியிலும் இரண்டாயிரத்தின் தொடக்கத்திலும் மதிப்புரைகள், விமர்சனக் கட்டுரைகள் எழுதுவதில் பெரும் ஆர்வத்துடன் இருந்தேன். அதற்காகக் கடுமையாக உழைத்திருக்கிறேன். படைப்பில் செலுத்த வேண்டிய பொழுது வீணாயிற்றோ என்று அக்காலம் பற்றி அடிக்கடி நினைப்பதுண்டு. அப்படியல்ல என்பதை எனக்கு நினைவுபடுத்திக் கொஞ்சம் மகிழ்ச்சியையும் தருவது இந்நூல்தான். பொருட்படுத்தத்தக்க விமர்சனக் கட்டுரைகள்தான் இவை என்பதை இப்போது மறுபதிப்புக்காக வாசிக்கும்போதும் உணர்கிறேன்.

எப்போதுமே எனக்குத் தோன்றுவதை மறைத்து எழுதும் குணம் என்னிடம் இருந்ததில்லை. அதற்காகப் பல கடுமைகளை அனுபவித்திருக்கிறேன்; இப்போதும் அனுபவிக்கிறேன். என் வாசிப்பின் மூலமாகப் பெற்ற சில கோட்பாட்டு அறிவைப் பயன்படுத்தி எழுத

9

முயன்ற இக்கட்டுரைகள் எனக்குப் பெற்றுக் கொடுத்த நட்பு களும் உண்டு; பகைகள் பலவும் உண்டு. இவற்றைப் போன்ற கட்டுரைகளை எழுதும் மனநிலை இனி ஒருபோதும் வாய்க்கப் போவதில்லை. நெடுஞ்சாலைப் பயணத்தின்போது விலகிச் சற்றே தங்கிய ஓர் பிதுக்கம் இந்நூல். இப்போது என் கவனம் வேறுதிசைப் பயணம். எனினும் இக்கட்டுரைகள் விமர்சனத் துறையில் குறிப்பிடத்தக்க பங்களிப்பாக விளங்கும் என நம்புவதால் இப்போதைய மறுபதிப்பு. நன்றி.

நாமக்கல் பெருமாள்முருகன்
02–12–2016

முதல் பதிப்பின் முன்னுரை

நிராகரிப்பின் உந்துதல்

விமர்சனத்திலோ ஆய்வுக் கட்டுரைகள் எழுதுவதிலோ ஈடு படுவது என் மனத்துக்கு உகந்த காரியமல்ல. என் அடிப்படை ஆர்வம் படைப்பு சார்ந்தது. தமிழ்ச் சூழலின் நிர்ப்பந்தம் காரணமாகவும் என் தொழில் நிமித்தம் கல்விப்புலம் சார்ந்தவனாக இருப்பதாலும் விமர்சனம், ஆய்வு ஆகியவற்றில் சில வேளைகளில் ஈடுபடுகிறேன். வாசிப்பினால் உருவாகும் கருத்தொன்றை நிறுவுவதற்குத் தர்க்கங் களை உருவாக்குவது, அதற்கு ஆதாரமான சான்றுகளைப் பலவித மாகத் தேடித் தொகுப்பது முதலிய செயல்கள் எனக்கு எரிச்சலையும் சலிப்பையும் உண்டாக்குகின்றன. நிறுவ வேண்டியிராமல் கருத் தொன்றை மனவெளியில் உலவவிட்டுத் திரிவதில் கிடைக்கும் சந்தோசம், நிறுவுவதில் இல்லை.

தமிழ்ச் சூழலில் விமர்சனங்கள், ஈடுபடுபவரின் புலமையை வெளிப் படுத்துவனவாக இருக்கின்றனவே தவிர, வாசகருக்கு என்ன விதத்தில் பயன்படுகின்றன என்னும் கேள்வி எனக்குள் தொடர்ந்து இருந்து வருகின்றது. படைப்பை நோக்கி ஈர்ப்பது, படைப்பு குறித்த பார்வை உருவாகத் தூண்டுவது, படைப்புக்குள் பொதிந்துள்ள நுட்பமான அரசியலை வெளிப்படுத்துவது ஆகியவை விமர்சனத்தின் நோக்கமாக இருக்கும்பட்சத்தில் வாசகருக்கு அவை பயன்படக்கூடும். ஆனால் இங்கு படைப்பு இரண்டாம்பட்சமானதாகவும் படைப்பாளியின் சார்புகள் முதல்நிலையினவாகவும் கொள்ளப்பட்டு விமர்சனச் செயல்பாடுகள் நிகழ்கின்றன. படைப்பாளியை ஏதாவது ஒரு குழுவுக் குள் வலுக்கட்டாயமாக நிறுத்தும் வேலையை விமர்சனங்கள் செய் கின்றன. படைப்பாளி, விமர்சகர்களைச் சார்ந்தோ இதழ்க் குழுவைச் சார்ந்தோ இயங்க வேண்டியவர் என்னும் பார்வை வலுவாக இங்கே இருக்கிறது. தம்மை அதிகாரப் பீடமாகக் கட்டமைத்துக்கொள்ள

முயல்பவர்கள் எல்லாவற்றையும் இரண்டாகப் பிரித்துவிட முயல்கிறார்கள். ஒன்று, தம்மைச் சார்ந்தது; மற்றொன்று, தமக்கு எதிரானது. எதிரான ஒன்று பருண்மையாக இல்லாவிடினும் ஒன்றைக் கற்பிதம் செய்துகொள்வதன் மூலமாகத்தான் தாம் இயங்க முடியும் என்னும் பரிதாப நிலை பரவலாகக் காணப்படுகிறது. படைப்பாளிக்குச் சுயமான பார்வை உண்டு அல்லது சுயமான பார்வையை நோக்கிய செயல்பாடுகளே படைப்புகள் என்னும் நோக்கு, விமர்சனத்தின் அடிப்படையாக அமையவேயில்லை. படைப்பை மையமாக வைத்துப் படைப்பாளியைச் சுய சிந்தனை கொண்டவராகக் காணும் போக்கு நிச்சயமாக இங்கு இல்லை. ஆகவே படைப்பாளி தன்னை நிலைநிறுத்தப் படைப்பல்லாத செயல்களிலும் ஈடுபட நேர்கிறதோ என்னும் சந்தேகம் எனக்கிருக்கிறது.

நம் கல்விச் சூழல், தனித்துவம் கொண்ட ஆய்வுகளுக்கு முகம் கொடுப்பதில்லை. கூர்மையான பார்வைகள் அதற்குத் தேவையில்லை. கல்விப் புலம் சார்ந்த ஆய்வுக் கட்டுரைத் தொகுப்பு ஒன்றைப் புரட்டிப் பார்த்தால், அதிலுள்ள எல்லாக் கட்டுரைகளும் ஒரேமாதிரியான அமைப்பில் இருப்பதைக் காணலாம். ஒன்றில்கூடச் சுயமான பார்வை இருப்பதில்லை. மிக மேலோட்டமாகப் பட்டியலிடும் வேலையே ஆய்வுக் கட்டுரை என்னும் பெயரில் வெளிவருகின்றது. அப்பட்டியல்களும் எதற்கும் பயன்படுவனவல்ல. அப்படியான ஆய்வுத் தொகுப்புகளில் என் கட்டுரைகள் இடம்பெற்றபோது 'அதிகப்பிரசங்கி' என்று தூற்றப்பட்டிருக்கிறேன். என் கட்டுரை இடம்பெறவே கூடாது என்று சில சந்தர்ப்பங்களில் விவாதம் நடந்திருக்கிறது. என் கட்டுரைகள் வரக்கூடாது என்பதற்காகவே சிலர் புதிய விதிகள் சிலவற்றை உருவாக்கியதும் உண்டு. இத்தனைக்கும் காரணம், என் கட்டுரைகளில் சுயமான பார்வை இயங்கியதே ஆகும். சீண்டிப் பார்க்கும் சந்தோசத்திலும் குறைந்தபட்சம் புதியவர்களின் சிந்தனையை உசுப்பிவிடும் நோக்கத்திலும் தொடர்ந்து அத்தகைய அரங்குகளில் நானும் இடம்பெற முயன்றிருக்கிறேன். விவாதங்களை உருவாக்கும் முயற்சிகளே எதிரான செயல்பாடுகளாக அறியப்படுவதை எப்படி விளங்கிக்கொள்வது?

இந்தச் சூழல்கள் பூதாகரமாகப் பெருகி என் மனத்தைத் தாக்கும் போது எரிச்சலுற்று, இனிமேல் கட்டுரைகளே எழுதுவதில்லை என்னும் முடிவுக்குச் செல்கிறேன். பின் ஏதாவது ஒரு காரணம் என் முடிவை எளிதாக மாற்றிவிடுகின்றது. பெரும்பாலும் நட்பு முகங்களுக்கு முன் என் முடிவு வலுவிழந்துபோகிறது. ஆனால் நம் சூழல் சார்ந்த வருத்தம் எனக்குள் நிரம்பிக் கிடக்கிறது. செயல்படாமல் இருக்க வேண்டும் என்பதே நம் சூழலின் எதிர்பார்ப்பு. செயல்பாடுகளை முடக்கும் ஏராளமான வழிகளை நம் சமூகம் வைத்திருக்கிறது. முன் அனுமானங்கள் பலவற்றை உருவாக்கிக்கொள்கிறது. உள்நோக்கங்களைக் கற்பிக்கிறது. மிகச் சாதாரண விமர்சன வரி ஒன்றைச் சதி

யாகப் பெருக்கிக்காட்டிப் பதற்றம் உருவாகச் செய்கிறது. வரிகளைப் பிடித்துத் தொங்கும் மனோபாவம் நீக்கமற நிறைந்திருக்கிறது. எதையுமே சொல்லாமல் நழுவிச் செல்லும் பாவனைகளே பலருக்கும் பிடித்திருக்கின்றன. எனக்கு இவற்றிலெல்லாம் உடன்பாடில்லை.

ஏன் நம் சமூகம், பெரும் சதிகளை உணராமல் அவற்றை ஆதரவாகக் கண்டு ஆர்ப்பரிக்கின்றது? அவசியமான செயல்பாடுகளைச் சதியாகக் கருதிச் சந்தேகம் கொள்கின்றது? இந்தச் சமூகத்திற்குப் பிம்பங்கள் மீது அப்படி என்ன மாறாத பிரியம்? பிம்பங்களை உருவாக்குவதிலும் உருவாகிய பிம்பங்களைக் கவனமாகக் காப்பாற்றுவதிலும் எதற்காக இத்தனை அக்கறை? சிறிய விமர்சனம் ஒன்றினால் தகர்ந்துவிடக்கூடியது ஒரு பிம்பம் எனில், அதனை எதற்காகப் பற்றியணைத்து வைத்திருக்க வேண்டும்? எனக்குப் புரியவில்லை.

சிறுசிறு சலனங்களையேனும் இச்சூழலில் ஏற்படுத்தும் வகையில் என்னுடைய செயல்பாடுகள் இருந்துள்ளன என்பதற்கு இக்கட்டுரைகளே சான்றுகளாகும். இவற்றை வாசித்த நண்பர் நஞ்சுண்டன், நீண்ட குறிப்புரை ஒன்றை எழுதிக் கொடுத்திருந்தார். அவ்வுரை இக்கட்டுரைகள் நூலாக வெளியாவதில் உள்ள பயனை எனக்குத் தெரிவித்தது. வாசிப்பவருக்கு ஒரு கட்டுரை சில பார்வைகளைத் தரலாம். தாம் கொண்டிருக்கும் கருத்துகளை வலுவாக்கிக் கொள்ளவோ பரிசீலனை செய்யவோ உதவலாம். கூடுதல் தகவல்களை நினைவுக்குக் கொண்டு வரலாம். தம் வாசிப்பு அனுபவங்களை, வாழ்க்கை அனுபவங்களை உணரவும் விரிவாக்கிக்கொள்ளவும் பயன்படலாம். நஞ்சுண்டனின் குறிப்புரை, கட்டுரைகளுக்குள் பலவிதமான பயணங்களின் சாத்தியங்களைக் கொண்டதாக இருந்தது. இந்நூலில் 'பாரதியாரின் சொல்லாக்க முயற்சிகள்' என்னும் கட்டுரை உள்ளது. இது அவ்வளவாகக் கவனம் பெறாத கட்டுரை. ஆனால் இக்கட்டுரை, நஞ்சுண்டனைச் சுவாரஸ்யமான சம்பவம் ஒன்றைச் சொல்ல வைத்திருக்கிறது. அச்சம்பவம் நஞ்சுண்டனின் மொழியிலேயே வருமாறு:

> சுப்பிரமணிய பாரதி உருவாக்கிய ஒரு சொல் புரட்சி. அதற்குமுன் வேறு யாரும் அச்சொல்லைப் பயன்படுத்தவில்லை. மற்ற இந்திய மொழிகள் எல்லாவற்றிலும் revolutionக்கு நிகராகப் பயன்படுத்தப்படும் சொல் 'க்ராந்தி'. ஒருமுறை ராம் மனோகர் லோகியா சென்னையிலுள்ள ம. பொ. சியின் வீட்டிற்கு வந்திருந்தாராம். அப்பொழுது ம. பொ. சி லோகியாவிடம் 'புரட்சி' என்னும் சொல்லைப் பற்றி எடுத்துக் கூறினாராம். லோகியாவிற்குப் 'புரட்சி' மிகவும் பிடித்துப் போய்விட்டதாம். 'க்ராந்தி'யைவிடப் புரட்சி நன்றாக இருக்கிறது; அதை இந்தியா முழுக்கப் பரப்பப்போவதாகக் கூறினாராம். அதற்குப் பின் குறுகிய காலத்துக்குள் லோகியா மறைந்துவிட்டார். லோகியா மேலும் சில காலம் வாழ்ந்திருந்தால் பல மொழிகளுக்கும் 'புரட்சி' பரவியிருக்கும். 'புரட்சி'யும் இவ்வளவு கேவலப்பட்டிருக்காது.

அதேபோல ஜி. நாகராஜன் பற்றிய கட்டுரைகளைக் குறித்து எழுதும்போது நல்ல தகவல் ஒன்றை நஞ்சுண்டன் தருகிறார். 'நாளை

மற்றுமொரு நாளே' என்னும் தலைப்பைப் பற்றிய தகவல் அது. 'மார்க்கரெட் மிட்சல் என்பவர் எழுதிய புகழ்பெற்ற ஆங்கில நாவல் Gone with the wind. இது திரைப்படமாகவும் எடுக்கப்பட்டு நன்றாக ஓடியது; பல பரிசுகளையும் பெற்றது. அந்த நாவலின் இறுதி வாக்கியம் 'Tomorrow is another day'. இவ்வாறு நஞ்சுண்டன் எழுதியுள்ள பல குறிப்புகள் இக்கட்டுரைகள் நூலாவதற்கான நியாயங்கள் இருப்பதான நம்பிக்கையை எனக்குக் கொடுத்தன.

என் செயல்பாடுகளின் மீது தொடர்ந்து அவநம்பிக்கையை உருவாக்கிக்கொண்டே இருக்கிறது என் மனம். அது, போதாமையினால் தோன்றுகிறதா எதிர்பார்ப்பினால் உருவாகிறதா என்பதை என்னால் கண்டுணர முடியவில்லை. ஆகவே நிராகரிப்பின் உந்துதல் என்று இக்கட்டுரைகளைச் சொல்லலாமா? தெரியவில்லை. அதனால் என் செயல்பாடுகளைப் பற்றிய புற எதிர்வினைகளைக் கொண்டே அவற்றை நூலாக்கும் முடிவினை மேற்கொள்கிறேன். அந்த வகையில் நஞ்சுண்டனின் குறிப்புரையை இந்நூலாக்கத்திற்கான எதிர்வினையாகக் கொண்டேன்.

இந்நூலில் உள்ள கட்டுரைகள் கடந்த பத்தாண்டுகளில் அவ்வப்போது எழுதப்பட்டவை. இதழின் வேண்டுகோள், விமர்சனக் கூட்டம், ஆய்வரங்கம் ஆகிய ஏதாவது ஒன்றின் காரணமாக இவை உருவாயின. இக்கட்டுரைகள் எனது பல்வேறு ஈடுபாடுகளை வெளிப்படுத்துவனவாக உள்ளன. அதேபோலப் பல தரத்தினவாக அமைந்துள்ளன. இவற்றை முன்வைத்து என் பார்வைகளை வாசகர் அனுமானிக்க முடியும். ஏதோ ஒரு வகையில் என்னை வாசகர்முன் வெளிப்படுத்தும் தன்மை இந்தக் கட்டுரைகளுக்கு இருக்கிறது எனவும் தேர்ந்துகொண்ட விஷயங்கள் குறித்துச் சுயமான பார்வை இவற்றுள் செயல்படுகின்றது எனவும் நம்புகிறேன்.

இக்கட்டுரைகளை நுட்பமாக வாசித்துச் செம்மையாக்கம் (எடிட்டிங்) செய்து கொடுத்த நண்பர் நஞ்சுண்டன், வெளியிடுவதில் ஆர்வம் காட்டிய கண்ணன், கட்டுரைகளைத் தொகுப்பதிலும் மெய்ப்புத் திருத்தத்திலும் பொருளடைவு தயாரிப்பதிலும் உதவிய இரா. மணிகண்டன், படி எடுத்துக் கொடுத்த பெ. முத்துசாமி ஆகியோருக்கும் கட்டுரைகள் உருவாகக் காரணமாக அமைந்த அனைவருக்கும் நன்றிகள்.

■

உதிரக் கவிச்சி படிந்த கவிதைகள்

பெண்குரலின் பதிவுகள் அதிகம் இல்லாத தமிழ்க் கவிதைப் பாரம்பரியத்தில், சில சலனங்கள் தொடங்கியுள்ள சூழல் இது. நூற்றாண்டுகளின் மௌனத்தை உடைக்கும் புதிய போக்கு முதலில் கருத்துக் கூவல்களாகவும் வீராவேசக் கோஷங்களாகவும் வெளிப் படுவது இயல்பு. ஆனால், எப்போதும் முழக்கங்களுக்கு ஆயுள் மிகக் குறைவே. அவற்றினூடே அமுங்கிய குரலில் முணுமுணுப்புப் போலக் கவித்துவச் சாத்தியப்பாடுகள் முகம் காட்டுகின்றன; கத்தல்களின் மேலாதிக்கத்தில் மெதுவாகவே அவற்றின் வீர்யம் தம்மை நிலை நிறுத்திக்கொள்ளத் தலைப்படுகின்றது. 'புதையுண்ட வாழ்க்கை' (அன்னம் வெளியீடு, சிவகங்கை, 1988) தொகுப்பு மூலமாக அப்படிப் பட்ட குரலொன்றாகச் சுகந்தி சுப்பிரமணியன் வெளிப்படுகின்றார்.

சுகந்தியின் கவிதைகள் அனைத்தும் காட்சிச் சித்திரிப்புகளாக விரிபவை. இவை தமிழ்க் கவிதை நுழையாத பகுதிகளுக்குள் எல்லாம் செல்கின்றன. இதுவரை பதியப்படாத காட்சிகள் பதிவாகின்றன. ஆணின் கண்ணுக்குப் புலப்படாத, விஷயமே இல்லாத பிரதேசங்கள் பெண் பார்வையில் முக்கியத்துவம் உடையவையாக மாறுகின்றன. பெண்ணின் வாழ்வுலகம் குறித்த உணர்வுகளைச் சுகந்தி மிக மென்மை யாகவும் கூர்மையாகவும் வெளிப்படுத்துகிறார். பெண்ணின் உடல் பிரச்சினைகளிலிருந்து தொலைந்துபோன அடையாளம்வரை மிக நீண்டதாக இருக்கிறது இது.

பெண்ணுடலை இருவிதமாகச் சித்திரிப்பது வழக்கம். முதலாவது, அழகு பொருந்திய பேரின்பப் பொருள்; அதன் ஒவ்வொரு உறுப்பும் ஒவ்வொருவிதமான அழகுடையவை. இதற்கு எதிர்நிலையில், பெண்ணுடல் அசிங்கத்தின் ஊற்று; சகதி, சிற்றின்பப் புண்குழி. அதாவது துன்பத்திற்குக் காரணமானது. இந்த இரண்டுமே பெண்

ணுடலைப் பொருளாகப் பார்ப்பவை. பெண்ணை உயிருள்ள பிறவியாக எண்ணி, அதற்கேயான பிரச்சினைகள் கொண்ட உடலாகக் காண்பவையல்ல. மாதவிடாயும் கருத்தரிப்பும் பெண்ணுடலின் தனித்தன்மையான விஷயங்கள். இவை வாழ்வின் முக்கால் பகுதியை ஆக்கிரமித்துக் கொள்கின்றன; சிந்தனையை முடக்குகின்றன. அதனை நம் பண்பாட்டுப் போர்வை, கருத்தியல் தளத்தில் மிகச் சாதாரணமாக நியாயப்படுத்திவிடுகிறது. மென்மையான அணுகுமுறையும் பராமரிப்பும் தேவைப்படும் மாதவிடாய் நாட்கள், வீட்டு விலக்காக – தீட்டாகக் கருதப்படுகின்றன. அந்நாட்களில் உடலைவிட மனத்தளவில் நரகத்தில் வாழ்கிறாள் பெண். வீட்டிலேயே ஒதுக்கப்பட்டு, தனியிடத்தில் சிறைப்படுகிறாள். தன்னுடைய சிறு சிறு தேவைகளுக்கும் பிறரை எதிர்பார்த்து, அவர்களின் அனுமதியை வேண்டி நிற்பவளாக ஆக்கப்படுகின்றாள். சுகந்தியின் சொற்களிலானால், 'குறைந்தபட்சம் ஒரு குட்டிப் பிச்சைக்காரி ஆகிவிடுகிறாள்'. அவளுக்கென்று முன்பே தீர்மானிக்கப்பட்ட ஒழுக்க விதிகளை உடல் அவஸ்த்தையில் துன்பப் படும் காலத்திலும் பின்பற்றித்தான் ஆக வேண்டும்.

> நிவாரணமில்லாத வயிற்றுவலி எப்போதும்
> கால்குடைச்சல் என்றாலும்
> மரியாதைக்குப் பயந்து
> மாமியாளுக்கு எழுந்து நிற்க
> வேண்டும்.

நகரத்தில் குடும்பத்தினரின் சுயநலம் அந்த நாட்களிலும் அவளை விடுவதில்லை. சமையலை அவள்தான் செய்தாக வேண்டும். சமையல் முடிந்தபின் மீண்டும் தனியிடம். வீட்டுப் பெண்ணை இவ்விதம் நடத்தும் குடும்பத்தினர் 'விளம்பரத்திற்காய் Stayfreeயுடன் நடக்கும் சிரிக்கும் இளம் பெண்ணை' எந்த உறுத்தலுமின்றித் தொலைக் காட்சியில் பார்த்துக்கொண்டிருக்கும் முரண்.

பிரசவ காலத்திலோ உடல், மன பயங்கள். அத்தோடு எதிர் கொள்ள வேண்டிய மனித முகங்கள், மருத்துவமனைச் சூழல் எனப் பல. பிரசவ அறை என்றதும் வெளியே நடந்துகொண்டிருக்கும் ஆண், உள்ளேயிருந்து கத்தும் குழந்தையின் அழுகை இவையே நமக்குப் பழக்கமான காட்சிகள். ஆனால், பிரசவ அறை எத்தனையோ விதமான காட்சி அனுபவங்களைப் பெண்ணுக்கு ஏற்படுத்துகின்றது. சுகந்தியின் பல கவிதைகள் பிரசவ அறைச் சித்திரிப்பாகின்றன. கருவிலிருக்கும் குழந்தையைப் பற்றிய எதிர்பார்ப்புகளை, அதன் அசைவுகளை எண்ணிப் பூரிக்கும் மனம், ரத்தமும் முட்களுமாய் இருக்கும் வெளியுலகம் பற்றி நினைக்கின்றது. அதுவும் பெண் குழந்தையாக இருந்துவிட்டால்? தன்னைப் போலவே துயரப்பட இன்னொரு ஜீவனைப் பிறப்பிக்கிறோம் என அஞ்சும் பெண்மனம் தலையணைக்குள் முகம் புதைத்துக் கண்ணீர் விடுகிறது.

பிரசவ வார்டு, ஒவ்வொரு படுக்கையிலும் ஒவ்வொரு விதமான பிரச்சினைகள் கொண்ட பெண்கள், மற்ற பெண்களுக்காகப் பரிதாபப் பட்டுக்கொண்டும் அவர்களோடு தன்னை ஒப்பிட்டுப் பயந்தும் ஒருவருக்கு ஒருவர் ஆறுதலாகும் பீதி நிறைந்த அந்தச் சூழல். அங்கு நடமாடும் நர்ஸ்களின் தோற்றமும் வாஷ்பேஸினும் இடுக்கிகளும் கத்திகளும் கண்ணில்படும் அனைத்தும் பயத்தையே உண்டாக்கு கின்றன. அந்தச் சமயத்தில் எந்த முகங்களால் ஆறுதலை நிறைக்க முடியும்? மரண பயத்திற்குப் பதிலியாக எதை வைக்க முடியும்? பின், குழந்தையைப் பார்க்க வரும் உறவினர் கூட்டத்தின் 'மொய்க்' கணக்கு. கடைசியில் கிடைக்கும் சில்லரைகளுக்காய்க் குழந்தையைக் கொஞ்சும் ஆயாக்களும் நர்ஸ்களும். உலகத்தைக் களங்கமற்ற பார்வை யோடு பார்க்கும், ஜனித்த குழந்தைகள் இருக்கும் அந்த அறைக்குள் மனித மனத்தின் பல்வேறு பாவனைகள் அரங்கேறுகின்றன. அவஸ்தை களும் குரூரங்களும் நிறைந்த உதிரக் கவிச்சி படிந்த அந்த அறை பலவிதமான காட்சிகளுக்குக் களமாகின்றது. பெண்ணால் மட்டுமே உணரவியலும் வலியும் வாசனைகளும் துயரம் வீசும் கவிதைகளாகின்றன.

குடும்பப் பெண்ணொருத்தியின் பகல் நேர உலகம் எத்தகையது? வீட்டில் அவள் என்னவிதமாக இயங்குகிறாள்? அந்த வெளிச்சப் பொழுதில் அவளின் சிரமங்கள், சந்தோசங்கள் எவை? பகல் நேர உறவுகள் யார்? என்பவற்றையெல்லாம் பற்றிக் கவலைப்படக் கவிதைக்குப் பார்வை இருந்ததில்லை. பெண்ணுக்குப் பகல் நேர உலகம் ஒன்று இருக்கிறது என்பதையே அங்கீகரிக்க இயலாத கவிதை ஊனம் இது. சுகந்தியின் கவிதை மிக இயல்பாக இந்தப் பகல் நேர உலகத்துள் உலவுகிறது.

டம்ளர் சர்க்கரைக்காய், பச்சை மிளகாய்க்காய், காப்பிப்பொடி தக்காளிக்காய், வார இதழ்களுக்காய்ப் பக்கத்து வீடுகளை நாடும்; அன்றைய அல்லது அப்போதைய உடனடித் தேவையின் காரணமாகச் சினேகமாகிக்கொள்ளும் பெண்களை, அவர்களின் பரிமாறல்களை இந்தப் பகல் உலகத்தில் காண்கிறோம். இது ஆண்வாடை இல்லாத உலகம். இங்குப் பாஷைகள் வேறுபட்டால் என்ன? எங்கிருந்தாலும் பெண்களுக்கான பாஷை ஒன்றாகத்தான் இருக்கின்றது. 'பாஷைக்கு அப்பாற்பட்ட புன்சிரிப்பும் கைகாட்டலும்கூட'ப் பாஷையாக உருப்பெறுகின்றன. அதனால்தான் 'பாஷைகளை மீறிப் பேச நிறைய இப்போது' என்கிறது கவிதை.

அதேபோலத்தான், வீடு என்பதும். ஆணுக்கு வீடு குறைந்த நேர அடைக்கலத்தையே தருகிறது. பெண்ணுக்கோ வீடுதான் உலகம். அவள் நேரம் அனைத்தையும் வீடே உள்வாங்கிக்கொள்கிறது. அவளு டைய சிந்தனைகளை, உழைப்பை அபகரித்துக்கொள்கிறது. மரத்தைப் பற்றி நினைக்கும்போதும்கூடப் பெண்ணுக்கு உடனே, வீட்டிலிருக்கும் மரச் சாமான்கள் பற்றியும் குழந்தைக்கு வாங்கும் மரத்தாலான விளையாட்டுப் பொருட்கள் பற்றியும்தான் எண்ணம் வருகிறது.

மரம் இல்லாவிட்டால் மழை இல்லை; காற்று இல்லை என்பதெல்லாம் பெண் மொழியில் இரண்டாம்பட்சம். அந்த அளவு பெண்ணை வீடு பற்றி வைத்துக்கொண்டிருக்கிறது. ஆக, வீட்டைப் பற்றியும் அதன் தேவையைக் குறித்தும் அதிகமாக யோசிக்கிறது பெண்மனம். சொந்த வீடு என்பது ஆணுக்குப் பெருமை சேர்க்கும் விஷயம். பெண்ணுக்கோ அத்தியாவசியத் தேவை. பல்வேறு வீடுகளை மாற்றிச் சலிக்கும் பெண்மனம்,

> வீட்டை மாற்றி மாற்றி
> இப்போது ஒரு புதுவாசல், புதுவீடு
> இன்னும் எத்தனை உள்ளிடுங்கின
> கூரைகள், சமையல் அறைகள்
> என் வாழ்க்கையில்?

என்று கேட்கிறது.

பெண்ணின் அடையாளம் குறித்தும் நுணுக்கமாகப் பேசுகிறது சுகந்தியின் கவிதை. எங்கும் பெண்ணுக்கான அடையாளம் ஒன்றுதான். பாஷைகள் வேறுபட்டாலும் ஒரே வகையான இன்ப துன்பங்கள், ஒழுக்க விதிகள், வேலைகள், பரஸ்பரம் பரிமாறிக் கொள்வதற்கும் ஒரே மாதிரியான விஷயங்கள். எங்கிருந்தாலும் எத்தகைய வாழ்க்கை வாழ்ந்தாலும் பெண்ணின் அடையாளம் ஒன்றுதான். பணம் உறவில் ஏற்படுத்தும் விரிசலைக் குறித்துச் சொல்வது போல மேலோட்டமாகத் தோன்றும் எஸ்.லச்சுமி, ஆர்.லச்சுமி என்னும் இரு பாட்டிகளைப் பற்றியான கவிதை, பெண்ணின் அடையாளம் குறித்ததாக அர்த்தம் தருகிறது. சுகந்தியின் மிகச் சிறந்த கவிதைகளுள் இதுவும் ஒன்று.

இவருடைய கவிதையொன்றில் வரிசைப்படுத்தப்படுவது போல், குழந்தையின் சிரிப்பு, தண்ணீர்பிடி சண்டைகள், கேஸ் தீர்ந்த அலுப்பு, சமையல், மாதவிடாய் போன்ற லௌகீகப் பிரச்சினைகளைக் கூறும் பிணைப்புண்ட குடும்பப் பெண்ணொருத்தியின் மனப் பின்னணியைக் கொண்டிருக்கும் கவிதைகள் இவை. சொற்கட்டுகளும் உத்தி ஜோடனைகளும் அற்ற எளிமையிலும் எளிமையான இந்தக் கவிதைகள் நெருக்கமாய் அமர்ந்து காதில் கிசுகிசுக்கும் தோழியைப் போலச் செயலாற்றுகின்றன; வேறொரு பெண்ணுடைய எண்ணங் களைப் பகிர்ந்துகொள்ளத் தயாராய் இருக்கின்றன. மேலோட்டமான பார்வையில் எளிமை, காட்சிச் சித்திரிப்புகள், லேசான புலம்பல், மெல்லிய கோபம் இவற்றால் நெய்யப்பட்டிருப்பதான தோற்றம் தரும் இக்கவிதைகள், அவற்றோடு நின்றுவிடுவதில்லை.

அவற்றை மீறிய எல்லையற்ற வெளியில், சுதந்திர உலகில் தாவித் திரிய விரும்பும் மனத்தின் வெளிப்பாடுகள்; அந்த மனம் தன்னை இழுத்துப் பற்றியிருக்கும் லௌகீக லகான்களைக் குறித்துப் பேசு பவையே இக்கவிதைகள். கட்டற்ற வெளி பற்றியான தேடல், அதை அறிய இயலா ஏக்கம் என்னும் உணர்வுகள் எல்லாக் கவிதைகளின் அடியிலும் தேங்கியிருக்கின்றன.

சொந்த ஊரில் ஓடும் நதி என்றாலும் துணி துவைக்கும் துறை வரைதான் தெரியும். அதன் தோப்புக்கும்கூடப் போனதில்லை. அந்த

அளவுதான் பெண்ணுக்கு அனுமதி. திருமணத்தின்பின் கணவன் காட்டியதோ ஐம்பது மைல் தூரத்திலிருக்கும் அணைக்கட்டு வரை. அவ்வளவே. கவிதை மேலும் சொல்கிறது –

ஆனாலும் ஆறு போய்க்
கொண்டிருந்தது
ஏனோ சிரித்துக்கொண்டேன்.

அந்தப் பெண்ணின் சுருங்கிய உலகம் திருமணத்தின்பின் ஓரளவு விரிகிறது. அதுவும் அணைக்கட்டு வரையே. அணைக்கட்டு என்பதில் எத்தனைவிதமான பொருள்! குடும்பச் சுவர்; கட்டுப்பாடுகள்; கணவனின் வரையறைகள். எல்லாம் சேர்ந்து வாழ்க்கையைக் கட்டுப்படுத்தும் லௌகீகம்... அந்தப் பெண்ணின் சிரிப்பு எதைச் சொல்கிறது? ஆறு போய்க்கொண்டிருக்கிறது. அது முழுவதையும் அறிந்துகொள்வதல்லவா விருப்பம்.

இன்னொரு கவிதை 'குழந்தை மனம் வேண்டும் எனக்கும்' என்கிறது. குடும்ப வாழ்வில் ஐக்கியமாகிவிடும் பெண் நினைவில் கொண்டிருக்க வேண்டியவை மறந்துபோய்விடுகின்றன. 'நீள்கிறது நினைவில்லைகள், ஏதோ ஒரு வகையில் எல்லாவற்றிற்கும் முக்கியத்துவம் இருந்தும்' இவற்றை மீறிய ஒன்றைக் கனவு காணும் மனத்தின் இத்தகைய மறதிகள் இயல்புதான். இந்த மனத்திற்கான எதிர்வினைகள் எங்கிருந்தும் கிடைக்கவில்லை. வானம், கருமேகம் ஆகியவற்றை ரசிக்கும் மனம், வானத்தின் எல்லையற்ற பரப்பைக் காண்கிறது. எதிர்வினையோ 'இன்னும் கொஞ்ச நேரத்தில் மழை வரலாம்' என்பதோடு நின்றுவிடுகிறது. எல்லாவிடத்தும் தனக்கான விரிவைத் தேடிக் கிடைக்காத ஏக்கத்தில் சொல்கிறது.

ஓங்காரச் சப்தமாய் தோல்விகள் எழுவதை
உணருமா என்றாவது
இந்தக் காற்று

கனவுகளோ வானத்தை எட்டுவன; கிடைத்திருக்கும் குடும்ப வாழ்வின் உயரமோ தலை இடிக்கும் வீட்டுக்கூரை. கூரையில் மோதி மோதித் தலை சிதறித் திரும்பத் திரும்ப நாற்சுவருக்குள்தான் வாழ வேண்டியிருக்கிறது. இனிமை நிறைந்த அந்த ஆதர்ச வாழ்க்கையைக் கனவுகளாக – கற்பனைகளாகக் கண்டு பேசி என்னவாகப் போகிறது?

ரோஜாக்களைப் பற்றிப்
பேசியும் புகழ்ந்தும்
அலுத்துவிட்டது.
தினப்படி வாழ்க்கையில்
முட்களுடனே பரிச்சயம்
அதிகம் என்பதால்.

பெண்பார்வை நோக்கும் பலவிதமான காட்சிகளினூடே, மனம் விரும்பும் சஞ்சார உலகிற்கும் பிடித்து இழுக்கும் லௌகீகக் கண்ணிக்குமான இடைவிடாத போராட்டமாகச் சுகந்தியின் கவிதைகள் விரிகின்றன.

■

துயரமும் துயர நிமித்தமும்

சமையலறையில் தேயும் சாமான்

'சமையலறையில் தேயும் சாமான் நான்'
– சாவித்திரி ராஜீவன்
(மலையாளம்)

பாளையங்கோட்டை தூய சவேரியார் கல்லூரியின் நாட்டார் வழக்காற்றியல் மையம் வெளியிட்டுள்ள 'கவலை', அழகிய நாயகி அம்மாள் அவர்களால் எழுதப்பட்ட நூலாகும். இந்நூல் பற்றிய விவரக் குறிப்பில் 'subject: Family folklore' என்று குறிப்பிடப்பட்டுள்ளது. நாட்டார் வழக்காற்றியல் மைய வெளியீடாக வருவதற்கு அந்தத் துறை சார்ந்த நூலாக இருக்க வேண்டுமாதலால் அவ்வாறு குறிப்பிட்டி ருக்கக்கூடும். பொதுவாக இதழ்கள் இந்நூலை 'நாவல்' எனக் கருதி விமர்சனங்கள் வெளியிட்டன. ஆனால் 'Family folklore' என்றோ நாவல் என்றோ கருத இயலவில்லை. அழகிய நாயகி அம்மாளின் சுயசரிதமாக இந்நூல் எழுதப்பட்டுள்ளது என்பது வெளிப்படை. குடும்ப வரலாறு தொடர்பான தொன்மக் கதைகள், புனைவுகள் ஆகியவை இடம்பெற்றுள்ளன எனினும் சுயசரிதத்திற்கான எல்லை களை மீறிச் செல்லவில்லை. தமிழில் சுயசரிதம் பெரும் இலக்கியப் போக்காக உருப்பெற்றதில்லை. ஏதோ ஒரு துறையில் சாதனை புரிந்தவர்கள் தம் வரலாற்றை எழுதியுள்ளனர். அவற்றில் பல குறிப்பிடத்தக்கவையாக உள்ளன.

ஏற்கனவே எந்தவகைப் பிரபலமும் இல்லாத, புகழ் பெற்றிராத ஒருவரால் எழுதப்பட்ட சுயசரிதம் (எழுத்தாளர் பொன்னீலனின் தாய் என்ற தகவல் அவரை அறிமுகப்படுத்த மட்டும் உதவியது) என்னும் அளவிலும் பெண் ஒருவரால் எழுதப்பட்டுள்ளது என்ப தாலும் இந்நூலுக்குக் கூடுதல் முக்கியத்துவம் கிடைத்துள்ளது. சாதாரணமானவர்களின் வாழ்க்கைப் பதிவு பற்றிய வரலாற்றுணர்வு இன்று ஏற்பட்டுள்ளது. பெண்ணியம் உள்ளிட்ட கோட்பாடுகளின் வளர்ச்சியும் இத்தகைய நூல்களின் வரவை முக்கியப்படுத்துகின்றது.

நாடார் சாதியைச் சேர்ந்த சாதாரணக் குடும்பப் பெண் ஒருவரின் மனப் பதிவுகள் குடும்பம், உறவுகள் குறித்துத் தாம் கொண்டிருக்கும் மதிப்பீடுகளோடு இந்நூலில் முன்வைக்கப்பட்டுள்ளன. தான் வாழும் சூழலில் பெண் தன்னை எவ்விதமாக உணருகிறார் என்பதையும் அவளுடைய நோக்கிலிருந்து உலகம் எவ்வாறு விரிகிறது என்பதையும் வலுவாக இந்நூல் காட்டுகின்றது. பெண்நோக்கும் பெண்மொழியும் எத்தகைய கோட்பாட்டு இடையீடும் இல்லாமல் வெளிப்பட்டுள்ள விதம் போற்றத்தக்கது.

சுயசரிதம் ஒன்றிற்குரிய வரையறைகளையும் பலவீனங்களையும் இந்நூல் கொண்டுள்ளது. சுயசரிதம் எழுதப்படுபவரின் ஒற்றை நோக்கால் உருவாவது. வாழ்க்கை முழுவதும், நிலைநிறுத்தப்பட்ட ஒற்றைக் கோணத்திலிருந்து மட்டுமே காணப்பெறும். புனைவு, ஆசிரியர் அல்லது பாத்திரத்தின் கோணத்தைக் கொண்டது. என்றாலும் வெவ்வேறு வகையான குரல்களுக்கும் இடம் கொடுக்கக்கூடிய தாக, பலவித நோக்குகளின் மோதலை முன்வைப்பதாக விரிந்து செல்லும் வாய்ப்பைப் பெற்றுள்ளது. சுயசரிதத்திற்கு அத்தகைய வாய்ப்பு இல்லை. ஒற்றைக் குரலின் பலவித உணர்ச்சிப் பாவங்கள் மட்டுமே சாத்தியம். சுயசரிதத்தின் மற்றொரு இயல்பு, வாழ்வில் தம்முடைய செயல்பாடுகளுக்கான நியாயப்படுத்துதலை முன்வைப்ப தாகும். முடிவுகள் எடுப்பதிலும் அவற்றைச் செயலுக்குக் கொண்டுவரு வதிலும் பல சாத்தியப்பாடுகள் இருப்பினும் ஒன்றை மட்டும் தேர்வு செய்வதற்கான நியாயம் வலியுறுத்தப்படுதல் மனித இயல்பு. அதே போன்று பிறரின் நியாயமின்மைகள் வன்மையாகச் சுட்டிக்காட்டப் பட்டு விமர்சிக்கப்படுதல் என்பதும் 'நியாயப்படுத்தலுக்குள்' அடங்குவதாகும். 'கவலை'யில் இவ்விரு தன்மைகளும் முழுமையாகப் பரந்துள்ளன. அழகிய நாயகி அம்மாளின் ஒற்றைக் குரல் பலவித பாவங்களில் சீராக ஒலித்துச் செல்கிறது. பிற குரல்கள் ஈவிரக்கமின்றி அழிக்கப்பட்டுள்ளன. நபர்களைப் பற்றிய கருத்துகள், முடிவுகளைத் தீர்மானமாக இக்குரல் பேசுகின்றது. ஒருவரைப் பற்றிய முடிவுக்கு வருவதற்குத் தமக்குக் கிடைக்கும் மிகக் குறைந்தபட்சத் தரவுகளே இக்குரலுக்குப் போதுமானவையாக இருக்கின்றன. எல்லாச் சந்தர்ப்பங் களிலும் தமது செயல்பாட்டை இக்குரல் நியாயப்படுத்துகிறது. எதிராளிகளின் மேல் குற்றச் சுமையைத் தாராளமாக ஏற்றி வைத்து விட்டுத் தம்மை இரக்கத்திற்குரிய ஜீவனாக முன்னிறுத்திக்கொள்கிறது.

'வாழ்க்கையே இருளாய், வெளிச்சமென்பதே இல்லாததாய், நானும் கவலையால் மூடப்பட்டவளானேன்' (ப.18) என்று தன் வாழ்க்கையைப் பற்றிய முன் முடிவு இச்சரித்திரத்தை நகர்த்திச் செல்கிறது. மற்றவர்களால் துன்பத்திற்கு ஆளாக்கப்பட்ட தன் நிலையை விவரிக்கிற இக்குரல், தன்னால் மற்றவர்களுக்குத் துளி தீங்கும் நேர்ந்ததில்லை என எதிர்மறையாகவும் கூறிச் செல்கிறது. நூல் முழுக்கவும் நீக்கமற நிறைந்து அழகிய நாயகி அம்மாளின் ஒற்றைக் குரல் தனக்கான நியாயங்களை எடுத்துச் சொல்வதே இதன் பிரதான

துயரமும் துயர நிமித்தமும்

நோக்கமாக அமைந்திருக்கின்றது. இந்நூல் காட்டும் அழகிய நாயகி அம்மாள் என்னும் பெண்ணைப் பற்றிய சித்திரம் முக்கியமானது. மிகுந்த ஆளுமை கொண்ட பெண் இவர். அந்த ஆளுமை பனிமூட்டம் போல நூலெங்கும் படர்ந்து கிடக்கின்றது. தன்னுடைய படிப்பு, வீட்டிலேயே வாத்திச்சி வேலை, வீட்டு வேலைகள், குடும்பப் பொறுப்பு என ஒவ்வொன்றிலும் அவர் தம்மீது கொண்டிருக்கும் நம்பிக்கையே இவ்வாளுமையை உருவாக்குகின்றது. முடிவுகள் தன்னைக் கேட்காமலே தீர்மானிக்கப்படுகையில் அவற்றைப் பற்றியும் அவற்றோடு தொடர் புடைய நபர்களைப் பற்றியும் மிகக் கடுமையான விமர்சனங்களை இவரால் வைக்க முடிகிறது. எந்தெந்தச் சந்தர்ப்பங்களில் தன்னுடைய குரலை வெளிப்படுத்த முடியுமோ அப்போதெல்லாம் சற்றும் தயங்காமல் வெளிப்படுத்தும் எதிர்ப்புக் குணம் தொடர்ந்து இவரிடம் இருந்து வந்திருக்கிறது. ஒவ்வொருவரையும் ஒவ்வொரு செயலையும் எதிர்கொள்ளக்கூடிய துணிவுடையவராக இவர் இருந்துள்ளார். நடுத்தரத்தைத் தாண்டிய வசதியான குடும்பத்தில் பிறந்து, அதைவிடத் தகுதி குறைந்த குடும்பத்தில் வாழ்க்கைப்பட்ட இவர், தம் பின்னணி குறித்த பெருமையைத் தொடர்ந்து காப்பாற்ற முயன்றிருக்கிறார். இத்தகைய குணங்கள் சூழலை எதிர்க்கவும் போராடி நிற்கவும் இவருக்கு உதவியிருக்கின்றன. தம்பேரிலிருந்த நிலத்தை விற்கச் சம்மதிக்காமல் எதிர்த்து நின்ற சம்பவம் இதற்கு நல்ல உதாரணம். (ப. 331, 332) தம் நிலத்திற்குப் பதிலாக வேறொரு நிலத்தை எழுதி வாங்கிக்கொள்ளலாம் என்ற பின்னே இவர் சம்மதித்திருக்கிறார். 'எனக்கு அதில் ஒன்றுமில்லாமல் போச்சு' (ப.332) என்று எழுதுவது உண்மையே ஆயினும் தனக்குரிய விஷயங்களை ஆண்களுக்காக விட்டுக்கொடுத்துவிடாத எதிர்ப்புக் குணம் உடையவராக இவரைக் காண முடிகிறது. தம் மகனைக் குறித்துக் கந்தசாமி என்பவர் குறைகூறியபோது கணவர் பேசாமலிருக்க, இவர் பதிலடி கொடுக்கிறார். அவ்விடத்தில் 'நானும் என்னேரமும் சின்னபுள்ளயா. நாள் கழியக் கழிய எல்லு விளையாதா. விளைஞ்ச மட்டுக்குச் சொன்னே' (ப. 304) என்று எழுதுகிறார். அத்தோடு 'இவள் நமக்கு மேலாகப் பேசிவிட்டாள். எந்த இடத்திலும் இவள் பேச்சு மேலாகத்தான் நிற்கிறது என்று பொறாமை கொண்டு திரிந்தார்' (ப. 304) என்றும் எழுதுவது இவர் தம்மை நிலைநிறுத்திக்கொண்டதைக் குறிப்பதாக உள்ளது. எதிர்ப்பை வெளிப்படுத்தும் குணம்கொண்டவராக இருப்பதை மறைத்துத் தம்மைப் பற்றிய சித்திரத்திற்கு ஊறு வந்துவிடுமோ என எண்ணி நேரடியாக வெளிப்படுத்திக்கொள்ளாமல் தம் குரலைத் தாழ்த்திக் கொள்ள முயன்றிருக்கிறார். பேயோட்டாள் என்ற பெண்ணோடு சண்டை நேரிடும்போது அவள் பேசும் வார்த்தைகள் பலவாக இருக்க இவர் தம் வார்த்தைகளாக 'நான் "இப்புடி பேசாதிங்க" என்றேன்' (ப. 299) என்பவற்றைக் கூறுகிறார். இதுபோலப் பலவிடங் களில் தம் தரப்பை மென்மையானதாக ஆக்கிக்காட்ட இவர் முயன்றிருக்கிறார். எனினும் இவரது ஆளுமையை வெளிப்படை யாகவும் மறைமுகமாகவும் உணரமுடிவதில் சிக்கலேதுமில்லை.

அழகிய நாயகி அம்மாளின் பார்வையில் பிற பாத்திரங்கள் குரலற்றவர்களாக உருவாகியுள்ளனர் என்பது குறிப்பிடத்தக்கது. இதில் ஆண்கள், பெண்கள் என்கிற வேறுபாடு இல்லை. நெருக்கடியின் போது பணஉதவி செய்த சில ஆண்களை அவ்விடத்தில் மட்டும் நெகிழ்ச்சியோடு குறிப்பிடுகின்றார். அப்பணத்தையும் ஈடுசெய்துவிட்டுச் சமாதானப்பட்டு விடுகின்றார். இவருடைய தாக்குதலுக்கு ஆளாகாத ஆண் எவருமில்லை. சான்றாக இருவரைக் காணலாம். ஒருவர் இவர் தந்தை, மற்றொருவர் கணவர். இவரைப் படிக்க வேண்டும் என ஊக்குவித்தவரும் மனைவி இறந்தபின் இரண்டாம் திருமணம் செய்துகொள்ளாமல் குழந்தைகளுக்காக வாழ்ந்தவருமாகிய (பின்னொரு நிர்ப்பந்தத்தில் திருமணம் செய்துகொள்கிறார்) தந்தை இவரது திருமணப் பேச்சு தொடங்கப்பட்டதிலிருந்து எதிரியாகி விடுகிறார். தந்தையைச் 'சண்டாளன்' என்று ஏசுகிறார் (ப. 173). மேலும் பல இடங்களில் தந்தையைத் திட்டுவதற்கு முக்கியக் காரணம், பெண்ணுக்குக் கொடுக்க வேண்டிய சீர்வரிசைகள் எதையும் கொடுக்காமல் திருமணம் செய்து வைத்துவிட்டார் என்பதுதான். தந்தை பார்த்திருக்கும் மாப்பிள்ளை லேசாகக் கால் ஊனமுற்றவர் என்பது குறையாக இருப்பினும் அது மறைமுகமாக மட்டுமே குறிப்பிடப் படுகின்றது. பெண் புகுந்த வீட்டுக்குச் செல்லும்போது மிகுந்த சீர்வரிசைகளோடு சென்றால்தான் அவளுக்கு மதிப்பு. சீர்வரிசை இல்லாத பெண்ணுக்கு எவ்வளவு பெரிய வசதியான குடும்பத்தி லிருந்து வந்திருந்தாலும் புகுந்த வீட்டில் மதிப்பிருக்காது. தன் ஆளுமையைப் பெண் நிலைநிறுத்திக்கொள்வதற்கான அடிப்படை சீர்வரிசையாகும். தன்னுடைய நகை, பணம், பாத்திரங்கள் என உரிமை பாராட்டிக்கொள்வதற்கும் தன் சொந்தத்தை அங்கே ஸ்திரப்படுத்துவதற்கும் சீர்வரிசைதான் முக்கியமாக இருக்கிறது. முன்பின் வேறெந்தத் தொடர்பும் இல்லாத ஓரிடத்தில் பிடுங்கி நடும் செடியாகச் செல்லும் பெண்ணுக்குப் பிடுங்கப்பட்ட இடத்தி லிருந்து எடுத்துச் செல்லும் ஒருபிடி மண்ணாகச் சீர்வரிசை அமைகிறது. தந்தையின் மீது இடைவிடாத கோபம் இவர் கொண் டிருப்பதன் காரணம், சீர்வரிசை அவ்வளவாகத் தராததோடு திருமணத்திற்கென மாப்பிள்ளை வீட்டிலிருந்தே பணம் பெற்றுக் கொள்கிறார் என்பதும் பின் பல சந்தர்ப்பங்களிலும் செய்ய வேண்டிய சீர்கள் எதையும் செய்யவில்லை என்பதுமாகும். 'இந்தச் சமயம் இவருக்கு வெட்டுக்கு மூவாயிரம் தேங்காய் கிடைக்கக்கூடிய தென்னந்தோப்பு இருக்கிறது. இரு பூவுக்கும் இருவத்தஞ்சி முப்பது கோட்டை நெல் விளையும் நிலம் இருக்கிறது. காட்டுச் சொத்துக்களி லிருந்து பயினி புன்னக்காய் என்றெல்லாம் வருமானங்கள் வருகிற சமயம்' (ப. 182) என்று தன் தந்தையின் வருமானங்களைக் கணக்கிட்டு அப்படியிருந்தும் சீர் செய்ய அவருக்கு மனமில்லை என்று திட்டுகிறார். இவருடைய வாக்குப்படியே திருமணத்திற்கு முன்வரை அமுதமாக இருந்த தந்தை அதன்பின் நஞ்சாக மாறிவிடுகிறார். கணவன் வீட்டில் படும் அனைத்துத் துயரங்களுக்கும் தந்தையே மூலகாரணமாகிவிடுகிறார்.

துயரமும் துயர நிமித்தமும்

இந்த நூலின் சிறப்புகளைப் பின்னுரையில் குறிப்பிடும் பொன்னீலன் 'ஆனால் என் தந்தை பற்றிய செய்திகளைப் படித்த போது நான் மிகவும் அதிர்ச்சியடைந்தேன்' (ப. 426) என்று எழுதுகிறார். அத்தோடு 'என் தந்தையை மட்டும் ஏன் எப்படி இவ்வளவுக்கு இருட்டடிப்புச் செய்தார் என்பது மட்டுமல்ல, வாய்ப்புக் கிடைக்கும் போதெல்லாம் இழிவுபடுத்தியிருக்கிறார்' (ப. 426) என்றும் குறிப்பிடு கின்றார். அவருடைய கூற்று மிகவும் உண்மை. திருமணப் பேச்சு நடக்கும்போது மாப்பிள்ளையைச் 'சாமியாராக இருந்தாராம்' (ப. 172) என்று குறிப்பிடுபவர், பாட்டியின் கூற்றாக 'நொண்டி' (ப. 178) 'கால இழுத்துகிட்டு நடப்பவன்' (ப. 178) என்றெல்லாம் அதன்பின் எழுதுகின் றார். அண்ணன் பேச்சைக் கேட்டு நடக்கும் கோழை என்று பலவிடங் களில் திட்டுகிறார். 'எனக்கும் ஏழையான இந்தக் கோழையை வகுத்தான் விதிகாரன்' (ப. 346) என்றவாறு அவரைக் குறித்துப் பலவாறு புலம்புகிறார். இவ்வாறு கணவனைக் குறித்த நல்ல நினைவு எதுவும் இல்லாமல் அவரை இடைவிடாமல் திட்டித் தீர்ப்பதற்குக் காரணம், மனைவிக்கு எத்தகைய உரிமையும் கொடுக்காமல் அண்ணனையும் அண்ணியை யும் எதிர்த்துப் பேசாமல் அவர் இருந்ததுதான். தான், தன் குடும்பம் என வாழும் பெண்ணுக்கு அவற்றைக் கவனித்துக் கொள்வதற்குரிய அடிப்படை உரிமைகளேனும் தேவை எனக் கருதுகிறார். தனக்கெனச் சில அதிகாரங்களைப் பெற்றுக்கொள்ளாத பெண்ணின் மன இயல்பு கள், கணவன் மீது கோபம் கொள்வதாகவே மாறுகிறது. குடும்பத்திற்கு வெளியிலான உரிமைகள் கொடுக்கப்படவில்லை என்பதல்ல அழகிய நாயகி அம்மாளின் கோபம். குடும்பத்திற்குள்ளான சில உரிமைகளைத் தனக்கெனக் கணவன் கொடுக்கவில்லை என்பதுதான் அவருடைய கோபத்திற்கான காரணம். சமையலுக்கான பொருளைக்கூடச் சுயமாக எடுத்துக்கொள்ள இயலாமல், கணவனின் அண்ணனிடம் கேட்டுப் பெற வேண்டியிருக்கிறது. சிறுசிறு செலவுகளுக்குக்கூட அவரைத்தான் எதிர்பார்த்திருக்க வேண்டும். அவர்கள் தருவது 'றேசன் சாமான்' (ப. 278) என்று குறிப்பிடுகிறார். 'இவருடைய சம்பாத்தியம் எப்படி, காசு என்ன சாடையாய் இருக்கும் என்பதும் அறியமாட்டேன். இந்த வீட்டில் யாதொரு அதிகாரமும் எனக்குக் கிடையாது' (ப. 278) என்று நேரடியாக அவரே எழுதுகிறார். கணவனைப் பற்றிய இவருடைய வருத்தத்திற்கெல்லாம் காரணம் இதுதான். வீட்டு வேலைகள் செய்துகொண்டு எவ்விதச் சுதந்திரமும் இல்லாமல் இருந்ததாக அவர் குறிப்பிடுவது, வீட்டுக்குள் சமையல் முதலிய வேலைகளில் தன் சுதந்திரப்படி இயங்க முடியவில்லை என்பதைத் தான். ஆளுமை உடைய பெண்ணாக இவர் இருந்தபோதும் எதையும் தீர்மானிக்கின்ற அதிகாரம் இவரிடம் இல்லை. தன் கணவனை எதிர்பார்த்திருந்தால்கூட அது பெரிய பிரச்சினை இல்லை. கணவனின் அண்ணன், அண்ணி ஆகியோரின் தயவில் வாழ்வதாக இருந்த நிலைதான் கணவன் மீதான கோபமாக உருக்கொண்டிருக்கிறது.

தம் உறவுப் பெண்கள் எவரைப் பற்றியும் நல்ல அபிப்ராயம் அழகிய நாயகி அம்மாளுக்கு இல்லை. தம்மை நேரடியாகப் பாதிக்காத உறவுப் பெண்களை மட்டும் இரக்கத்தோடு சித்திரிக்கின்றார். அகஸ் தீஸ்வரத்து நாடாச்சி என்னும் பெண்தான் இந்நூலில் மிகவும் பரிதாபத்திற்குரியவராகப் படுகின்றார். கணவனால் அவர் படும் கொடுமைகள் சாதாரணமானவை அல்ல. ஆணாதிக்கத்தின் உச்ச பட்சக் கொடுமைகளை அனுபவித்த பெண்ணாக இவர் இருக்கின்றார். கணவன் சொல்லை மீறிப் பிள்ளைப் பேற்றிற்காகத் தாய் வீட்டுக்குப் போன ஒரே காரணத்திற்காகக் கணவர் அவரை விலக்கிவிட்டு வேறொரு திருமணம் செய்துகொள்கிறார். பெற்ற பிள்ளையைப் பறிகொடுத்த அந்தப் பெண் பிறந்த வீட்டில் இருக்க இயலாமல் திரும்ப கணவன் வீட்டுக்கே வருகிறார். வீட்டுக்குள் நுழைந்த அவரைக் கணவன் மாட்டை அடிப்பதுபோல் அடித்து நொறுக்குகிறான். அவனுடைய தாய் அந்தப் பெண்ணைக் காப்பாற்றி வீட்டுக்குள் அடைத்து வைக்கிறார். 'உன் கண்ணில் படாமல் ஒரு வேலைக்காரி யாய் இந்த வீட்டில் அவள் இருக்கட்டும்' என்று தாய் சொன்ன உறுதிமொழியின் பேரில் வீட்டிலிருக்கக் கணவன் ஒத்துக்கொள்கிறான். கணவன் இருக்கும்போது அறைக்குள் இருந்து வெளியே வராமல், வீடே சிறையாய் வாழ்கிறார் அந்த நாடாச்சி. காலப்போக்கில் கணவனால் ஒரு குழந்தைக்குத் தாயாகிறார். ஆனால் கணவனின் இன்னொரு மனைவி அபவாதம் சுமத்துகிறாள். இப்படியாக அந்தப் பெண்ணின் வாழ்க்கை ஒவ்வொரு கட்டத்திலும் துயரம் மிக்கதாக, கணவனை விட்டு விலக முடியாமலும் அதேசமயம் அவன் ஆதரவு இல்லாமலும் கொடுமைக்குள்ளாவதாக இருக்கிறது. கணவன் இறந்த செய்தியைக் கேட்டபோது 'எனக்கு அறுக்கத் தாலி இல்லை' (ப. 64) என்று அந்தப் பெண்ணே நொந்து கூறுமளவுக்கு இந்தக் கொடுமை இருக்கிறது. பெண்ணை வெளியில் அனுப்பாத பின்னணியைக்கொண்ட சாதியில் பிறந்த பெண் அனுபவிக்கும் உச்சபட்சக் கொடுமைகளை இப்பெண் அனுபவித்து உள்ளார். இந்த நூலில் வரும் பெண்கள் பற்றி இவ்வாறு பலவிதமான விவரிப்புகளைச் சுட்டிக்காட்டலாம்.

ஆனால் நூலாசிரியரால் வில்லியாகச் சித்திரிக்கப்படுகின்ற பூமாத்திவிளை நாடாச்சி என்ற பெண்ணே மிகுந்த கவனத்திற்குள்ளா கிறார். முறைகெட்ட மூதேவி, சண்டாளி (ப. 173) தீபாவி, இரத்தம் குடிக்கும் மூட்டைப்பூச்சி (ப. 312) நாணங்கெட்ட நங்கிலி, பாதகத்தி (ப. 314) உத்திராச்சப் பூனை (ப. 340), மாபாவி (ப. 344) என்றெல்லாம் பலவிதமான ஏச்சுக்கு ஆளாகும் அந்தப் பெண் நூலாசிரியருக்கு ஓரகத்தி; அதாவது கணவனின் அண்ணன் மனைவி. குழந்தைப்பேறு இல்லாதவளாகிய இந்தப் பூமாத்திவிளையாள் செய்த கொடுமைகள் ஏராளம் என்று பல நிகழ்ச்சிகளை நூலாசிரியர் பட்டியலிடுகின்றார். பூமாத்திவிளையாள் இட்ட வேலைகளைச் செய்யும் வேலைக்காரியாக இருக்க ஆளானேன் என்று குற்றம்

சுமத்துகிறார். கணவனும் சரி, அவருடைய அண்ணனும் சரி பூமாத்திவிளையாளை எதுவும் கேட்டதில்லை என்று குறை கூறுகிறார். குறிப்பான குற்றச்சாட்டு – பாத்திர பண்டங்கள், தானியங்கள், பணம் என அனைத்தையும் களவாடிக் கொண்டுபோய்த் தம்பி வீட்டுக்குக் கொடுத்துவிட்டாள் என்பது.

பெண்களின் உலகம் உள்உலகம். ஆண்கள் வெகுவாக அறிந்து கொள்ள முடியாத அவ்வுலகம் வீடு என்னும் இடம் சார்ந்ததாகும். ஆண்களைப் பொருத்தவரை வீடு என்பது விளைவை அனுபவிப்பதற் குரிய இடம்; உடல் சார்ந்த தேவைகளை நிறைவேற்றிக்கொள்வதற் குரிய அமைப்பு. ஆணின் வாழ்வு சார்ந்த கௌரவத்தை வீடு வைத்திருக்கிறது. ஆகவே வீட்டின் மீதான தம் ஆதிக்கத்தை நிலை நிறுத்திக் கொள்வதை உணர்வுப்பூர்வமாகச் செய்துகொண்டிருத்தல் கடமையாகிறது. பெண்ணுக்கு வீடுதான் அனைத்தும். வீட்டை அதற்குரிய வழியில் பயன்படுத்தும் பொறுப்பு பெண்ணுக்குரியது. பெண் நோக்கில் வீட்டை ஆண்கள் இருக்கும் நேரம், ஆண்கள் இல்லாத நேரம் எனப் பிரிக்கலாம். ஆண்கள் இல்லாத நேரத்தில் பெண் சும்மாதான் இருப்பாள் என்பது பெரும்பாலும் ஆண்களுடைய எண்ணம். வீடு என்னும் உள்உலகத்துள் நுழைந்து பார்க்காத ஆணுக்குச் 'சும்மா' என்கிற வெறுமைதான் தென்படுகிறது. ஆனால் பெண்ணுக்கு இந்த உள்உலகம் பொருட்களால் அர்த்தப்படுகிறது. பொருட்கள் மீது விருப்பம் கொள்வதும் பொருட்களை வாங்கி வீட்டை நிரப்புவதுமாகிய பெண்ணின் செயல்கள் ஆணுக்கு எரிச்சலூட்டக் காரணம், அந்த உள்உலகை அறிந்துகொள்ளாததுதான். குறிப்பாகப் பெண்களுக்குப் பாத்திரங்கள் மீது இருக்கும் பிடிமானம் அளவு கடந்தது. விதவிதமான பாத்திரங்களை வைத்திருப்பதும் அவற்றைப் பயன்படுத்துவதும் பெண்ணின் உலகில் பெருமை தருபவை. எண்ணற்ற பாத்திரங்கள் இருந்தபோதும் அவை அனைத்தையும் அவளால் நினைவுகொண்டிருக்க முடியும். சிறு சாமான் ஒன்று காணாமல் போய்விட்டாலும் எளிதாகக் கண்டுபிடித்துவிட இயலும். பெண் பெரும்பாலான நேரத்தைச் செலவிடும் சமையலறை இந்தப் பாத்திரங்களோடு முழுமையான தொடர்புடையது. எனவே பாத்திரங் களுக்கும் பெண்ணுக்கும் உள்ள உறவென்பது உயிர்ப்புடையது. பெண், பாத்திரங்களைத் திரும்பத் திரும்பப் புழங்குகிறாள். அவற்றின் பயன்பாடுகளை வரையறுத்து வைத்திருக்கிறாள். சாதாரண நாட்களுக்கு, விருந்து நாட்களுக்கு, விழாக் காலத்திற்கு எனப் பாத்திரங்களை வகை பிரித்திருக்கிறாள். பெண், தாய் வீட்டிலிருந்து கொண்டுவரும் சீர்வரிசையில் முக்கியமானதாகப் பாத்திரங்கள் இருக்கின்றன. மேலோட்டமான பார்வையில், பாத்திரங்கள் சமையல் பயன்பாட்டுக்கானவை என்று சொன்னாலும் கூடப் பெண்ணைப் பொருத்தவரை அவளுடைய உலகை எளிமையாக்குவதாக, பெருமைப்படுத்துவதாக, கௌரவம் தருவதாக, அர்த்தப்படுத்துவதாகப் பாத்திரம் அமைகின்றது.

இந்தப் பின்னணியில் அழகிய நாயகி அம்மாளையும் அவர் எதிர்நிலையாகச் சித்திரிக்கும் பூமாத்திவிளை நாடாச்சியையும் இவர்களுக்கிடையேயான உறவையும் விவாதிக்கலாம். அழகிய நாயகி அம்மாளின் திருமணத்தின்போது தந்தை கொடுத்த சீர்வரிசை அவருக்கிருந்த குறைகளுள் முக்கியமானது. புகுந்த வீட்டுப் பெண்கள் 'ஒன்றும் கொண்டுவராதவள் என்று சொல்லி, கேவலமாகக் கூடிக் கூடிச் சிரிக்க' (ப. 177) இந்தச் சீர்வரிசை குறைவு முக்கியக் காரணமாக இருக்கிறது. அவருடைய திருமணத்திற்கு அன்பளிப்பாக வந்த 'குட்டுவம், குடம், குத்துப்போணி, குட்டுவம்போல உள்ள சருவம் ரெண்டு, வாளிச் சருவம், வெங்கல அகப்பை, தம்ளர், செம்பு என்று பத்துச் சாமான்களை' (ப. 182) மட்டும் கொடுத்துத் தந்தை அனுப்பி விடுகின்றார். பாத்திரங்களின் பெயர்கள், எண்ணிக்கை ஆகியவற்றைச் சிரமமின்றி நினைவு கூர்தல், அவற்றின்மீது கொண்டிருந்த பிடிப்பையும் போதாமை என்னும் குறைபட்ட மனத்தின் தவிப்பையும் உணரவைக்கிறது. அதன்பின் ஒரு தம்ளர் காணாமல் போய், அது கிடைத்தல் என்னும் நிகழ்ச்சி இவர் மற்றவர்களோடு கொள்ளும் உறவைத் தீர்மானிப்பதாக அமைகின்றது. இவருடைய பெரும் பிரச்சினை என்பது பாத்திரங்கள், தானியங்கள் திருட்டுப் போதல் என்பதுதான். ஒரு சமயத்தில் ஒரே ஒரு பாத்திரம் (வாளிச் சருவம்) தவிர பிற அனைத்தும் திருட்டுப்போய்விடுகின்றன. இந்தத் திருட்டுகளை எல்லாம் செய்பவள் பூமாத்திவிளையாளாக இருக்கிறாள். 'பிள்ளைகளும் நானும் செரட்டையில தண்ணீ குடிச்சி, ஆப்பையில தண்ணி கோரி கையும், வாயும் கழுவி வந்தோம். செரட்டையில தண்ணி குடிக்க வச்சாள் தீபாவி' (ப. 312) என்று வயிறெரிந்து எழுதுகிறார். இவ்விடத்தில் ஆணின் நோக்கில் 'பாத்திரச் சண்டை' என்று அற்பமானதாகக் கருதப்பட்டுவிடும் இந்தப் பிரச்சினைகள் பெண்களுக்கோ உறவைத் தீர்மானிப்பதாக இருக்கின்றன. ஓரகத்திகள் இருவருக்கிடையேயான உறவு சீர்குலைந்துபோகப் பாத்திரங்களே காரணமாக அமைகின்றன. இந்த உள்உலகச் சண்டையை முன் வைத்துப் பூமாத்திவிளையாள் கொடுமைக்காரியாகக் காட்டப்பட்ட போதும், ஈர்ப்புக்குரியதாகவும் இரக்கத்துக்குரியதாகவும் தோன்றுவது பூமாத்திவிளையாள் பாத்திரம்தான். அவரைப்பற்றிச் சொல்லாமல் விடப்பட்ட எதிர்ப்பக்கம் முக்கியமானது. குழந்தைப்பேறில்லாத பெண்களுக்குச் சமூகத்தில் கிடைக்கும் கேவல நிலையும் அதன் காரணமாக உருவாகும் அவர்களின் மனநிலையும் கவனத்திற்குரியவை. 'மலடி' என்று கேவலப்படுத்தப்படும் இப்பெண்களின் எதிர்காலம் கேள்விக்குரியது. பூமாத்திவிளையாளின் வார்த்தைகளாக எழுதப் பட்டிருக்கும் கீழ்க்கண்ட வாசகங்கள் இதை உணர்த்தும். 'எனக்கு இந்த ஊட்டுல என்ன புடி நெல இருக்கு? நானிருக்கும் வரைக்கும் அனுபவிச்சதுதானே மிச்சம். அவரு தீந்த அண்ணு, நான் குண்டி மண்ண தட்டிக்கிட்டுப் போறவாதானே.' (ப. 245) கணவனுக்குப் பிறகு அவருக்கு அங்கே எந்த உரிமையும் இல்லை. அந்த அச்சம்தான்

பூமாத்திவிளையாளின் திருட்டுச் செயல்கள் அனைத்திற்கும் காரணம் எனலாம். வீட்டில் கிடைக்கும் பொருட்களை எல்லாம் களவாடித் தன் தம்பி வீட்டுக்கு அனுப்புவதற்குத் தம்பியின் வறுமை நிலை மட்டுமே காரணமாக இருக்க முடியாது. கணவனுக்குப் பிறகு தனக்கு அடைக்கலம் கொடுக்கப் போகிறவன் தம்பிதான் என்ற நம்பிக்கையே பொருட்களைத் தம்பி வீட்டுக்கு அனுப்புவதற்கான காரணமாகும். அதேபோலக் கணவன் இறந்தபின் அவர் தம்பி வீட்டுக்குத்தான் செல்ல வேண்டியிருக்கிறது. குடியிருந்த வீடுகூட அவருக்கு நிரந்தரமில்லாமல்போகிறது. ஆணாக இருப்பின் சம்பாதிக்கும் ஊதியத்தில் மிச்சம் பிடித்து வைத்துக்கொள்ள முடியும். செலவுக்கென அளந்து ஆண்கள் கொடுக்கும் பணத்தையும் பொருட்களையும் பெற்று நடத்த வேண்டியிருக்கும் பெண் அப்பொருட்கள் சார்ந்தே தன் சேமிப்பை உண்டாக்கிக்கொள்ள இயலும். நூலில் சொல்லப்படாவிட்டாலும் பிள்ளை இல்லாதவள் என்பதால் அப்பெண் அனுபவித்திருக்கக்கூடிய துயரத்தை ஊகிக்க முடிகிறது. ஆகவே அவர் செய்யும் திருட்டுகள், உறவுகளுடனான சண்டைகள், தம்பி குடும்பத்தின் மீதான பற்று அனைத்தும் அச்சமும் எச்சரிக்கையும் உடைய பெண்ணின் செயல்களாகவே தோன்றுகின்றன. எழுத்தில் அடக்கி வாசித்தாலும் அழகிய நாயகி அம்மாளின் வார்த்தைகள் எல்லை மீறியிருக்கக்கூடிய தருணங்களைக் கண்டுணர்வது சிரமமல்ல. அத்தோடு தனக்குச் சொந்தமான பெண்ணொருத்தி தன் கொழுந்தனுக்கு மனைவியாக வந்தால் தனக்குப் பாதுகாப்பு என்று கருதிய பூமாத்திவிளையாளின் கணிப்பு தவறிப்போனதும்கூட அவரின் இத்தகைய செயல்களுக்குக் காரணமாக இருக்கலாம். ஆகவேதான் அனுதாபத்தோடு பார்க்க வேண்டிய பாத்திரமாகப் பூமாத்திவிளையாள் இருக்கிறார். ஆனால் எந்தவித அனுதாபமும் இன்றிக் கொடுமைக்காரியாகக் காட்டும் அழகிய நாயகி அம்மாளின் பார்வை முற்றமுழுக்கச் சுயசார்பு கொண்டதே ஆகும்.

வழக்கமான சுயசரிதத்தின் எல்லைகளை மீறாத நூல் இது எனினும் பல்வேறு விஷயங்களை விவாதிப்பதற்கான இத்தகைய கூறுகளைக் கொண்டிருக்கிறது.

●

நூல் விவரம்:

அழகிய நாயகி அம்மாள், **கவலை,** நாட்டார் வழக்காற்றியல் ஆய்வு மையம், பாளையங்கோட்டை, செப்டம்பர் 1998.

■

மீள்வாசிப்பில் பாமாவின் நாவல்கள்

தொண்ணூறுகளில் எழுச்சி பெற்ற தலித் அரசியல் பல்வேறு தளங்களிலும் தனது பாதிப்பைச் செலுத்தியது. அதனூடாகக் கலை, இலக்கியங்களில் தலித் அடையாளம் என்பது மிக முக்கியமான போக்காக உருவானது. புறக்கணிக்கப்பட்ட கலை வடிவங்கள் வெளிச்சம் பெற்றன. அவற்றின் மீதிருந்த ரசனை சார்ந்த கீழ்மைக் கருத்துகள் தூக்கி வீசப்பட்டுத் தலித் அழகியல் பற்றிய பேச்சுகள் வலுப்பட்டன. புனைகதைகளில் தலித் வாழ்க்கையை மையப்படுத்தி எழுதுதலும், எழுதப்படும் முறை பற்றிய விவாதங்களும் எழுந்தன. 'தலித் இலக்கியம் எப்படிப்பட்டதாக இருக்க வேண்டும்?' என்பதற்கான வரையறைகள் விமர்சகர்களால் உருவாக்கப்பட்டன.

- கலகமே இதன் வடிவம், விசயம், எல்லாமும்.
- தலித் இலக்கியம் ரசித்துப் புளகாங்கிதம் அடைவதற்காக அல்ல. அது கடுமையான அரசியல் எதிர்வினையை உசுப்பிவிட வேண்டும்.
- தலித்துகளைப் படைக்கிறபோது அவர்களை ஒரேயடியாகப் பலமற்றவர்களாகவும் ஒரேயடியாக மிக நல்லவர்களாகவும் படைப்பதைத் தவிர்க்க வேண்டும்.
- இதெல்லாம் இலக்கியமா என்று அவர்களை (சாதி, வர்க்கக் காவலர்களைப்) பேசவைக்க வேண்டும்.
- மேலாதிக்க ஒழுக்கவியலையும் ஒழுங்கையும் முறையையும் தலித் இலக்கியம் தன் காலில் போட்டு மிதிக்க வேண்டும்.
- தலித் கலக மொழியானது, மேலோட்டமான ஒழுங்குமுறையை, எல்லாம் இயற்கையானது என்ற மாயையைக் கலவரப்படுத்த வேண்டும்.
- தலித் இலக்கியத்தின் மொழி, இலக்கணத்தை மீற வேண்டும். மீறுவதுதான் தலித் இலக்கணம். (ராஜ்கௌதமன்; 'தலித் பண்பாடு')

இதுபோன்ற வரையறைகள் இலக்கியத்திற்குத் தேர்வுசெய்து கொள்ள வேண்டிய விஷயங்கள், வடிவங்கள், மொழி உள்ளிட்ட அனைத்தைப் பற்றியும் 'இப்படி இப்படி இருக்க வேண்டும்' என்று குறிப்பிடுகின்றன. எழுத்தாளர்களுக்கு வழிகாட்டுபவர்களாக விமர்சகர்கள் தங்களைக் கருதிக்கொண்டனர். ஏற்கனவே மார்க்சியக் கோட்பாடுகளின் அடிப்படையில் இலக்கிய விமர்சனம் செய்துவந்த முற்போக்கு விமர்சகர்கள் தாம் தலித் இலக்கிய விமர்சகர்களாகவும் இருந்தனர். முற்போக்கு இலக்கியத்திற்கும் தலித் இலக்கியத்திற்குமான வேறுபாடுகள் நுண்மையாகக் காட்டப்பட்டன. என்றாலும், 'கோட்பாட்டாளர்கள் இலக்கியத்திற்குமான வரையறைகளைக் கொடுத்தல்' என்னும் முற்போக்கு இலக்கிய விமர்சனப் போக்கு தலித் இலக்கிய விமர்சனத்திலும் உருவாயிற்று.

பொதுவாக 'இலக்கியம் கண்டதற்கு இலக்கணம் இயம்புதல்' என்பது தமிழ் இலக்கண மரபு. 'இலக்கியங்கள் உருவான பிறகு இலக்கணத்தை உருவாக்குதல்' என்பதுதான் இயங்கியலாகவும் இருக்க இயலும். கணிப்புகள் வேறு; கறாரான வரையறைகள் வேறு. தலித் இலக்கியத்தை அதன் போக்கில் சுயமாக உருவாகி வளரவிடாத விமர்சனப்போக்கு இங்கு நிலவிற்று. தலித் இலக்கியம் பெரும் வீச்சாக வளராமல் போனதற்கு இந்த 'விமர்சனப் போக்கு' ஏற்படுத்திய பாதிப்பு முக்கியமான காரணமாகும்.

●

பாமாவின் நாவல்களான 'கருக்கு', 'சங்கதி' ஆகிய இரண்டும் முறையே 1992, 1994இல் வெளிவந்தன. இவை தலித் இலக்கிய விமர்சகர்களுக்கு மிகப் பெரிய பலமாக அமைந்தன. தலித் இலக்கியம் பற்றிய தங்கள் கருத்துகளுக்குச் சான்றாதாரமாக இந்நூல்களைப் பயன்படுத்திக்கொண்டனர்.

இவற்றில் தலித் நோக்கு மிக வன்மையாக வெளிப்பட்டது. சாதி ஆதிக்கத்தை எதிர்கொள்ளும் கலக நிகழ்ச்சிகள், அவற்றை நிகழ்த்தும் பாத்திரங்கள் முதன்மைப்பட்டிருந்தன. 'கொச்சை மொழி' என்றும் 'இழிசனர் வழக்கு' என்றும் கருதப்பட்டிருந்த பேச்சு மொழி முதன்மைப்பட்டிருந்தது. இலக்கிய நுட்பங்கள், உத்திகள் ஆகியவற்றை யெல்லாம் உதறிவிட்டு நேரடியான வெளிப்பாட்டுத்தன்மை கொண்டி ருந்தன. தலித் பெண்கள்மீது சாதி, ஆணாதிக்கம் ஆகிய இருவகை ஒடுக்குமுறைகள் நிலவுவதை வெளிப்படுத்திக் காட்டின. நிறுவனமயப் பட்ட அமைப்புகளின் செயல்பாடுகளைக் கேள்விக்கு உட்படுத்தின. இவற்றின் சுயசரித அமைப்புமுறை நாவல்களின்மீது நம்பகத்தன்மையை உருவாக்குவதற்குப் பயன்பட்டது.

இத்தகைய விமர்சனங்கள் எல்லாம் ஏற்கனவே பேசப்பட்டிருக் கின்றன. பாமாவுடைய நாவல்களின் பலம் இவையெல்லாம் என்றும் கூறலாம். 'எல்லோரும் இதை (கருக்கு) ரசிப்பதைப் பார்த்தால்

ஏதோ ஒரு பலவீனம் இருக்கிறது என்று தோன்றுகிறது' என ராஜ் கௌதமன் குறிப்பிடுவதைப்போல இவற்றின் பலவீனங்கள் பற்றியும் சில கருத்துகள் வெளியாகி உள்ளன.

'கருக்கு' வெளிவந்து எட்டு ஆண்டுகள் நிறைவுற்றுவிட்டன. இப்போது தொண்ணூறுகளின் இலக்கியப் போக்குகள் பற்றிய மீள்பார்வை அவசியமாகிறது. இந்த எண்ணத்தில் நாவல்களை மீளப் படித்தபோது உருவான சில கருத்துகள் இங்குப் பதிவு செய்யப்படுகின்றன.

'கருக்கு', 'சங்கதி' இரண்டுமே கதைசொல்லியின் சுயசரிதங்களாகும். 'கருக்கில்' தன்னைப் பற்றிய செய்திகளை விரிவாகப் பேசுபவர், 'சங்கதி'யில் தன்னைச் சுற்றி இருக்கும் பெண்களைப் பற்றி மிகுதியாகப் பேசுகிறார். ஆக இரண்டுமே சுயசரிதையின் தன்மைகளை உள்ளடக்கியவை.

கன்னடத்திலிருந்து தமிழுக்குப் பெயர்க்கப்பட்டுள்ள 'ஊரும் சேரியும்', 'கவர்ன்மென்ட் பிராமணன்' ஆகிய நூல்கள் தலித் சுயசரிதைகளாகவே கருதப்படுகின்றன. 'சுயசரிதம்' என்னும் அடையாளத்தோடு வெளியிடப்பட்டுள்ளன. 'கருக்கு', 'சங்கதி' இரண்டும் இத்தகைய சுயசரிதங்களோடு வைத்துப் பேசத்தக்கனவாகும். சுயசரிதங்களுக்குரிய தன் கூற்றுமுறை, தொகுப்புக் கூறுகள், ஒற்றைத் தன்மை ஆகியவற்றைக் கொண்டதாக இந்நூல்கள் அமைந்துள்ளன. ஏதாவது ஒரு வகைக்குள் அடக்க வேண்டுமானால் 'சுயசரிதம்' என்றே கொள்ளலாம். சில விமர்சகர்கள் கூறுவதுபோலச் 'சுயசரித நாவல்' என்று ஒருவகையை உருவாக்க முடியுமா எனத் தெரியவில்லை. சுயசரிதத்திற்கும் நாவலுக்கும் இடையே உள்ள நுட்பமான வேறுபாடுகள் குறித்து இந்நூல்களை முன்வைத்து விவாதிக்கலாம்.

•

இந்நூல்களில் வாய்மொழி மரபும் செவ்வியல் மரபும் இணைந்திருப்பதைக் காணமுடிகின்றது. வாய்மொழி மரபு என்பது, கறாரான திட்டங்கள் அற்றது; நினைவுப்போக்கில் பாத்திரங்கள், நிகழ்ச்சிகளை உருவாக்கிப் புனைவதாகும். ஒன்றிலிருந்து ஒன்றாகக் கிளைத்துச் செல்லும் இயல்பை உடையது. கதை சொல்லும் முறையும் மொழியும் எதிரில் இருப்பவரை மையமாகக்கொண்டு அமைவதாகும். செவ்வியல் மரபு இதனின்றும் வேறுபட்டது. இது கறாரான திட்டங்களைக் கொண்டது; பாத்திரங்களும் நிகழ்ச்சிகளும் மாறாதவை. பெரும்பாலும் நேர்கோட்டுத் தன்மை கொண்டது. எதிரில் இல்லாத வாசகரையும் செவ்வியல் மொழியையும் மையமாகக் கொண்டதாகும். இரு வகையான கூறுகளும் பாமாவின் நாவல்களில் பிணைந்துள்ளன. இவற்றின் இணைவுப் பொருத்தம் குறித்தும் அதன் விளைவுகள் பற்றியும் நுட்பமாகவும் விரிவாகவும் பேச வாய்ப்பிருப்பதாகப் படுகிறது.

•

இவ்விரு நூல்களின் சொல்முறையும் ஒரே தன்மையானது. குறிப்பாகச் சொன்னால் பத்திரிகையின் நேர்காணலும் பிரசங்கமும் இணைந்திருப்பதாகும். 'கருக்கு' நூலில் கதை சொல்லி நேர்காணல் கொடுப்பவராக இருக்கிறார். 'சங்கதி'யில் அவரே நேர்காணல் எடுப்பவராக மாறிவிடுகிறார். 'கருக்'கின் ஒவ்வொரு அத்தியாயத்தின் முன்னாலும் 'உங்கள் ஊரைப் பற்றிச் சொல்லுங்கள்', 'தீண்டாமை பற்றிய உங்கள் அனுபவம் என்ன', 'உங்கள் குடும்பப் பின்னணி பற்றிக் கூறுங்கள்' முதலிய கேள்விகளை உருவாக்கிவிட்டால் போதும்; பதில்கள் பொருத்தமாக அமையும். 'சங்கதி'யில் இத்தன்மை முறைமாறி அமைகிறது. நேர்காண்பவராகக் கதை சொல்லி அமைகிறார். ஒவ்வொன்றைப் பற்றியும் தன் அம்மாவிடமும் பாட்டியிடமும் கேட்டுக் கேட்டு நமக்குச் சொல்கிறார். கதைசொல்லி எல்லாவற்றையும் காண்பவராகவும் கேட்பவராகவும் உள்ளார். பங்கு பெறுபவராக இல்லை. சில சமயங்களில் பங்கு பெற்றாலும் தன்னைத் தனிப்படுத்திக் கொள்கிறார். பாதிப்புகளுக்கு உள்ளாகாத இயல்பு கொண்டவராக இருக்கிறார். கருக்கில் நேர்காணல் கொடுப்பவர் தன் அனுபவங்களைப் பலவிதமான உணர்ச்சிகள் கலந்து வெளிப்படுத்தும் பாங்கு சங்கதியில் இல்லை. நேர்காண்பவருக்கு ஏற்படும் இரக்கம் கலந்த கோபம் ஒன்றுமட்டுமே சங்கதியில் உள்ளது.

இரு நோக்கிலும் கதைசொல்லி தன்வயமானவராக இருக்கிறார். மிகுந்த எச்சரிக்கையோடு நிகழ்ச்சிகளைக் கோர்த்துச் சொல்கிறார். நிகழ்ச்சிகளைக் குறித்த சித்திரிப்பு இன்மை நேர்காணலின் முக்கிய அம்சமாகும். இது இரு நூல்களிலும் காணப்படுகின்றது.

நேர்காணலின் பின்பகுதி பிரசங்கமாக உருப்பெறுகிறது. இது ஒவ்வொரு அத்தியாயத்தின் இறுதியிலுமோ நூலின் கடைசியில் ஒட்டுமொத்தமாகவோ அமைகின்றது. பத்திரிகை ஆசிரியரால் தாராளமாக 'எடிட்' செய்யப்படக்கூடிய பகுதிகள் இவை. பிரசங்கிக்கே உரிய உணர்ச்சிமயம், எழுச்சியூட்டல், தர்க்கம் எல்லாம் கலந்த கருத்துக் கலவையாக இப்பகுதிகள் உள்ளன. கருக்கில் இருந்ததைவிடவும் சங்கதியில் மிக அதிகம். தான் சார்ந்த பிரச்சினைகளை மையப்படுத்திப் பேசிய 'கருக்கி'ல் பிரசங்கத்திற்கு வாய்ப்புக் குறைவு. அதுவுமன்றித் தலித் அரசியல், தலித் இலக்கியம் பற்றிய உணர்வு அப்போது கதைசொல்லிக்கு அவ்வளவாக இல்லை என்று தெரிகிறது. ஆகவே பிரசங்கப் பயிற்சியின் தொடக்கக் கூறுகள் நிறைந்துள்ளன. சங்கதியில் கதைசொல்லி தேர்ந்த பிரசங்கியாக மாறியிருப்பது தெரிகிறது. கருத்து ரீதியான புரிதல்கள் கூடிவிட்ட நிலையும் பிறர் சார்ந்த பிரச்சினைகளைப் பேசுவதும் சிறந்த பிரசங்கியாகும் வாய்ப்பை அவருக்குக் கொடுத்திருக்கின்றன.

இந்தப் பிரசங்க பாணி தலித் இலக்கியம், அரசியல் குறித்த கோட்பாட்டுக் கருத்துகளை உள்வாங்கிக்கொண்டு படைப்பில் அவற்றை மேலோட்டமாகத் தூவிச் செல்வதாக அமைகின்றது.

பிரசங்கம் ஏற்படுத்தும் எழுச்சி நீடிக்கக் கூடியதல்ல. ஆகவே படைப்புக்கு அது அன்னியமானதாக, துருத்திக்கொண்டிருப்பதாக மாறிவிடுகிறது. கதைசொல்லிக்கு இருக்கும் கிறித்தவ மதப் பின்னணியும் இந்தப் பிரசங்க பாணிக்கு முக்கியக் காரணமாகலாம்.

●

கதைசொல்லியின் பார்வை, தலித் நோக்கு, பெண் நோக்கு என்னும் இரு நிலைகளில் செயல்படுகின்றது. சாதி ரீதியான ஒடுக்குமுறையை வெளிப்படுத்துவதில் கவனம்கொண்டு 'கருக்கு' எழுதியுள்ளார். தலித் பெண்மீது சாதி, பெண் ஆகிய இரு அடையாளங்களும் சேர்ந்து ஒடுக்குமுறையைச் செலுத்துவதைச் 'சங்கதி' வெளிப்படுத்துகின்றது. தான் கொண்ட நோக்கில் உணர்வுப்பூர்வமாக அவர் செயல்பட்டிருப்பதை இரண்டு நூல்களிலும் காணமுடிகின்றது. பாத்திரங்கள் மற்றும் நிகழ்ச்சிகளைத் தேர்வு செய்துகொள்வதில் எச்சரிக்கையோடும் செயல்பட்டிருக்கின்றார். அவற்றை மீறிச் சில இடங்களில் சறுக்கல்களும் நேர்ந்துள்ளன.

பெண்ணின் பாலுணர்வு பற்றிக் கதைசொல்லி கொண்டுள்ள பார்வை முக்கியமான ஒன்று. பெண், ஆணின் இச்சையைத் தீர்க்கப் பயன்படுபவளாக இருப்பதைப் பல இடங்களில் சொல்லிச் செல்கிறார். பாலுறவில் ஆணின் விருப்பம், அவன் விரும்பும் நேரம், இடம் இவையே முக்கியமானவையாக இருக்கின்றன என்பதைச் சொல்லிப் பாலுறவில் பெண் ஒடுக்கப்படுவதையும் விவரிக்கிறார். இது மட்டுமல்ல. பெரும்பாலான விஷயங்களைக் கட்டுரையாக விரித்துச் செல்வது இவர் பாணியாகும். காட்சிப்படுத்துதல் இருப்பதில்லை. பெண்ணின் பாலுணர்வு தொடர்பான நிகழ்ச்சி எதுவுமில்லை. பல விஷயங்களில் நேரடியாகவும் வன்மையாகவும் ஆணுக்கு எதிர்வினை கொடுக்கும் பெண்கள், பாலுறவு விஷயத்தில் எதிர்ப்பு அற்றவர்களாகவும் அடங்கிப் போகிறவர்களாகவுமே குறிப்பிடப்படுகின்றனர். பாலுணர்வில் ஆணின் ஒடுக்குமுறைக்கு எதிரான கலகச் செயல்பாடு ஒன்றுமில்லை. ஓரிடத்தில் மட்டும்,

> இந்தச் சண்டைகள்ள, பொம்பளைக வைற வசவுகளைப் பாத்தா, பூராங் கெட் கெட்ட வார்த்தைகளா, பச்ச பச்சையா, அதுலயும் முக்கியமா இந்தக் குடும்ப வாழ்க்க வாழுறத வச்சுக்கிட்டுத்தான் பேசுவாளுக . . . இப்படி வைறதுகூட, குடும்ப வாழ்க்கையில எந்தச் சொகமோ, நெறைவோ இல்லாத காரணத்துனாலதான், அந்தந்த உறுப்புகளைச் சொல்லி வஞ்சு ஒரு விரக்தியான சொகங்கண்டுக்குராகளோ என்னமோன்னு நெனைக்கேன்.
>
> (சங்கதி ப. 78)

என்று வருகிறது. உளவியல் காரணம் ஒன்றைக் கதைசொல்லி கூறுகிறார். பெண்ணைவிடவும் தாராளமாக இத்தகைய 'கெட்ட' வார்த்தைகளைப் பேசும் ஆணின் மனநிலைக்கு என்ன காரணம் கூறுவது? அது இயல்பானது என்று கருதும் மனநிலை கதைசொல்லிக்கு இருக்கிறது.

பொதுவாகக் 'கருக்கு', 'சங்கதி' இரண்டிலும் வரும் பெண்களின் சித்திரத்தில் பாலுணர்வுக்கு இடமில்லை. அவர்களின் உடல் பாலுணர்வு அற்றது அல்லது ஈடுபாடு இல்லாதது. அந்த மோசமான காரியத்தில் ஆண் ஈடுபடுகின்றான். வேறுவழியற்றுப் பெண் அதற்கும் சம்மதிக்கிறாள். தனக்கு விருப்பமில்லாத ஒன்றைக் குறித்து எந்தவித மான எதிர்ப்பும் அவளிடம் இல்லை. இப்பார்வை பாலுணர்வு தொடர்பாகக் கதைசொல்லிக்கு இருக்கும் மனத்தடையிலிருந்து உருவானது எனக் கருதலாம்.

தமது ஊரில் வாழும் மக்களைப் பற்றி வரிசையாகச் சொல்லி வரும் இடத்தில் கதைசொல்லியின் சாதிப் பார்வை வெளிப்படுகின்றது.

"அங்ன பூரா பனையேறி நாடார்க இருக்காக. வலதுபக்கம் தெருக்கூட்ற கொரவனுகளும் செருப்புத் தைக்கிற சக்கிலியனுகளும் இருக்காக . . .

. . . மத்தபடி தேவமாரு, செட்டியாரு, ஆசாரிக, நாடாருக வருசயா இருக்காக" . . . (கருக்கு. பக். 5)

சாதிப் பெயர்களைச் சொல்லுகையில் கொரவன், சக்கிலியன் என 'ன்' விகுதியிலும் தேவமாரு, செட்டியாரு, ஆசாரிக, நாடாருக என 'மார்', 'ர்', 'கள்' விகுதிகளிலும் சொல்வது கதைசொல்லியின் மனத்தில் படிந்துவிட்ட உயர்வு x தாழ்வு பற்றிய கண்ணோட்டம் ஆகும்.

"தெருக்கூட்டும் கொறவன்", "செருப்புத் தைக்கிற சக்கிலியன்" ஆகியோரைத் தம்மைவிடத் தாழ்ந்தவர்களாகக் கருதுவதே இந்த 'ன்' விகுதிக்குக் காரணமாகும்.

அதேபோல், கிருத்துவ மதம் சாராதவர்களை 'இந்து'க்கள் எனக் குறிப்பிடுகின்றார். மதத்தால் பாதிக்கப்பட்டவர்களாகிய, மதம் இல்லாதவர்களாகிய மக்களை 'இந்து' என்னும் அடையாளம் ஏற்றிக் குறிப்பிடுவது, கதைசொல்லியின் மத மறுப்பற்ற பார்வையைக் காட்டுகின்றது. முனியாண்டி சாமியைப் 'பேய் கண்டாரோளி' (கருக்கு. ப. 4) என்று ஓரிடத்தில் குறிப்பிடுகின்றார். சிறு தெய்வங்களைப் 'பேய்' எனக் குறிப்பிடும் கிறித்துவ மதப் பார்வையின் தாக்கம் கதைசொல்லியிடம் இருக்கிறதோ என ஐயுற வேண்டியுள்ளது. முனியாண்டியைச் சாமியாக வழிபடுதல், காணிக்கை செலுத்துதல், பொங்கல் வைத்தல் ஆகிய நிகழ்வுகளில் ஈடுபடும் மக்களை அவரே காட்டுகிறார். முனியாண்டிக்குக் கோயில் இருக்கிறது; மணி கட்டப்பட்டிருக்கிறது. ஆகவே 'பேய் கண்டாரோளி' என்னும் வசவு கதைசொல்லியின் பார்வையில் இருந்து வந்ததாகும்.

●

பாமாவின் நாவல்கள் குறித்த இந்த அவதானிப்புகள் மீள்வாசிப்பில் தோன்றியவை. இவற்றைக் குறித்து விரிவாக விவாதிக்க வாய்ப்புள்ளது.

■

ஜி. நாகராஜன் படைப்புகளில் கனவுகள்

'கனவுகள் வாழ்க்கை; அவைதாம் உண்மை'

(ஜி. நாகராஜன் படைப்புகள், ப. 232)

விசித்திரங்களில் மூடுண்டது மனித வாழ்க்கை. அதன் போர்வையை வாரிச் சுருட்டி வெளிக்காட்டிவிட முடிகிறது சில சமயங்களில். போர்வையென நினைத்துத் தொடுகையில் கல்லாக மாறி நம் தலையையே பதம் பார்த்து விடுவதுதான் பல சமயங்களில் நடக்கிறது. எல்லாம் என் கையில்; எதையும் என்னால் விளக்கிவிட முடியும் என்று மார்தட்டிய தத்துவங்கள் எங்காவது முட்டி மோதி, சுதாரிக்க இயலாமல் கர்வமழிந்து தலைகுனிகின்றன. ஆனால், புதிது புதிதாக முளைவிட்டுக்கொண்டும் இருக்கின்றன. எல்லாத் தத்துவங்களையும் மீறி, எதற்குள்ளும் அடைபடாமல் தன்பாட்டுக்கு வாழ்க்கை வழிந் தோடுகிறது. வாழ்க்கையின் புதர்களுக்குள் ஒளிந்திருக்கும் ரகசியங்களில் ஒன்றுவிடாமல் வெளிக்கொண்டுவரும் சக்தி யாருக்கு இருக்கிறது? எந்தப் பக்கமாக உள்ளே நுழைந்தோம் என்பதைக்கூட இழந்துவிட்டுத் தடுமாறித் தவிப்பதே நிதர்சனம்.

புதரின் மறை ரகசியங்களில், விசித்திரங்களில் கனவும் ஒன்று. கனவுகளைக் குறித்து எத்தனையோ நம்பிக்கைகள் மனிதனிடம் நிலவுகின்றன. இயற்கையின் பேராற்றல் காரணமாகவே கனவுகள் தோன்றுகின்றன என்றும் மனிதனுக்கு எதிர்காலத்தை உணர்த்தும் சூசகமே கனவுகள் என்றும் கருதப்பட்டன. எல்லாவற்றையும் வகைப்படுத்தி விளக்கும் மனித அறிவு, கனவுகளையும் அவற்றில் தோன்றும் உருவங்களையும் வகை பிரித்து 'இது தோன்றினால் இது' என்று பொருள் கூற ஆரம்பித்தது. கனவுகளுக்கான விளக்கங்கள் நூல்களாகவும் சாஸ்திரங்களாகவும் எழுதப்பட்டன. கனவு – மனிதனுக்கு இறைவன் விடுக்கும் எச்சரிக்கை அல்லது முன்கூட்டி

உணர்த்தும் திறன். எந்த நேரத்தில் காணும் கனவு பலிக்கும், எந்த நேரத்தில் கண்டால் பலிக்காது என்பதும்கூடக் கூறப்பட்டது. இவற்றின் எல்லா ஆதார நம்பிக்கையும் கனவுகள் எதிர்காலத்தை உணர்த்துபவை என்பதுதான். இலக்கியங்களில் பின்னால் நிகழப் போவதை முன்கூட்டியே உணர்த்தும் உத்தியாகக் கனவுகள் பயன் பட்டிருக்கின்றன. கனவுகள் துயரத்தைக் குறிக்க மட்டும் வருவதில்லை. இன்பக் கனவுகளும் ஏராளம். நாம் என்னவாகவெல்லாம் ஆக விரும்புகிறோமோ அவற்றை எல்லாம் கனவாக மாற்றிவிடுகிற சாமர்த்தியம் மனத்துக்கு உண்டு. எல்லாப் பருவத்தினரும் இவ்வாறு கனவு காண்கிறார்கள். கனவு ஓர் அமுதசுரபி. நாம் வேண்டியதை வேண்டிய உடன் அள்ளித் தரும் அட்சய பாத்திரம். வாழ்வின் துயர்களை மறந்துபோக, விடுபட நமக்குக் கிடைத்திருக்கும் சவாரிக் குதிரை. எந்தக் காயமும் படாமல் சஞ்சரிக்க விரும்பும் இடத்திற் கெல்லாம் கூட்டிச் செல்லும் மாந்திரீக வழிகாட்டி. எல்லைகளற்ற சஞ்சாரி.

கனவைப் பற்றி ஆண்டாண்டு காலமான நம்பிக்கைகளைத் தகர்க்கும் விதமான தீர்க்கமான முடிவை – அறிவியல் ஆய்வைச் சிக்மண்ட் ஃப்ராய்டு முன் வைத்தார். உளவியல்துறை ஆய்வில் பெரும் வீச்சைச் செலுத்திய ஃப்ராய்டு தன் ஆய்வின் ஒரு பகுதியாகக் கனவுகளை எடுத்துக்கொண்டார். குழந்தைப் பருவத்திலிருந்து முதுமைப் பருவம் வரை எல்லோருக்கும் தோன்றும் கனவுகளைக் குறித்து விரிந்த அவரது ஆய்வு, கனவுகளைக் குறித்துக் காலகாலமாக நிலவிய கருத்துகளை உடைத்தது. மனத்தின் நிறைவேறாத ஆசைகள், விருப்பங்கள் ஆகியவற்றை நிறைவேற்றி வைப்பவையே கனவுகள் என்பது ஃப்ராய்டின் முடிவு. உறங்குகின்ற மனத்தின் வேலையே கனவு. முந்தைய நாளில் அரைகுறையாக விட்டுவிட்ட உணர்ச்சிகள், சிந்தனைகள், உபாதைகள் அல்லது நாம் கவனியாமல் அலட்சியமாக விட்டுவிட்ட எண்ணங்கள், நினைக்கக் கூடாதவை என்று மனத்துள் அடக்கிவிட்டவை ஆகிய எல்லாம் கனவின் மூலமாக வெளிப்படு கின்றன. இவ்வாறு ஏதாவது ஒரு காரணத்தால் தூண்டப்பட்டு ஆரம்பமாகும் கனவு நமது உள்மனத்தில் அமுங்கிக் கிடக்கும் உணர்ச்சிப் பாதைகளையும் பெயர்த்து வெளிப்படுத்திக்கொண்டு வரலாம். அவ்வாறு வரும்பொழுது குழந்தைப் பருவத்திலிருந்து நமது நினைவில் பதிந்து நமக்கே மறந்துபோய்விட்ட விஷயங்கள்கூடக் கனவாக வெளிப்படலாம். கனவில்கூடச் சுதந்திரம் இல்லை. தான் விரும்பாத விஷயங்களை ஒழுக்கத் திரை கொண்டு மனம் தணிக்கை செய்கிறது. மனத் தணிக்கையின் காரணமாகவே, தான் நினைக்கும் விஷயத்தை வெளியிடக் கனவு உருவகங்களையும் குறியீடுகளையும் பயன்படுத்திக்கொள்கிறது. இவற்றையெல்லாம் முறையாகச் செய்வது நம் உணர்வுகளுக்கு அப்பால் புதைந்து கிடக்கும் உள்மனம். இது நமக்கும் தெரியாமல் நமக்குள்ளேயே வாழ்கிறது. தன்னிச்சையாகச் செயல்படுகிறது. இந்த உள்மனம் சேகரித்து வைத்திருப்பவை அனேகம்.

இதனுள் எத்தனையோ உயர்ந்த லட்சியங்கள் பதுங்கி மறைந்துபோய்க் கிடக்கலாம். அதேபோல எத்தனையோ விசாரமான வெறி உணர்ச்சி களும் பதுங்கிக் கிடக்கலாம். அதாவது கலைப் பொக்கிஷங்களும் நவரத்தினங்களும் காட்டு விலங்குகளும் புற்றரவுகளும் நிறைந்த பயங்கர மலைக்குகை போன்றது இந்த உள்மனம். இதனுள் பதுங்கி விட்ட உணர்ச்சிகள் எப்பொழுதாவது புலன்களுக்குத் தட்டுப்படும் படியாக மேலே மிதந்து வருகின்றன. வெளி மனத்தின் பகுதியை வந்து அடையும்போது அவை புலன்களால் உணரப்படுகின்றன. அதியற்புதக் கனவுகள், பின்னால் இப்படி நேரப்போகிறது என்று உணர்த்தும் எச்சரிக்கைக் கனவுகள், இருந்திருந்தாற்போல் ஏதோ ஒன்று நடந்தாற்போல் நினைவு உண்டாகிப் பின்னால் அதே மாதிரி நடந்திருப்பதை உணரும் அற்புதங்கள், இவையெல்லாம் இந்த உள்மனத்தின் பல்வேறு தரப்பட்ட செயல்கள்தாம்.

•

ஜி. நாகராஜனின் படைப்புலகம் பொருளாதாரத்தில் அடித்தட்டில் இருக்கும் மனிதர்கள், அதன் காரணமாகச் சமூக ஒழுக்க விதிகளுக்கு எதிரான செயல்களில் ஈடுபடுவோர் குறித்த மன உலகங்களை விரிப்பது. இத்தகைய பாத்திரங்களை விந்தன், ஜெயகாந்தன் உள்ளிட்ட சிலர் படைத்துள்ளபோதும், அவர்களெல்லாம் புறத்தோற்ற அளவிலேயே நின்றுவிடுபவர்கள். எழுத்தாளனின் கருத்துலகச் சாயை பூசப்பட்டுச் சுயமிழந்து மிதப்பவர்கள். ஜி. நாகராஜன், தன் பாத்திரங்களின் வெளித் தோற்றங்களைக் குறிவைத்து அவர்களின் மீது இரக்கத்தைக் குவிக்கும் வகையில் படைத்தவரல்லர். இவரின் குறி மனவுலகங்கள் சார்ந்தது. அறிவார்ந்த மனிதர்களுக்குத்தான் மனவுலகம் என்ற ஒன்று உண்டு என்ற பிம்பத்தை உடைத்து, சமூகத்தின் கடைப்பட்ட மனிதனுக்கும் மனவுலகம் இருக்கிறது என்பதை உணர்த்தியவர். மனிதனின் அன்றாடச் செயல்களினூடாக மன இயக்கமும் வெளிப் படும் இணைவை இயல்பாகக் காட்டியவர். மனத்தில் வெடித்தெழும்பும் கொப்புளங்களை நேராக வெளிப்படுத்திக் களிம்பு தேடுபவர்களையும், அவற்றை ஜோடனைகள் கொண்டு மறைத்து எரிச்சலாலும் வலியாலும் உள்ளுக்குள் துன்புறுபவர்களையும் ஜி. நாகராஜன் படைக்கிறார். அவரது முழுமையான அக்கறை நிகழ்ச்சிகளில்தான் என்பதாகத் தெரிவது வெறும் தோற்றம் மட்டுமே. நிகழ்ச்சிகள் வெளிக்கொண்டு வரும் மனத்தின் பாசிப் படிவுகளையே அவர் குறிவைக்கிறார். சாதாரணப் பேச்சில்கூட மனம் பெறும் தூண்டுதல்களையும் அதில் ஏற்படும் சலனங்களையும் மிதக்கும் அதன் அபிலாஷைகளையும் முன்னுக்குக் கொண்டுவருவதே அவருடைய இலக்காகிறது.

சூழல்தான் மனிதனின் மனவுலகை வடிவமைக்கிறது என்பதைத் தர்க்கம் கொண்டு நிறுவ முடிந்தாலும் சூழல்களால் விளக்க இயலாத விசித்திர எண்ணங்களால் மனம் நிரப்பப்பட்டிருக்கிறது என்பதும் உண்மைதான். கண்ணுக்குத் தென்படும் புறஉலகு, அதன் நிகழ்ச்சிகள்

ஆகியவற்றை விளக்குவதிலேயே எத்தனையோ வேறுபாடுகள் காணப் படும்போது, புலனுக்கு எட்டாத மனத்தின் செயல்களை விளக்க எதனால் முடியும்? அவ்வப்போது வெளிப்படும் மனோபாவங்களையே நிரந்தரமாக்கித் தீர்மானமான முடிவுகளை அடைய இயலாது. ஒழுக்க விதிகளை முக்கியமாகக் கருதும் மனங்களுக்கு இத்தகைய உண்மைகள் உவப்பளிக்கமாட்டா. 'மனிதன் மனத்தால் ஆனவன்' என்பது விளக்குவதற்கு அசௌகரியமானது. அதனாலேயே புறக்கணிக் கப்படுவது. வாழ்வின் உயிர்த்துடிப்பான கணங்களைப் பதிவு செய்யும் எழுத்தாளன் மனத்தையே காண்கிறான். படைப்பாளன் பயிற்சியி னாலும் இடைவிடாத விசாரணைகளாலும் இந்த நிலையை அடைய இயலும். அவனுக்கே தெரியாமல், உணர்ந்து செய்யாமல் மனிதர்களின் மனத்தை வெளிக்கொண்டு வருதல் ஒரு நிலை. தெரிந்து, உணர்ந்து மனத்தைக் குறிவைத்தல் வேறொரு நிலை.

ஜி. நாகராஜன் இரண்டாம் நிலை சார்ந்தவர். அறிவின் தேடல்களில் ஈடுபட்டவர். பாத்திரங்களை மனம் சார்ந்து அறிவுப்பூர்வமாக ஆராய அவரால் முடிந்திருக்கிறது. காரண காரிய இயைபை மிகச் சாதுர்யமாகத் தம் படைப்புகளில் நிறுவியுள்ளார். மனவுலகை லேசாக விரித்துக் காட்டுதற்குக் கனவுகளை அவர் பயன்படுத்தியுள்ள விதம், ஃப்ராடியக் கருத்துகளில் மிகுந்த ஈடுபாடு கொண்டிருந் திருப்பாரோ என்று ஐயுற வைக்கும் விதத்தில் இருக்கிறது.

●

நவீன எழுத்துகளில் கனவுகளை அதிகமாகவும் படைப்பின் போக்கில் இயல்பாகவும் கையாண்டுள்ளவர் ஜி.நாகராஜன். பாத்தி ரங்களின் மன விகாரங்களை வெளிப்படுத்தும் உத்தியாகக் கனவுகளைப் பல கதைகளில் கொண்டுவருகிறார். கனவுகளைக் குறித்து ஃப்ராய்டு கூறும் கருத்துகளோடு பெரும்பான்மையும் ஒத்துப்போவதாக இருக்கின்றன ஜி. நாகராஜனின் கனவு விவரணைகளும்.

குழந்தைகளின் கனவுகளை மூன்று விதமாகப் பிரிக்கிறார் ஃப்ராய்டு. விருப்பத்தை நிறைவேற்றும் கனவுகள், அச்சம், பரபரப்பு காரணமாக உண்டாகும் கனவுகள், தண்டனை அனுபவிப்பதாக உண்டாகும் கனவுகள் என்பவை அவை. இதில் மூன்றாவது வகைக் கனவுகளைக் குறித்து விளக்கலாம். குழந்தை ஏதாவது தவறு செய்துவிட்டுத் தப்பித்துக்கொள்ளும். பின் யாரும் தன்னைக் கண்டுபிடித்துவிடு வார்களோ என்று பயப்பட்டுக்கொண்டே தூங்கிவிடும். அப்போது ஏதோ விதத்தில் தான் தண்டிக்கப்பட்டுப் பயந்து அழுவதாகக் கனவு காணலாம். ஏதாவது ஒருவிதத்தில் தான் அனுபவிக்கத் தவறிய தண்டனையின் வேதனையை மனம் அனுபவித்துத் தீர்த்துக் கொள்கிறது. குழந்தையின் தண்டனைக் கனவு ஒன்றைத் தமது 'பச்சக் குதிரை' என்னும் கதையில் ஜி.நாகராஜன் காட்டுகிறார்.

நான்காம் வகுப்புப் படிக்கும் ராஜுவின் மன பயம்தான் கதை. பச்சக் குதிரை விளையாட்டில் இன்னொருவனின் கையை ராஜு

ஒடித்துவிட்டதாகக் கூறுகிறார்கள். அதற்காக வாத்தியாரிடம் அடியும் வாங்கியாயிற்று. ஆயினும் போலிஸ் வந்து தன்னைப் பிடித்துக்கொண்டு போய்விடுமோ என்று அஞ்சுகிறான். அப்படியே தூங்கப் போகிறான். தூக்கத்தில் கனவு. கண்மாயில் குளிக்கும்போது வேறொரு பையனைக் காப்பாற்றப்போய் நீரில் மூழ்கி ராஜு இறந்துவிடுகிறான். அவனை அடித்த வாத்தியார், 'நல்ல பையன், ரொம்ப சாது' என்று அவனுக்காக அனுதாபப்படுகிறார். இன்னொரு பையனுக்காகத் தான் இறந்து போய்விட்டான் என்று எல்லோரும் அவனுக்காக அனுதாபம் கொள்கின்றனர். இந்தக் கனவிலே மூன்று பகுதிகள் உள்ளன. முதல் பகுதி, அவனும் நண்பர்களும் கண்மாயை நோக்கிச் செல்லுதல். புகைவண்டியைப் பார்த்துக் கூச்சலிட்டுக்கொண்டும் சேட்டை செய்துகொண்டும் நண்பர்கள் வருகின்றனர். ராஜு அவற்றில் விருப்பம் இல்லாதவனாக இருக்கிறான். இரண்டாம் பகுதி, கண்மாயில் மூழ்க இருந்த பையனைக் காப்பாற்றச் சென்று ராஜு இறந்துவிடுதல். மூன்றாம் பகுதி, ராஜுவைப் பற்றி எல்லோரும் புகழ்ந்து பேசுதல். உண்மையில் ராஜு குறும்புக்காரனாகவும் சேட்டை செய்பவனாகவும் இருக்கிறான். உடன் விளையாடிய பையனின் கையை ஒடித்துவிடவும் செய்கிறான். அதற்காகப் பயப்பட்டுக்கொண்டிருக்கிறான். கனவிலே இதற்கு எதிர்மாறான பகுதிகள் வருகின்றன. இடைப்பகுதி, நிதர்சனத்தில் அவன் செய்த செயலுக்குத் தண்டனையாகிறது. அதாவது, ராஜு இறந்துவிடுகிறான். முதல் பகுதியும் கடைசிப் பகுதியும் அவன் விருப்பத்தை நிறைவேற்றுபவையாக உள்ளன. நிதர்சனத்தில், அவன் குறும்பு செய்பவன்; சேட்டை மிகுந்தவன். கனவில் அவற்றில் விருப்பம் இல்லாதவனாக 'இதெல்லாம் என்ன' என்று உள்ளூர அலுத்துக்கொள்பவனாக இருக்கிறான். சேட்டை செய்யக்கூடாது என்னும் அவன் விருப்பம் கனவின் முதல் பகுதி. மற்றவர்களிடம் அவன் எதிர்பார்க்கும் பாராட்டு கடைசிப் பகுதி. அவன் செய்த குறும்புக்காக அடித்த வாத்தியாரே, கனவில் 'பாவம் ராஜு' என்றும் 'ரொம்ப சாது' என்றும் சான்றிதழ் வழங்குகிறார். இந்தக் கதை ராஜுவின் மன விருப்பங்களையும் எதார்த்தத்தில் அவ்வாறு இருக்க இயலாத அவனது இயல்பான சுபாவத்தையும் காட்டுகிறது. அவன் எப்படி இருக்க விரும்புகிறானோ அதனை விளக்குவதுதான் கனவு. கதையின் இடையில் கனவு வருகிறது. 'அடிப்படையில் ராஜு மிக நல்ல பையன்தான். எல்லோரும் போற்றும்படியான சாதுவாக இருக்கவே விரும்புகிறான். ஜி. நாகராஜனின் முதலும் முடிவுமான எண்ணம் ராஜுவின் இயல்பான சுபாவத்தை விளக்குவது. இதை அவருடைய கனவு உத்தி செம்மையாகச் செய்துவிடுகிறது'.

மிஸ். பாக்கியம் (1961) கதையில் சில கனவுகளைக் காட்டுகிறார் ஜி. நாகராஜன். கல்லூரியில் ஆங்கில ஆசிரியையாக இருக்கும் பாக்கியம் பருவம் கடந்தும் மிஸ். பாக்கியமாகவே இருப்பவள். அவளது உடல் தேவைகள் மனத்தைப் படுத்தும் பாடுகளை விவரிக்கும் கதை இது. பாலியல் தொடர்பான பழைய நிகழ்ச்சிகளும் இப்போதைய

தேவைகளுமாகப் பிணைந்து செல்லும் இக்கதையின் இடையே பாக்கியத்தின் சில கனவுகளைக் குறித்துச் சொல்கிறார். பாலியல் கனவுகள் எப்போதும் நேரடியாக வெளிப்படுவதில்லை. அவை குறியீடுகளாக, உருவகங்களாக வருகின்றன. சமூக ஒழுக்கம் தொடர் பான விசயங்கள் கனவு மனத்தையும் விடுவதில்லை. அங்கும் அவை மூக்கை நுழைத்துக் கனவுகளைத் தணிக்கை செய்கின்றன. இத்தணிக்கை யிலிருந்து தப்பித்து மனம் குறியீடுகளாகக் கனவுகளை வெளிப் படுத்துகிறது. பெரும்பாலும் காம உணர்ச்சி தொடர்பான கனவுகள் இவ்வாறே வெளிப்படுகின்றன. மிஸ். பாக்கியத்தின் கனவுகளாக மூன்றைக் குறிப்பிடுகிறார்.

ஒன்று: ஒரு சமயம் அவள் ஒரு மலைமீது ஏறிக்கொண்டிருந்தாள். சறுக்கி விழுந்தாள். ஒரு பூந்தோட்டத்தில் விழுந்தாள். தோட்டக்காரி – குட்டையாக உருண்டு திரண்டு இருந்தாள். அவளை அடித்துத் தோட்டத்தைவிட்டு விரட்டினாள். அவள் வேகமாக ஓடினாள். சேலை மூங்கில்கேட்டிலே மாட்டிக்கொண்டது. அவள் தொடர்ந்து ஓட யத்தனித்தாள். முடியவில்லை.

இந்தக் கனவைப் பாக்கியத்தின் வாழ்வில் நடந்த நிகழ்ச்சி ஒன்றோடு ஒப்பிட்டுப் பார்க்க முடிகிறது. அவள் அக்காள் வீட்டிற்கு அருகில் இருந்த சாமுவேல் என்பவரோடு நேர்ந்த உறவு அந்நிகழ்ச்சி. இரண்டையும் இணைக்கும் கண்ணி தோற்ற வருணனையில் இருக்கிறது. சாமுவேல் மிகவும் குள்ளமானவர். கன்னங்கரேலென்று இருந்தார். கனவில் வரும் தோட்டக்காரியும் குட்டையாக உருண்டு திரண்டு இருந்தாள். சாமுவேல் என்ற ஆண் கனவில் பெண்ணாக மாறிவரக் காரணம் மனத்தடை. ஒழுக்க விதிகளைப் போற்றும் மனம், தனது கௌரவத்திற்குக் குறையேதும் ஏற்படாமல் காக்க முனைகிறது. ஆகவே, தான் விரும்பும் தோற்றம், அதற்கு எதிர்பாலாக மாறிக் காட்சி தருகிறது. அந்த உருவம் – அதாவது அது கொடுக்கும் பாலியல் இன்பம் (இதுவும் விரட்டும் செயலாக மாறுகிறது. ஃப்ராய்டு இதனை 'எதிர் விருப்பம்' என்கிறார்.) இடைவிடாமல் தொடர்கிறது. எவ்வளவுதான் தப்பிக்கப் பார்த்தாலும் அவளால் முடிவதில்லை. அந்தப் பாலியல் இன்பம் அவளை விடாது விரட்டி அலைக்கழிக்கிறது.

அடுத்த கனவு: ஒரு காட்டுக்குதிரை அவளை விரட்டு விரட்டென்று விரட்டியது. அவள் ஓடினாள். ஆனால் அவளைக் குதிரை எட்டிப் பிடித்து அவள்மீது தொப்பென்று விழுந்தது.

குதிரை என்பது பாலியல் குறியீடு. அது அவளை விடாமல் துரத்துகிறது. தப்பித்து ஓடும் அவள் எத்தனம் பலிக்கவில்லை. திரும்பத் திரும்ப அதனிடம் சிக்கிக்கொள்கிறாள். இந்தக் கனவின் விளக்கமாகக் கதையின் இறுதியில்; 'அவளைக் கனவில் விரட்டி அவள்மீது தொப்பென்று விழுந்த குதிரையாகவே அவள் ஆகிவிட்டது போன்றதொரு பிரமை' என்று எழுதுகிறார். அதாவது காமத்தின் வடிவமாகவே தான் மாறிவிட்டதாகத் தோன்றுகிறது அவளுக்கு.

அவளுடைய மூன்றாம் கனவு: அவள் குளித்துக்கொண்டிருந்தாள். சோப்புக் கட்டி கீழே விழுவது போலிருந்தது. அவள் கவனிக்கவில்லை. பிறகு காலில் ஏதோ தட்டியது. சோப்பென்று நினைத்துக் குனிந்து பார்த்தாள். அவள் கால் ஒரு குழந்தையின் வயிற்றை மிதித்து அழுத்திக்கொண்டிருந்தது. அப்போது 'குழந்தை செத்துவிட்டதே' என்று அலறினாள்.

இதுவும் பாலியல் தொடர்பான கனவுதான். அவள் அசட்டை செய்யும் திருமண உறவு, அதன் முக்கியத்துவத்தை விடாமல் உணர்த்திக்கொண்டே இருக்கிறது. சாதாரணமாகச் சோப்பென்று அவள் கருதுவது குழந்தையாகிறது. இது குழந்தை பெற்றுக்கொள்ளும் அவள் மனவிருப்பத்தின் வெளிப்பாடு என்றும் கொள்ளலாம். இந்தக் கனவுகள் எல்லாம் பாலியல் தொடர்பானவை என்பதைச் சிரமப்பட்டு நிறுவ வேண்டியதில்லை. மிக வெளிப்படையான குறியீடுகளைக் கொண்டவை இவை. அத்தோடு கனவுகளைத் தொடர்ந்து அவள் செயல்களை ஜி.நாகராஜன் சூசகமாக வெளிப் படுத்தவும் செய்கிறார். 'பிறகு தூக்கமே வராது. ஏதாவது சேஷ்டைகள் செய்து தன்னைத்தானே ஆயாசப்படுத்திக்கொண்டு உறங்குவாள்.' அது என்ன சேஷ்டைகள்? சுய இன்பச் சேஷ்டைகள் என்பது வெளிப்படை.

ஜுரம் (1972) கதை பெரிய பெரிய விஷயங்களைப் பேசிக்கொண்டு நடைமுறை விஷயங்கள் எதிலும் கையாலாகாமல் இருக்கும் தங்க ராஜுவைப் பற்றியது. 'புரட்சி வந்துவிட்டால் எல்லாம் சரியாகிவிடும்' என்கிற கம்யூனிஸ்டு அவன். நடைமுறையில் குடும்பத்தைச் சுரண்டிக்கொண்டு வாழும் அவன், கனவுகளில் மிதக்கிறான். முந்தைய கதைகளில் இடம்பெற்ற கனவுகளைப்போல அத்தனை எளிதாக விளக்கிவிடத் தக்கதல்ல இவன் கனவு. இந்தக் கனவு அடர்த்தியானது. அவனுடைய விருப்பத்தை நிறைவேற்றும் கனவுதான் இதுவும் என்ற போதும், அற்புதமானது. நடைமுறையின் அழுக்குகளைக் கழுவிச் செல்லும் அற்புதம். கைக்குப் பிடிகொடாமல் ஓடும் காலத்தை வசமாக்கும் அற்புதம். அவன் முன்னே கருகிக்கொண்டிருக்கும் உலகத்தைத் தன் பிரகாசத்தால் மிளிரச் செய்யும் புதிய ஒளியின் அற்புதம். எதார்த்தத்தைக் கனவுபோல் மாற்றிவிட்டுத் தன்னை நிதர்சனமாகக் காட்டும் அற்புதம். சுப்பனின் கைவண்டியில் புதிய மெருகு. நொண்டிக் கழுதையின் மேனி பொன்னாய் மின்னுகிறது. மெல்லிய ஊதா நிறத்தில் தென்றல். எல்லாம் மாறிப் போய்விட்ட அற்புதம். அவன் வீடுகூட எப்படி மாறிவிட்டது. தங்கச் சுவர்கள். நந்தா விளக்கு. பளிங்குத் தரை.

இது கனவா நனவா. கனவு நனவாகிறது. நனவு கனவாகிறது. முந்தைய கதைகளில் கதையோட்டத்திலிருந்து பிய்த்துத் தனிமைப் பட்டிருந்த கனவுகள், இங்குக் கதையோடு பிரிக்க இயலாமல் ஐக்கியப்பட முனைகின்றன. முன்பு பிரிந்திருந்த கனவுகள் இதில்

பிணைந்துகொள்ளப் பார்க்கின்றன. இந்த இடத்தில் 'நாளை மற்றுமொரு நாளே' (1973) நாவலின் கனவுகளையும் இணைத்துப் பார்க்கத் தோன்றுகிறது. இதில் மூன்று இடங்களில் கனவுகள் வருகின்றன. நாவல் கனவில்தான் தொடங்குகிறது. அதேபோலக் கனவில் முடிகிறது. இடையில் சில்லரைக் கனவுகளாகச் சில வருகின்றன. கனவுகளைத் தம் படைப்பு வீர்யத்தை உயர்த்தப் பயன்படுத்தும் ஜி. நாகராஜனின் முயற்சி இந்நாவலிலும் இயல்பாகப் பொருந்துகிறது. பாத்திரத்தின் மனவுலகத்தை வெளிக் கொண்டுவரும் முயற்சிக்குக் கனவு மிகச் சரியாகப் பொருந்துகிறது நாவலில். கனவுகளைக் கொண்டுவருவதில் மனக் குழப்பங்களுக்கும் பெரிய பங்குண்டு. கந்தன் குழம்பிய மனநிலை கொண்டவன். அவனுடைய செயல்களில் வெளிப்படும் தைரியம் மனத்தில் இருந்து வருவதல்ல. கனவில் வரும் மீனா சொல்வதுபோல் அவன் மனம் 'பயம்' கொண்டது. அது அவனைப் பற்றிய பயமா? எதிரிகளைப் பற்றியதா? சூழலைப் பற்றியதா? எல்லாவற்றையும் பற்றியதுதான். அவன் மனம் இத்தகைய குழப்பங்களோடு இருப்பதற்குக் காரணம், வாழ்வில் உயரவேண்டும் என்று அவன் கொண்டிருந்த நோக்கத்திற்கும் நடைமுறையில் உருமாறிப்போன அவன் நிலைக்கும் உள்ள முரண்பாடு. சொந்தத்தில் கார்வாங்கி ஓட்டி முன்னுக்கு வரலாம் என்று நினைத்திருந்தவன் முற்றிலுமாக ஏமாந்துபோய்த் தன் விருப்பத்திற்கு மாறான வாழ்க்கையை ஏற்றுக்கொண்டவனாகிறான். இதனாலான மன உளைச்சல், குழப்ப மான எண்ணங்கள் கனவுகளாகின்றன. அம்மாவின் விருப்பங்களை நிறைவேற்ற இயலாமல்போய்விட்ட அலைக்கழிப்பு அவன் கனவுகளைப் பெரிதாக ஆக்கிரமித்துக்கொண்டிருக்கின்றன. கோயில் சிலையில் அம்மாவின் முகம் தெரிகிறது. அது கண்ணீர் வடித்துக்கொண்டிருக் கிறது. சிரிப்பதாகவும் தோன்றுகிறது. எது உண்மை? எதுவாயினும் அம்மாவை ஏமாற்றிவிட்டான் அவன். அவன் எண்ணங்கள் ஒன்றுமற்று வெடித்துச் சிதறுகின்றன. அதுமட்டுமில்லை, வானளவுக்கு உயர்ந்துள்ள மலைச்சிகரங்களின் மேல் தாவித்தாவிச் செல்கிறான். ஒரு மிக உயர்ந்த சிகரத்திற்கு வந்துவிட்டான். கண்ணுக்கெதிரே மலைமலையாக மணற் குவியல்கள். கந்தன் அடுத்த மணல்மலைக்குத் தாவுகிறான். மணல் மலையைக் காணோம். பாதாளத்தில் விழுந்துகொண்டிருப்பது போன்ற உணர்வு. அவன் வாழ்க்கையைப் பற்றிய அவனது உண்மையான எண்ணம் கனவில்தான் வெளிப்படுகிறது. சிகரங்களைப் பற்றி எண்ணிய அவன் பயணம் பாதாளம் நோக்கிச் சரிந்துவிட்டதாக அவன் மனத்திற்குத் தோன்றுகிறது. திரும்பத் திரும்ப அவன் கனவுகள் இதனையே வலியுறுத்துகின்றன. வீட்டை நோக்கியே அவன் நடந்து கொண்டிருக்கிறான். ஆனால் வீடுதான் அவனைவிட்டு விலகிச் சென்றவண்ணமே உள்ளது. வீட்டை அடைய இயலாமல் பெரிய வாத்தாகிச் சுற்றிச்சுற்றி வருகிறான். இது, அவன் அமைக்க விரும்பிய, சமூக ஒழுக்க விதிகளுக்கு உட்பட்ட குடும்பத்திற்கும் இயலாமல்போய் விட்ட அதிருப்திக்குமான முரண்பாட்டையே விளக்குகிறது. இப்போது

அவனுக்கு வாய்த்திருக்கும் வாழ்க்கையினால் இழந்துவிட்டவை எத்தனையோ. அவன் விருப்பங்கள்தான் என்ன? வானில் கொட்டிக் கிடக்கும் ஒளிக் குவியல்களுக்கு மத்தியில் பறந்து செல்ல அவன் ஆசைப்பட்டான். இப்போதோ மாறாகக் குப்புறச் சரிந்து இருண்ட பாதாளத்துக்குள் விழுந்துகொண்டிருக்கிறான். அவனுக்கு வாய்த்த குழந்தை அவன் அணைப்பைப் பொருட்படுத்தாமல், இரண்டு கைகளாலும் கந்தனின் முகத்தைப் பிறாண்டுகிறது. அவன் வயிற்றில் உதைக்கிறது. அவன் விருப்பங்களைச் சிதைத்த சோலைப்பிள்ளை அவனைப் பார்த்துச் சிரிக்கிறார். கரடு முரடான கற்களும் முள்புதர் களும் நிறைந்து பிணவாடை கொண்டதான அவன் பாதையில் அவனுக்குரியதை அடைய அவனால் இயலவில்லை. வேரிலிருந்து தொடங்கி அடிமரம் முழுவதையும் தடவித் தேடிக்கொண்டிருப்ப வனாகிவிட்டான். இதுபோல், கனவும் நனவும் கலந்த குழப்பமான காட்சிகள் கந்தனுடையவை.

'ஜுரம்' கதையின் கனவுகளையும் கந்தனுடைய கனவுகளையும் ஒப்பிட்டுப் பார்க்க முடிகிறது. இரண்டுமே குழம்பிய மனங்களில் தோன்றும் ரூபங்கள். எதார்த்தத்திற்கும் விருப்பத்திற்குமான இடை வெளியைக் கொண்டவை. பச்சக் குதிரை, மிஸ். பாக்கியம் கதைகளின் கனவுகளோடு ஒப்பிடும்போது இந்த வேறுபாடு சட்டென விளங்கும். கோட்பாடுகளைக் கொண்டு எளிதில் விளக்கமுடிகிற வகையில் கதையிலிருந்து பிரிந்து நிற்கும் கனவுகள் அவை. அதிலிருந்து விலகிவிட்ட படைப்பு மனத்தின் வளர்ச்சியாக, அடுத்தகட்டப் பாய்ச்சலாக ஜுரம், நாளை மற்றுமொரு நாளே – படைப்புகளைப் பார்க்க முடிகிறது.

இவற்றிலிருந்து முற்றிலும் வேறுபட்டவையாக 'டெர்லின் ஷர்ட்டும் எட்டுமுழ வேட்டியும் அணிந்த மனிதர்', 'மனச்சிறை' ஆகிய கதைகள் உள்ளன. இதில் 'மனச்சிறை' கதையில் கனவுகள் என்பதைவிடக் கற்பனை என்பதே பொருத்தமாக அமையக்கூடியது. தன்னால் எதுவெல்லாம் செய்ய முடியவில்லையோ அதையெல்லாம் செய்வதாக உடனுக்குடன் கற்பனை செய்துகொண்டு இன்பம் காணும் மனம் பற்றிய கதை இது. சில இடங்களில் கனவோ என்று ஐயுறத் தோன்றினாலும் அந்தப் பாத்திரத்தின் இயல்பு 'கற்பனைச் சுகம்'தான். கனவைத் தன்னுடைய இலக்கிய உத்தியாகப் பயன்படுத்துவதில் ஜி. நாகராஜன் பெற்ற பெருவெற்றி என 'டெர்லின் ஷர்ட்டும் எட்டுமுழ வேட்டியும் அணிந்த மனிதர்' கதையையே கூற முடியும்.

1963இல் எழுதப்பட்ட 'குறத்தி முடுக்கு' குறுநாவலில் ஜி. நாகராஜன் எழுதிய ஒரு பகுதியையே 1973இல் விஸ்தரித்து வேறுவகையான பார்வையுடன் இந்தக் கதையை எழுதியுள்ளார். இரண்டுக்கும் பத்தாண்டு கால இடைவெளி. இந்தப் பத்தாண்டுகளில் அவர் எழுத்தில் ஏற்பட்ட வளர்ச்சி மாற்றத்தை இந்தக் கதை முன்னிறுத்து கிறது. தேவையானைக்கு ஏற்பட்ட அனுபவம் பிரமையா, கற்பனையா,

கனவா என்று தீர்மானிப்பது கடினம். அவளை இம்சைப்படுத்தாத, வந்தவுடன் ஆடையைக் களையச் சொல்லாத, பொருத்தமான மனதுக்கியைந்த சொற்களைப் பேசும் மென்மையான மனிதனை அவள் காண்கிறாள். அந்த மனிதனின் ஒவ்வொரு அசைவும் அவளுக்குப் பிடித்திருக்கின்றன. தற்கொலைக்கு முயன்றுகொண்டிருந்த அவளுக்கு இப்படியான அனுபவம் நேர்ந்தது. உண்மையா, பொய்யா, கதையைப் பற்றிய எந்தவிதமான விளக்கமும் அதன் பரிமாணத்தை முழுமைப் படுத்திவிடாது என்றபோதும் வேட்கை நிரம்பிய படைப்பாளியின் அடைதல் திறனை விளக்குதற்கு இந்தக் கதை ஏற்படுத்திய அனு பவத்தைப் பரப்ப நேர்கிறது. கனவுக்கும் நினைவுக்குமான அறுதல் புள்ளி ரொம்பவும் லேசானது. சாதாரணக் கனவொன்று கனவாகத் தோன்றாமல், உண்மையில் நடந்ததாகவே பதிந்து பலநாட்கள் மனத்தை மருட்டுவதுண்டு. அதனை மிகச் சரியான சூழலில் பொருத்திக் கதை அற்புதம் ஒன்றை நிகழ்த்தி இருக்கிறார் ஜி. நாகராஜன். தற்கொலையில் இருந்து தப்பிக்க அவள் மனம் செய்யும் சுகமான தந்திரமா இது? மனத்தின் நிறைவேறாத ஆசைகளை நிறைவேற்றுவதே கனவின் பலன் என்றால், இங்கும் அது பொருந்தவே செய்கிறது. எத்தனையோ ஆண்களைக் கண்ட தேவயானையின் மனத்தில் தனக்கு விருப்பமான மனிதர் ஒருவரைப் பற்றிய கற்பனை புதைந்து கிடக்கிறது; பல பெண்களைப் போலக் குடும்பப் பெண்ணாக வாழும் ஆசையாகக்கூட இதை விளக்கலாம். ஆனால், மனத்துக்கு ஏற்ற ஆண் ஒருவனை அவள் புனைந்துகொண்டிருந்ததாகக் கொள்வது கூடுதலாகப் பொருந்தும். அவள் மனம் அதை உண்மையாக்க முனைகிறது. அதற்கான சான்றுகளைக்கொண்டு நிரூபிக்க எத்தனிக் கிறது. அவளைப் போலவே வாசிப்பவரும் திகைக்க நேர்கிறது.

இந்தக் கதையை அனுபவிக்கக் கூடுதல் விஷயங்களைத் தருவதாக இருப்பது, ஜி. நாகராஜன் பயன்படுத்திய கனவுகளைக் குறித்து விளங்கிக்கொள்ளும் செயல். இடைவிடாமல் கனவுகளைத் தன் கதைகளில் பயன்படுத்திப் பார்த்துக்கொண்டே வந்திருக்கிறார் ஜி. நாகராஜன். முதன்முதலாக அவர், கனவைப் பயன்படுத்திய கதை 'பச்சக் குதிரை'. இது *1959*இல் எழுதப்பட்ட கதை. அடுத்து, மிஸ். பாக்கியம் – *1961*, ஜுரம் *1972*, நாளை மற்றுமொரு நாளே – *1973*. இவற்றுக்கிடையே இருளிலே (ஆண்டு இல்லை), கயிற்று நுனி – *1968* ஆகிய கதைகளை வைத்துப் பார்த்தால், கனவுகளைப் பயன்படுத்துவதில், அதைப் பற்றிய சிந்தனை இழை ஆறாமல் தொடர்ந்து வந்திருப்பதை உணரலாம். கனவுகளைக் கனவுகளாகவே கையாளத் தொடங்கிய அவர், படிப்படியாக நினைவுகளோடு இணைக்க முயன்று, இரண்டுக்குமான இடைவெளியை முழுவதும் நிரப்பிவிடும் அளவுக்கு வருகிறார். அந்த உச்சமே அவருக்கு மிகப் பெரிய வெற்றியைத் தந்திருக்கிறது. கனவுகளை ஆராய்ந்து சென்று இறுதியில் இத்தகைய உச்சத்தை அடைந்தார் ஜி. நாகராஜன் என்று சொல்வது அவருடைய தேடலை எளிமைப்படுத்துவதாகும். மனித

மனத்தினூடாக அவர் நிகழ்த்திச் சென்ற பயணத்தின் பயனே, அதன் ஒரு பகுதியே கனவு. கனவு என்பது வெறும் இலக்கிய உத்தியாக மட்டுமில்லை. மனச் சிடுக்குகளில் நுழைந்து செல்லும் படைப்பாளியின் மெல்லிய பிரிப்பு. ஏனென்றால் கனவு ஆழ்ந்த பரிமாணம் கொண்டது. அச்சத்தின் புகலிடம் கனவு. ஆசைகளின் அரவணைப்பு கனவு. தீர்ப்புத் தரும் நீதிமான் கனவு. சகிப்பின் பிரகாசம் கனவு. விகாரப்பட்ட மனத்தின் அற்புத ஔஷதம் கனவு. இதோ ஜி.நாகராஜனின் வாசகம்:

உன் கனவுகள்தான் நீ. உன் கனவுகள் போனால்
நீயும் குளோஸ். *(ப. 219)*

●

(இக்கட்டுரையை எழுதப் பெரிதும் உதவிய நூல்: சந்திரமோகன், **சிந்தனையாளர் ஃப்ராய்டு**, பிரேமா பிரசுரம், சென்னை, இரண்டாம் பதிப்பு, டிசம்பர் 1986)

குறிப்பு: சி.மோகன் (தொ.ஆ), **ஜி.நாகராஜன் படைப்புகள்**, காலச்சுவடு பதிப்பகம், நாகர்கோவில், 1997.

■

சுமுகம் தரும் வெறுமை

‘நாளை மற்றுமொரு நாளே’ என்னும் தத்துவச் சாயல் உடைய தலைப்பைக் கொண்டிருக்கும் ஜி. நாகராஜனின் நாவல், ‘கோவிலில் நின்றுகொண்டிருந்தான் அவன்’ என மங்கலச் சொல்லோடு தொடங்குகின்றது. தொடக்கத்தை வைத்து ஏதேனும் எதிர்பார்ப்பை நாம் உருவாக்கிக்கொள்வோமானால் முற்றாக ஏமாந்துபோக நேரும். அமங்கலம், இடக்கரடக்கல், அவையல் கிளவி என்று தமிழ் மரபு எவற்றையெல்லாம் ஒதுக்கி வைத்ததோ அவை தாராளமாகவும் இயல்பாகவும் இந்நாவலுக்குள் புழங்கப்பட்டிருக்கின்றன. எழுத்துக்குள் வரக்கூடாத காட்சிகள், நிகழ்ச்சிகள், வருணனைகள் ஆகியவற்றைத் தொடர்ச்சியாக அடுக்கிய கட்டுமானம் இந்நாவலுக்கு உரியது. பெரும்பாலானோரின் எழுத்துக்கள் பிரவேசிக்காத, பிரவேசித்தாலும் பரிதாபத்தையும் இரக்கத்தையும் உதிர்த்தபடி வெளியேறிப்போன முக்கியமான ஒரு பிரதேசத்தைக் களமாகக் கொண்டிருக்கிறது இந்நாவல். சாக்கடையோரக் குடிசை, ஜிஞ்சர் விற்கும் விறகுக் கடை, ஜம்பரைக் கழற்றும் பெண்ணின் படம் மாட்டிய சலூன், சாராயக் கடை, நான்காம் தர லாட்ஜ்கள் என நாவலின் களமாக அமையும் இடங்கள் அனைத்தும் சமூகத்தின், எழுத்தின் பொதுவுக்குள் வராதவை. இந்த இடங்களில் நாம் சந்திக்கும் மனிதர்களில் பெரும்பாலானோரைப் பிறர் எழுத்துகளில் சந்திக்க முடிந்ததில்லை. இங்கே நமக்குக் காட்சி யாகும் முகங்கள் வேறானவை.

எந்தச் சமூகம் மிகுதியான ஒழுக்க மதிப்பீடுகளைக் கொண்டிருக்கின்றதோ அந்தச் சமூகத்திற்கு அம்மதிப்பீடுகளை வலியுறுத்துவதற்கான தேவைகள் இருக்கின்றன என்பது அர்த்தம். சமூகத்தின் பொதுப்போக்கோடு இணைந்து செல்லும் படைப்புகள் அந்த ஒழுக்க மதிப்பீடுகளை முன்னிறுத்தியே எழுதப்படுகின்றன. மதிப்பீடுகளைத் துளியும்

பொருட்படுத்தாத, அவற்றிற்கு எதிரான செயல்களைக்கொண்ட பகுதியைக் கவனப்படுத்தும் எழுத்து ஜி. நாகராஜனுடையது. பண்பாடு என்னும் போர்வையில் காட்டப்படும் அனைத்தும் உண்மையில் மிகச் சிறுபான்மையே. சமூக இயக்கத்திற்கான பெரும்பான்மை ஜி. நாகராஜன் கொண்டு செலுத்தும் இடங்களுக்குள்தான் இருக்கின்றது.

'நாளை மற்றுமொரு நாளே' பல தளங்களில் விவாதிப்பதற்குரிய நாவல். சமூகத்தின் அவலங்களை, கொடுமைகளை எடுத்துப் பேசுவது தான் என் வேலை என்றெல்லாம் எந்தவிதமான மார்தட்டலும் இல்லாமல், அத்தகைய உணர்வோடு எழுத்தைப் பாவிக்காமல் நிகழ்ந்திருக்கிறது நாளை மற்றுமொரு நாளே. இதன் ஒவ்வொரு வரியும் சமூகத்தின் மீதான கடும் விமர்சனமாக அமைந்திருக்கின்றது. குறைந்த அளவு பக்கங்களையே கொண்டிருந்தாலும் இதற்குள் இலக்காகும் விஷயங்கள் ஏராளம். ஓரிரு வரிகளில், சில உரையாடல் களில் பெரிய விஷயங்கள் பற்றிய விமர்சனங்களைச் சாதாரணமாக வைத்துச் செல்கிறார். கந்தனின் ஒருநாள் வாழ்வில் எதிர்ப்படும் மனிதர்கள், புரியும் செயல்கள், எதிர்கொள்ளும் விஷயங்கள் அனைத்துமே ஜி. நாகராஜனின் விமர்சன நோக்கைப் பிரதானப்படுத்துபவையாக உள்ளன. நாவலின் அடுத்தடுத்த பகுதிகள் மிகக் கவனமாகத் தேர்வு செய்யப்பட்டுள்ளமையைக் காணமுடிகிறது. மரபை விமர்சனப்படுத்தி அவ்விடத்தில் எதிர்மரபை நிறுவுவதில் முனைப்புக் காட்டும் அதே சமயம் எதிர்மரபும் காலப்போக்கில் மரபால் உள்வாங்கப்பட்டுவிடு வதையும் காட்டத் தவறுவதில்லை அவர். தொடர் விமர்சனமே படைப்பின் இயல்பு என்பதை உணர்ந்திருக்கிறார்.

சமூகம் நிர்ப்பந்திக்கும் மதிப்பீடுகளைப் புறந்தள்ளித் தன் உணர்வு களின் இயல்புப்படி வாழ முயலும் மனிதனின் வாழ்க்கையாக இதனைப் பார்க்கவும் வாய்ப்பிருக்கிறது. 'நீங்கள் துணிந்திருந்தால் செய்திருக்கக்கூடிய சின்னத்தனங்கள், நிர்ப்பந்திக்கப்பட்டிருந்தால் காட்டியிருக்கக்கூடிய துணிச்சல், விரும்பியிருந்தால் பெற்றிருக்கக்கூடிய நோய்கள், பட்டுக்கொண்டிருந்தால் அடைந்திருக்கக்கூடிய அவமானம் இவையே அவன் வாழ்க்கை' என்று முன்னுரையாக அவர் சொல்லும் வாசகங்களை இத்தகைய அர்த்தத்தில் காணலாம். நெருக்கும் வாழ்க்கைச் சூழலில் தன்னை நிறுத்திக்கொள்ளப் பிரயாசைப்படும் மனிதன் மேற்கொள்ளும் வாழ்க்கை முறையாகக் கந்தனின் வாழ்க்கை இருக்கிறது. பொய், திருட்டு, ஏமாற்று, கூட்டிக்கொடுத்தல், விபச்சாரம், கொலை, குடி என எல்லாமே இந்த உலகத்தில் இயல்பாக இருக் கின்றன. பொய் என்பது பேசுபவருக்கும் தெரியும்; கேட்பவருக்கும் தெரியும். அதனை இயல்பாக அங்கீகரித்துக்கொண்டு மேற்செல்வதாக இருப்பதுதான் இவ்வுலகத்தின் சிறப்பு. பொய் பேசிக்கொண்டே 'பொய் பேசக்கூடாது' என்று போதிக்கும் பாவனைகொண்ட பொது உலகத்தின் நியதியிலிருந்து மாறுபட்டது இது. என்னவாக இருக்கிறோம், எத்தகைய செயலில் ஈடுபடுகிறோம் என்பவற்றை அப்படியே ஏற்றுக்

கொள்ளும் சுபாவம் இந்த உலகத்திற்கானது. ஒவ்வொரு மனிதனிடத்தும் தன் செயல்பாடுகளுக்கான நியாயம் இருக்கத்தான் செய்கிறது; அல்லது அப்படி ஒரு நியாயத்தை வரித்துக்கொள்கிறான். கந்தன் தன் வாழ்வுக்கான நியாயமாக 'எல்லார் பிழைப்பும் அப்படியோ இப்படியோ பிடுங்கித் தின்னறதுதான்' என்பதைக் கொண்டிருக்கின்றான். 'ஏமாத்தறவங்களும் ஏமார்றவங்களும் இருக்கிறதுதான் உலகத்தின் தன்மை' என்பது தரகர் அந்தோணியின் நியாயம். 'நாம ஒண்ணும் கொடுமைகள் செய்யல. சமுதாய அமைப்பு நம்மை அப்படிச் செய்ய வைக்கிறது' – இது முத்துச்சாமியின் நியாயம். ஆனால் தம்முடைய வாழ்வியக்கம் குறித்தான திருப்தியின்மை கூடவே இருக்கிறது. கந்தன் 'எனக்கு என்னையே மாத்திக்க முடியலே. நான் எப்படிச் சமுதாயத்தை மாத்த முடியும்?' என்றும் 'பணம் சம்பாதிக்க வேற வளியில்லையா. கட்டின பெண்டாட்டியைக் கூட்டிக்கொடுக்கணுமா. இல்லாட்டி ரௌடித்தனம் பண்ணனுமா' என்றும் இதுக்கெல்லாம் காரணம் 'கொளுப்புத்தான்' என்றும் கூறுகிறான். இவ்வாறு இந்த நாவல் காட்டும் உலகத்தின் மீதான விமர்சனம் இந்த நாவலுக்குள்ளேயே இருக்கின்றது.

இந்நாவலை ஒரு கோணத்தில் பாலியல் சார்ந்ததாகவும் காணலாம். மனிதர்களின் பாலியல் இச்சைகளின் விதங்கள் இதற்குள் விரிந்து செல்கின்றன. ஒவ்வொருவருக்கும் இருக்கும் வேறுபட்ட தேவைகளை நிறைவேற்றிவைக்கும் இயல்பு கொண்டதாக இவ்வுலகம் இயங்குகின்றது. இவ்வுலக இயக்கத்தின் அடிப்படையே பாலியல் தேவைதான் என்று சொல்லிவிடலாம். முத்துச்சாமிக்குக் கைம்பெண் தேவைப்படுகிறாள். சுப்பையர் செட்டியாருக்கு ஆங்கிலோ இந்தியப் பெண். லாட்ஜில் தங்கும் முதியவர், சோலைப்பிள்ளை, ராக்காயி, அன்னக்கிளி, கந்தன் என எல்லோரின் அடிப்படை இயக்கமும் இதைச் சார்ந்ததுதான். மீனாவின் அனுபவங்கள் பாலியல் குறித்த பூச்சுகள் நிறைந்த நாகரிக உலகத்தின் உள்முகத்தைக் காட்டுபவை. சமூகத்தின் பலதரப்பட்ட மனிதர்களின் பாலியல் வேட்கை விரியும் களமாக இந்நாவல் இருக்கிறது.

காட்சிக்கு வராத, பொது உலகத்தின் இயக்கத்திற்கு அப்பாற்பட்ட, இலக்கியத்தில் பதிவாகாத ஒரு பகுதியை அதற்குரிய இயல்புகளோடு பதிவு செய்திருப்பதன் காரணமாகத்தான் இந்நாவல் முக்கியத்துவம் பெறுகிறது என்பதில்லை. பதிவு மட்டுமே படைப்புக்குப் போதுமானதல்ல. படைப்புக்குரிய நியதிகளைக் கொண்டிருக்கும்போதுதான் அதற்கெனவோர் இடம் உருவாகிறது. ஜி. நாகராஜன் படைப்பு உந்துதல் கொண்டவர். அதனால் நேர்த்தி மிக்க படைப்பாக இந்நாவல் உருவாகியிருக்கிறது. அவர் நாவல் பாத்திரங்களை உருவாக்கிச் செல்லும் முறையை இதற்குச் சான்றாகக் காட்டலாம். நீண்ட வருணனைகள், நிறைய தகவல்கள், விவரிப்புகள் என எதுவும் இல்லாமலே, வெகு சில சொற்களிலேயே போகிற போக்கில் ஒரு

பாத்திரத்தை அதற்குரிய குணாம்சங்களோடு உருவாக்கிச் செல்லும் திறன் இவருக்கிருக்கிறது. ஒரு சில கோடுகள்தான் அவர் காட்டுபவை. மேலோட்டமான வாசிப்பில் கிறுக்கலான கோடுகள்தான் தென்படு கின்றன. ஆனால் அதற்குள் நுட்பமான சித்திரம் பொதிந்திருப்பதை ஆழ்ந்த வாசிப்பில் உணரலாம். வள்ளி லாட்ஜின் மானேஜர் ஸ்தானத்தில் இருக்கும் இளைஞன் வருவது ஒரே ஒரு காட்சியில்தான். அவனை உயிர்ப்புள்ள பாத்திரமாக்க ஜி.நாகராஜனுக்கு நான்கைந்து வார்த்தைகளே போதுமானவையாக இருக்கின்றன. அவையும் அவன் பேசுகின்ற சொற்கள். யெஸ், வாட் சார், ஓ யெஸ், ஃபைவ் டென்ஸ் அண்டு டென் ஃபைவ்ஸ், தாங்க்ஸ், கம்மிங் சார் – இவ்வளவுதான் அவன் பேசுகின்ற வார்த்தைகள். இந்த வார்த்தைகளை மிகுந்த ரசனை யோடு ஜி.நாகராஜன் தேர்வு செய்திருக்க வேண்டும். இவற்றினூடாக அந்த இளைஞனின் மனோபாவம், அவன் பின்னணி உள்ளிட்ட பல விஷயங்களை நம்மால் சாதாரணமாகச் சென்றடைய முடிகின்றது. அதேபோல் சாராயக் கடையில் கந்தனுக்கு அருகில் வந்தமருபவன். குடும்பக் கட்டுப்பாட்டுக்கு ஆள் பிடிப்பவன் என்பதைக் கந்தனிடம் அவன் கேட்கும் கேள்வி, விசாரிப்புகள் மூலமாகவே கொண்டு செல்கிறார். கருப்புக் கண்ணாடிக்காரனான அவன் பயன்படுத்தும் உத்திகள், விசாரிப்புச் சொற்கள் அனைத்தும் அவனுடைய இலக்கை மையமிட்டவை. அவனை அறிந்திருக்கும் கந்தன் எதிர்கொள்ளும் விதமும் சுவாரஸ்யமானது. இவ்வாறு இந்நாவலில் நிறையப் பாத்திரங்கள் வந்தாலும் அனைத்தும் மிகக் கச்சிதமாகவும் நேர்த்தி யுடனும் உருவாக்கப்பட்டிருக்கின்றன. படைப்பு நுட்பங்களைக் கொண்ட நாவல் இது.

தான் உருவாக்கும் மனிதர்களுக்குள் பொருத்தமில்லாமல் தன்னைக் கொண்டுபோய் இணைத்துவிடுவது பெரும்பாலான எழுத்தாளர்களுக்கு நேர்கிற விஷயம். ஜி.நாகராஜன் இதில் மிகவும் எச்சரிக்கையானவராக உள்ளார். ஆனால் அவரையும் மீறித் தன்னை வெளிக்காட்டிக்கொள்ளும் சில இடங்கள் இருக்கத்தான் செய்கின்றன. 'கொளந்தேங்களுக்குத்தான் சினிமா அருமை தெரியுது' என்று கந்தன் விமர்சிக்கும் இடத்திலும் நீதிமன்ற வழக்கு குறித்த செய்தியில் 'சந்திரசேகர முதலியார் வேட்டி கட்டியிருந்தார்னு போடலையா' என்று கந்தன் கிண்டல் செய்யும் இடத்திலும் தான் எட்டிப் பார்ப்பதை ஜி.நாகராஜனால் தவிர்க்க முடியவில்லை.

தான் காட்டும் உலகத்து மனிதர்களில் ஒருவராகத் தானே இருப்பது, அவர்களை வெளியாளாக நின்று கவனிப்பது என இரண்டு நோக்குகள் படைப்புகளில் உண்டு. இந்நாவலைப் பொருத்த வரைக்கும் ஜி.நாகராஜன் வெளியே நிற்பவராக இருக்கிறார். அதனால் தான் இந்த உலகத்து மனிதர்களுக்கும் இவர்களை அணுகும் மனிதர் களுக்குமிடையேயான உறவையே நாவல் மையப்படுத்தியிருக்கிறது. குறிப்பாகச் சொன்னால், இந்நாவல் காட்டும் உலகத்திற்குள், எல்லாம்

சுமுகமாக நடைபெறுவதான தோற்றம் காணப்படுகின்றது. உறவுகளுக் கிடையே எந்தவித முறுக்கல்களையும் காணோம். ஜி.நாகராஜன் காட்டும் உலகம் தரும் அதிர்ச்சியிலிருந்து விடுபட்டு மீண்டும் உள்ளே நுழைகையில் உண்டாகும் வெறுமைக்கு இதுதான் காரணமாகக்கூடும். இந்த உலகத்தின் உள்ளிருந்து வெகுவாக விலகி நிற்கும் ஒருவருடைய பார்வையாகவே ஜி. நாகராஜனின் பார்வையும் உள்ளது.

தமிழ் நாவலின் களம் விரிவு பெற்றுவரும் இன்றைய சூழலில் 'நாளை மற்றுமொரு நாளே' நாவல் மீண்டும் மீண்டும் வாசிக்கவும் விவாதிக்கவுமான கூறுகளைக் கொண்டிருக்கிறது. ஒருவகையில் படைப்பு ரீதியிலான முன்னோடி நாவல் என்றும் இதைச் சொல்லலாம்.

∎

பரிவில்லாதது வீடு

'அப்பாவின் வீட்டில் நீர் பாய்ந்து செல்லும் சுற்றுப்புறங்களி லெல்லாம் செடிகள் நிற்கும்' என்னும் முயன்று மனப்பாடம் செய்து நினைவில் இருத்த வேண்டிய நீள் தலைப்பைக் கொண்டது லக்ஷ்மி மணிவண்ணனின் நாவல். நாவலின் ஊடாக வரும் வாக்கியம் ஒன்றே தலைப்புக்காகத் தேர்வு செய்யப்பட்டுள்ளது. தலைப்பைச் 'சிறிய விசித்திரம்' (முன்னுரை, ப. 4) என மணிவண்ணன் குறிப்பிடுகிறார். அதைவிடவும் 'அப்பாவின் வீடு' என்னும் சொல்லாட்சியே விசித்திர மாகப் படுகிறது. உறவுப் பெயர்களைச் சொல்லி உறவினர்களின் வீடுகளைக் குறிக்கும் வழக்கமிருக்கிறது. அம்மாவின் பிறந்தகத்தைக் குறிப்பிட்டு 'அம்மா வீடு' என்னும் சொல்லாட்சிகூட ஓரளவு வழக்கில் இருக்கிறது. ஆனால் 'அப்பாவின் வீடு' சற்றே விசித்திரமானது தான். இச்சொல்லாட்சியே அப்பாவுக்கும் மகனுக்கும் ஏற்பட்டிருக்கும் இடைவெளியை உணர்த்துகின்றது. இத்தொடரின் பிற வாசகங்கள் பால்யத்தை நினைவு கூர்வதாகவும் அன்பிற்கான ஏக்கத்தை மைய மிட்டதாகவும் பொருள்படுகின்றன.

இந்நாவலின் களங்களாக மூன்று வீடுகள் இருக்கின்றன. அவை அப்பாவின் வீடு, மனைவியின் அம்மா வீடு (மாமியார் வீடல்ல), வாடகை வீடு ஆகியவை. இந்நாவலை நடத்திச் செல்லும் பாத்திரமாகிய கமலநாதனால் தன்னுடைய வீடாக இம்மூன்றில் எதையும் உணர முடியவில்லை. அப்பாவும் சித்தியும் இருக்கும் அப்பாவின் வீட்டில் தன்னை இடமற்றவனாக உணர்கிறான். மனைவியின் அம்மா வீட்டில் பாதுகாப்பற்றவனாக உணர்கிறான். குடியேறும் வாடகை வீட்டையும் தனக்கு உரியதாக்கிக் கொள்ள அவனால் இயலவில்லை. வீட்டுச் சொந்தக்காரர்கள் குடியிருக்கும் கீழ் வீட்டிலிருந்து பெருகி வரும் கடின ஓசைகளால் அவன் இதயம் அதிர்கிறது. இனி அந்த வீட்டிலும்

குடியிருக்க இயலாது என்றாகிறது. வீடு தேடி அலைதல்தான் தனக்கானது என்று முடிவெடுக்கிறான். வீடு என்பதும் வீட்டிலிருந்து வெளியேறுதல், வீடு தேடுதல் ஆகியவையும் வீடு என்னும் பௌதீகப் பொருள் சார்ந்த விஷயமல்ல என்று படுகிறது. இம்மூன்று வீடு களல்லாமல், வேறு சில வீடுகளும் நாவலில் வருகின்றன. அவற்றில் ஒன்று சித்தியின் குடிசை. குடிசையாகத் தோற்றமளித்தாலும் உள்புறம் வசதியாகவும் விசாலமாகவும் இருக்கும் வீடு அது. குடிசை, உள்பகுதி விசாலம் என்பவை சித்தி என்னும் உறவு தொடர்பான எதிர்பார்ப் புக்கும் அது பொய்த்துப்போவதற்கும் பொருந்துகின்றவை என இணைத்தும் காணலாம். பொதுவாகச் சித்தியைப் பற்றி இருக்கும் கருத்துக்கு மாறாக அன்பானவளாக இந்தச் சித்தி இருக்கிறாள்.

கமலநாதனின் நண்பன் சாமுவேலின் வீடும் நாவலில் வருகிறது. அதையும் 'சாமுவேலின் அப்பா வீடு' என்றே ஆசிரியர் குறிப்பிடுகிறார். அந்த வீட்டில் ஓர் ஆறுதல், சாமுவேலுக்கென்று ஓர் அறை இருப்பது தான். வீட்டில் உள்ளவர்களுக்குத் தொடர்பற்ற உலகம் அந்த அறைக்குள் உருவாகியிருந்தது. சாமுவேலோடு முத்து, கமலநாதன் ஆகியோரும் சென்று தங்குவதற்கான சுதந்திரம் கொண்டிருந்த அந்த அறை குறித்த வர்ணிப்பு வருகிறது. அந்த அறையைத் தவிர வீடு முழுவதையும் எப்போதும் சுத்தமாக வைத்திருக்கும் சாமுவேலின் அம்மாவைப் பற்றிக் கூறப்படுகிறது. மிகக் குறைந்த அளவே குறிப்பிடப் பட்டாலும் நாவலில் வரும் மற்ற வீடுகளிலிருந்து வித்தியாசமானது இது ஒன்றுதான். இவ்வீட்டைப் பற்றி 'அறை ஒருவிதமாகவும் அந்த வீட்டிலுள்ள ஏனைய அறைகள் அதற்குத் தொடர்பற்ற விதத்தில் வேறுவிதமாகவும் இருந்தன' என ஆசிரியர் குறிப்பிடுகிறார். என்றாலும் அந்த வீடு கமலநாதனுக்கு உவப்பானதாக இல்லை. அந்த அறைக்குள் நுழையும்போதும் அந்த அறையைவிட்டு வெளி யேறும்போதும் பல கண்கள் உற்றுப் பார்த்துக்கொண்டிருக்கும் உணர்வு அவனுக்குத் தோன்றுகிறது.

நாவலின் இறுதியில் கமலநாதன் இருக்கும் வீடு, (அனேகமாக முன்பிருந்த வாடகை வீடல்ல, சமீபமாக அவன் மாறியிருக்கும் வேறொரு வாடகை வீடென ஊகித்துக்கொள்ள முடிகிறது.) அந்த வீடும் அவனுக்குப் பிடித்தமானதாக இல்லை. 'பெரும் இரைச்சலுக்குள் மாட்டிக்கொள்ளும் ஓரிடத்துக்குள் தவறுதலாகத் தான் மாட்டிக் கொண்டதாகத்' தோன்றுகிறது. அவனுக்குக் கோபத்தையும் அச்சத்தை யும் உண்டாக்கும் பலவித சப்தங்கள் அங்கே சூழ்ந்திருக்கின்றன. வீடு அவனுக்குப் பிடிக்காமல்போக உள்ளுக்குள்ளோ வெளியிலோ காரணங்கள் இருந்துகொண்டே இருக்கின்றன.

பௌதீகப் பொருள் என்பதைக் கடந்து அர்த்தம் பெறுவதற்கான வாய்ப்பு இந்த நாவலில் வீட்டிற்கு இருக்கிறது. ஆனால் லக்ஷ்மி மணிவண்ணனின் எழுத்துமுறை அந்தத் தளமாற்றத்தை நோக்கி நகரவில்லை. திரும்பத் திரும்ப வீடு – ஒரு பௌதீகப் பொருள் என நினைவுறுத்துவதிலேயே வந்து நிற்கிறது.

அப்பாவுக்கும் மகனுக்குமான இடைவெளி அகன்றுபோகும் கண்ணியே இந்நாவலை வாசிப்புக்கு உகந்ததாகச் செய்கிறது. கமல நாதனின் பால்ய காலத்து அப்பா, இப்போதைய அப்பா என இருமுகங்கள் அவருக்கு உள்ளன. பால்யத்து அப்பாவின் வீட்டில் நீர் பாய்ந்து செல்லும்; மட்டுமல்ல, சுற்றுப்புறங்களிலெல்லாம் செடிகள் நிற்கும். அவன் சின்ன வயதில் பெயர் தெரிந்த, தெரியாத பல பறவைகளைப் பார்த்திருக்கிறான். அவற்றின் ஓசைகள், வானில் வரைந்து செல்லும் கோலங்கள் எல்லாம் உண்டு. அப்பாவின் ஊரே பறவைகளின் சத்தத்தில்தான் வசித்து வந்தது. அவனுடைய கல்லூரிக் காலத்து அப்பாவும் இத்தன்மைகள் கொண்டவர்தான். கமலநாதனைக் 'கிருஷ்ணனு'க்குரிய குணங்கள் கொண்டவனாகப் பாவித்தவர் அவர். அவனுடைய அம்மா இறந்து சித்தியைத் திருமணம் செய்துகொண்ட நாளிலும் அப்பாவிடம் அந்த ஈரமும் ஓசைகளும் இருந்தன. ஆனால் இப்போதைய அப்பாவின் முகம் வேறு. கமலநாதனை 'என் முதல் மனைவியின் மகன்' என்று குறிப்பிடுவார். கமலநாதனுக்குத் துரியோதனின் குணங்களைத் தர முயற்சி செய்துகொண்டிருப்பவர். அவர் அவனைப் பற்றி உருவாக்கும் சித்திரம், பரப்பும் வார்த்தைகள் எல்லாம் அவனைப் பதற்றம்கொள்ளச் செய்கின்றன. இப்போதைய அப்பாவுக்கு ரூபம் இல்லை. அரூபமாக இயங்குபவராக அவர் இருக்கிறார். அம்மாவைப் பற்றி எண்ணும்போது கமலநாதனுக்கு உண்டாகும் அப்பாவின் சித்திரத்தில் பால்யத்து அப்பாவையும் இப்போதைய அப்பாவையும் இணைக்கும் கண்ணிகள் இருக்கின்றன. ஆனால் அதுவும்கூட அவனுடைய இப்போதைய பார்வை உருவாக்கிக் கொள்ளும் அப்பா அவர். நோட்டீஸ் அனுப்பி அவனைக் காவல் நிலையத்துக்கும் வழக்கறிஞர் அலுவலகத்துக்கும் அலையவைக்கும் அப்பா, அவன் சார்பாக அவரிடம் பேசச் செல்லும் உறவினர்களைத் தனக்குச் சார்பாக மாற்றிவிடும் பேச்சாற்றல் கொண்ட அப்பா, துல்லியமான வாக்கியங்களை அவனை நோக்கி அனுப்பிக்கொண்டிருக் கும் அப்பா, பின் பக்கத்தில் இருந்து சித்தி உருவாக்கும் அப்பா எனப் பலவித சாயைகள் கொண்ட அப்பாவே இந்நாவலை வாசகனிடத்து உயிர்ப்பிக்கும் பாத்திரமாக இருக்கிறார். ஆனால் மணிவண்ணன் அப்பாவை முன்னிறுத்தி வாசகரை வேறு எங்கெங்கோ அழைத்துச் செல்ல முயல்கிறார். அது வாசகரை அலைக்கழிப்பதாக முடிந்துவிடுகிறது. நாவலின் ஓட்டத்தைப் பின்தொடர்வதில் சலிப்பும் ஆயாசமும் ஏற்படுவதற்கு மணிவண்ணனின் இந்த இயல்பே காரணமாகிப் போகிறது.

மேலும், மணிவண்ணனின் எழுத்தில் மனத்தின் செயல்பாடுகள் குறைவாகவும் மூளையின் இயக்கம் அதிகமாகவும் இருக்கின்றது. (மூளையும் மனமும் ஒன்றா வேறுவேறா – என்னும் அறிவியல் ஆராய்ச்சிகளுக்குள் நான் செல்லவில்லை. மூளை – அறிவு: மனம் – உணர்வு என்பதாக அர்த்தப்படுத்திக்கொள்கிறேன்.) மூளை மனத்தின் இடத்தை ஆக்கிரமித்துக்கொள்வதாலேயே இந்த நாவல்

நகர்த்திச் செல்லப்படுகிறது. பல இடங்களில் 'போதும் போதும்' என்ற அளவுக்கு மூளை, சிடுக்குகளை உருவி உருவிக் காட்டிச் செல்கிறது. சிறுசிறு அசைவுகளையும் பூதாகரமாக்கும் முயற்சியின் விளைவு வாசிப்பதைத் தடுத்தலாக மாறுகிறது. கிட்டத்தட்ட ஓர் உளவியல் வல்லுநராகச் செயல்பட இந்நாவலில் மணிவண்ணன் முயல்கிறாரோ என்று தோன்றுகிறது. நாவலில் வரும் எல்லாப் பாத்திரங்களையும் அவர் பகுத்துப் பகுத்து வாசகர் முன் வைக்கிறார். அதனால் பாத்திரங்களை அந்தந்தச் சூழலில் வைத்து வாசகர் புரிந்துகொள்வதற்கான வாய்ப்பு மறுக்கப்படுகிறது. ஒரு பாத்திரத்தை எத்தகைய கோணத்திலிருந்து அணுகுவது என்பதையும் அவரே சொல்லித் தருகிறார். இந்நாவலில் பாத்திரங்கள் உருக்கொள்ளாத தன்மை என்பது மற்றொரு சிறிய விசித்திரம் என முன்னுரையில் மணிவண்ணன் குறிப்பிடுகிறார். அப்படியல்ல, பாத்திரங்களை மணிவண்ணன் ஒரே இடத்தில் நிறுத்திவிடுகிறார். அதன்பின் ஒரு பாத்திரத்தைப் பற்றிய அவர் வேலை படம்வரைந்து பாகங்களைக் குறிப்பதாக மட்டும் இருக்கிறது. எல்லோரையும் இவ்விதம் ஆக்கும் அவர் கதையை நகர்த்தும் மையப் பாத்திரமான கமலநாதனைப் பகுத்து ஆராய முயல்வதில்லை. அவன் மூலமாக மற்றவர்கள் பற்றிய பரிசீலனையைத் தொடர்ந்து செய்யும் ஆசிரியர், அவனைப் பற்றிய பரிசீலனைக்கு ஆட்படுவதில்லை. ஒரு பாத்திரத்தின் அறிமுக நிலையிலேயே அவனை எந்தக் கோணத்தில் பார்க்கிறேன் என்பதைச் சொல்லியே மேற்கொண்டு செல்கிறார். இத்தகைய இயல்பு, நாவலை இயக்கமற்றதாக மாற்றிவிடுகிறது. நாவலின் மொழிநடை கட்டுரைத் தன்மை கொண்டதாக இருப்பதற்கும் இதுவே காரணம். குறைந்தபட்ச உரையாடல்களைக்கூடத் தவிர்த்துச் செல்லுகையில் புனைவுத்தன்மை குறைந்துபோகிறது. மனத்தினால் ஆகிய எழுத்து தரும் அனுபவத்தை இந்நாவலில் உணர இயலவில்லை.

நாவல், வீடு தவிர்த்து பல்வேறு இடங்களிலும் நகர்கிறது. காவல் நிலையம், வழக்கறிஞர் அலுவலகம், கடை இருக்கும் ஜங்ஷன், கல்லூரி முதலிய இடங்களை மையமிட்டுச் சென்றாலும் அவ்விடங் களின் முழுமையை நோக்கிய விரிவு ஆசிரியரின் நோக்கமில்லை. சில பாத்திரங்களை அறிமுகப்படுத்துவதோடு அவ்விடத்திற்கான முக்கியத்துவம் முடிந்துபோகிறது. இடங்களை, நிறுவனங்களை நபர் என்னும் பருப்பொருள் சார்ந்ததாகக் குறுக்கிவிடுகிறார். இது ஒரு விதமான எளிமைப்படுத்துதல். எல்லாவற்றையும் சாரங்களாகக் காணாமல் குறிப்பிட்ட வகைப்பட்டதாக அடக்கிவிடும் எளிமைப் படுத்துதல். இது மனிதர்கள் மீதும் வாழ்க்கையின் மீதும் மணிவண்ணன் கொண்டிருக்கும் ஒவ்வாமையின் விளைவுகளாக இந்த எளிமைப் படுத்துதலை உணர நேர்கிறது. ஒவ்வாமையின் காரணமாக அனைத்தை யும் குறுக்கிவிடுவது அவருக்கு உவப்பாக இருக்கிறது. அதற்கு வாய்ப்பாகக் கமலநாதனை உருவாக்கிக்கொள்கிறார். காமலநாதன் எல்லா இடங்களிலும் தனக்கு எதிரானவற்றைச் சிருஷ்டித்துக்கொள்ளும்

திறன் பெற்றவனாக இருக்கிறான். இடங்களோ இடம் சார்ந்த மனிதர்களோ ஏதாவது ஒருவிதத்தில் அவனைத் தொந்தரவு செய்யும் இயல்பு கொண்டவையாக மாறுகின்றன. ஆகவே, சுய பரிசீலனை குறைந்த, ஒதுங்கிவிடும் சுபாவம்கொண்ட, நிர்ப்பந்தத்தால் மட்டுமே எதிர்கொள்ள நேர்கின்ற ஒற்றைக் குண கதாநாயக அந்தஸ்து கமலநாதனுக்குக் கிடைத்துவிடுகிறது.

வாசிப்புத் திறன் குறைந்ததாகவும் பலதள விரிவுபெறாததாகவும் நாவல் அமைந்துபோக மேற்கண்டவை காரணங்களாக அமைகின்றன. நாவல் பற்றிய திருப்தியற்ற ஓர் உணர்வு மணிவண்ணனுக்கும் இருந்திருப்பதை அவர் முன்னுரை காட்டுகிறது. 'எனது நூல்களுக்கு எனது முன்னுரைகள் அவசியமாகவே இதுவரையில் இருந்துள்ளன. அந்தந்த நூல்களில் வெளியாகியுள்ள முன்னுரைகளுக்கும் அந்த நூல்களுக்கும் இடையில் இணைப்பு எனது நூல்களில் இருப்பதாகக் கருதுகிறேன்' என்றும் முன்னுரைகளைப் பற்றி முன்னுரையில் மணிவண்ணன் குறிப்பிடுகிறார். பொதுவாக முன்னுரைகளைப் பற்றிய கருத்து ஒருபுறம் இருக்கட்டும். இந்த நாவலில் முன்னுரையை அவசியப்படுத்தியிருக்கும் காரணி என்ன என்பதைக் காண வேண்டி யிருக்கிறது. இந்த நாவலைப் பற்றிய எத்தகைய கருத்துகள் வரக்கூடும் என்பதை அனுமானித்து அவற்றைத் தகர்த்தெறிந்து நாவலை அணுகு வதற்கான சில பார்வைகளைக் கொடுக்கும் நோக்கத்துடன் முன்னு ரையை எழுதியிருக்கிறார் அவர். நவீனத்துவ விமர்சனங்களைப் பற்றித் தனக்கு எந்த லட்சியமும் இல்லை என்று உதறிவிட்டு 'என்னுடைய எழுத்தின் வாசகர்களுக்கு இவை முக்கியமான பக்கங்களாக அமையும் என்கிற நம்பிக்கை எனக்கிருக்கிறது' என்று வாசக நம்பிக்கையில் போய் தஞ்சம் அடைகிறார். பொதுவாக வெகுஜன எழுத்தாளர்களின் விமர்சன எதிர்கொள்ளல் இவ்விதமாகத்தான் அமையும் என்பது இங்கு நினைவுக்கு வருகிறது. மணிவண்ணனுக்கு ஏன் இந்த மனச் சுணக்கம்? நாவலை எழுதும்போது களத்தில் இல்லாத வாசகர்கள், எழுதி முடித்தபின் கவனத்திற்கு வருவானேன்? விமர்சனம் பற்றி இத்தனை உணர்வுப்பூர்வமாக எழுத்தாளன் இருக்க வேண்டியதில்லை என்று தோன்றுகிறது.

மேலும் யாருக்கெல்லாம் தன் நாவல் மனச் சுணக்கத்தை ஏற்படுத்தக்கூடும் என்று வரிசைப்படுத்துகிறார். எவையெல்லாம் தன் நாவலில் இல்லை என்று கருதுகிறாரோ அவற்றை எல்லாம் பருண்மையாக்கி எதிர் நிறுத்துகிறார் மணிவண்ணன். கலைவடிவம் பற்றிய நிச்சயிக்கப்பட்ட வரையறை இந்த நாவலுக்குப் பொருந்தாது என்கிறார். ஆனால் வரையறையைத் தகர்க்கும் முயற்சி எதுவும் நாவலுக்குள் இல்லை. நாவல் போதாமைகள் கொண்டதே தவிர வரையறைக்கு உட்பட்டதுதான். தற்காலச் சூழலில் விவாதிக்கப்படுகிற கருத்துப் பண்டங்களின் நேரடி விளைவு அப்பட்டமாக எழுத்தில் தெரிய வேண்டுமென விரும்புவோருக்கு இந்த நாவல் மனச் சுணக் கத்தை ஏற்படுத்தக்கூடும் என்கிறார். கருத்துப் பண்டங்களின் நேரடி

விளைவு எழுத்தில் தெரியும் எனில் அது படைப்பாகாது சரிதான். ஆனால் சமகாலக் கருத்து எதுவும் என்னைப் பாதிக்காது என்று சொல்லிக் கண்களை மூடிக்கொள்பவனாக எழுத்தாளன் இருப்பது சரிதானா என்னும் கேள்வி எழுகிறது.

முன்னுரையின் முக்கியமான பகுதி, 'என்னுடைய இந்த நாவலின் பக்கங்கள்' என்று குறிப்பிட்டு நாவலை வாசிப்போருக்குச் சில சூட்சுமமான வழிகாட்டுதலைக் கொடுக்க அவர் முயல்வதாகும். இந்த நாவலின் பக்கங்களை முன்னிறுத்தி அவர் காட்டும் பார்வையில் ஒன்று கொலை பற்றியதாகும். 'கொலை என்கிற நிகழ்வு இந்த நாவலின் பக்கங்களில் பௌதீகமாக நிகழவில்லை. ஆனால் நாவலின் பக்கங்களில் தொடர்ந்து அது நடந்துகொண்டிருக்கிறது' என்று தொடங்கி கொலை குறித்து அவர் விவரித்துச் செல்லும் கருத்துகள் மிகவும் பொருட்படுத்தத்தக்கவை. ஆனால் அந்தக் கருத்துகளை நாவலுக்குள் அனுபவமாக உணர்வதற்கான சாத்தியங்களே இல்லை. கமலநாதன் தன் அப்பாவைக் கொன்றுவிட வேண்டும் என ஒரு சந்தர்ப்பத்தில் நினைக்கிறான். கமலநாதனின் மாமனார் தன் மனைவியையும் மகளையும் கொலை செய்யச் சில முயற்சிகளைச் செய்கிறார். கமலநாதனின் கல்லூரி நண்பனான சாமுவேல் தான் காதலித்த பெண்ணைக் கொலை செய்துவிட விரும்புவதாகக் கூறுகிறான். இந்தச் சந்தர்ப்பங்கள் அனைத்தும் வெகு சாதாரண மானவை. கமலநாதனின் மாமனார் தொடர்பான நிகழ்வுகள் மட்டும் ஓரளவு அழுத்தம் கொண்டிருக்கின்றன. அவ்வளவே. 'கொலைக்கான வடிவங்கள் திட்டவட்டமாக வரையறை செய்ய இயலாதவை, நுட்பமானவை', என்றும் 'படிமங்கள், சித்திரங்கள் ஆகியவை கொலை நிகழ்வதற்கான மூலகங்களாக வினையாற்றுகின்றன' என்றும் அவர் விவரித்துச் செல்லும் அளவுக்கு இந்நாவலின் பக்கங் களில் கொலை குறித்த அனுபவம் சாத்தியமாகவில்லை.

அதேபோலவே, காப்பியங்கள் மனத்தில் இயங்கும் முறையை மாற்றியமைத்துக்கொள்ளுதல், காப்பியங்களின் அதிகார நூலிழையைக் கழற்றும் வட்டார மனத்தின் நாவல் என்றெல்லாம் அவர் உருவாக்கும் பார்வைகளுக்கான சாத்தியங்கள் அற்ற நேர்கோட்டுப் பிரதி ஒன்றாக இந்நாவல் அமைந்திருக்கிறது. கருத்துகளாக வாழ்க்கையை, இலக்கி யத்தைக் குறுக்கிக்கொள்ளாத மனோபாவம் சித்தித்திருக்கும் என்றால் வாசிப்புக்கு உகந்ததாகவும் மனத்தால் எழுதப்பட்டதாகவும் எந்த முன் அனுமானங்களையும் வாசகருக்குத் தரத் தேவையில்லாததாகவும் இந்த நாவல் உருவாக்கம் பெற்றிருக்கும்.

●

நூல் விவரம்:

லக்ஷ்மி மணிவண்ணன், **அப்பாவின் வீட்டில் நீர் பாய்ந்து செல்லும் சுற்றுப்புறங்களி லெல்லாம் செடிகள் நிற்கும்,** அகரம், தஞ்சாவூர், டிசம்பர் 2001.

■

துயரமும் துயர நிமித்தமும்

சந்தோசத்தின் நடைபாதை மூன்றடி தூரம்
துயரத்தின் பாலைவெளி முடிவற்ற நீளம்

-

சுகுமாரன்

பாவண்ணனின் கதை உலகத்தைத் 'துயரம்' என்னும் ஒரே சொல்லில் அடக்கிவிடலாம். அவருடைய கதைகளைப் பற்றிய மனப்பதிவு 'துயரமும் துயர நிமித்தமும்' என்பதாகவே என்னுள் இருக்கிறது. எண்பதுகளின் இறுதியில் பாவண்ணன் கதைகள் படிக்கக் கிடைத்தன. அவற்றின் களம், மனிதர்கள், சம்பவங்கள் அனைத்தும் மிக இயல்பாக நெருங்கி உறவாடக்கூடியனவாக இருந்தன. சம்பவங்களில் தோய்ந்து உணர்ச்சிகளைத் தட்டி எழுப்பி அக்கதைகள் மிகுந்த மனநெருக்கடிக்கு உள்ளாக்கின. கதைகளுக்குள் நுழைந்த சில கணத்தில் துயரம் கப்பிய அமைதி எங்கும் சூழ்ந்துவிடும். அவ்வமைதி துயரத்தை விஸ்வரூபமாக்கி முடிவில் சலனமற்றுப் போகச் செய்யும். இல்லாமையின் துயரம் காலம் காலமாகத் தொடர்வது எனினும் எழுதித் தீர்வதில்லை. துயரங்களைப் போட்டு அமுக்கி வைத்திருந்த இதயமொன்றின் பீறிடல் எனக் கொள்ளும் வகையில் எங்கெங்கும் துயரத்தின் சாயை. அம்மாக்கள், ஆயாக்கள், அண்ணிகள், மனைவிகள் எனப் பெண்கள் அனைவரும் துயரம் படிந்த முகங்களூடே காட்சியானார்கள். இளைஞர்கள், சிறுவர்கள் ஆகியோரும் தத்தமது வயதுக்குரிய குதூகலங்களை இழந்தவர்களாக, குதூகலம் என்பதே துயரத்தில் போய் முடிவதுதான் என்பதை உணர்த்துபவர்களாக இருந்தார்கள். எதார்த்தத்தின் கொடூரம் இத்தகையதா என அச்சமுறும் வகையில் அவர் கதைகள் இருந்தன. ஒரே ஓர் ஆறுதல் எத்தகைய துயரத்தினூடும் மென்மையாக ஓடிச்செல்லும் பாசம் மட்டும்தான்.

பாவண்ணன் என்ற இளைஞரைப் பற்றி எனக்குக் கிடைத்த சித்திரமும் அப்படிப்பட்டதுதான். எண்பதுகளின் இறுதியில் நடந்த ஒரு கருத்தரங்கில் ‘வாழ்விலிருந்து எனது இலக்கியம்’ என்னும் தலைப்பில் அவர் வாசித்த கட்டுரை, பின்னர் ‘மனஓசை’ இதழில் வெளியானது. அப்போது எனக்கு அவரைப் பற்றிச் சொல்லப்பட்டது ‘கருத்தரங்கில் பேசும்போது தாள முடியாமல் பாவண்ணன் கதறி அழுதார்’ என்பதுதான். அந்தக் கருத்தரங்கிற்கு நான் செல்லவில்லை. எனினும் கதறி அழும் கிராமத்து இளைஞன் ஒருவனின் துயர முகமாகவே பாவண்ணன் எனக்குள் படிந்து போனார். பிற்பாடு அவரைச் சந்திக்க நேர்ந்த சமயங்களில் இந்தச் சித்திரம் மட்டும் கலையவில்லை.

பின்னர் அவருடைய கதைகள் சகஜமானவையாக மாறிப்போயின. எந்தக் கட்டத்தில் இது நிகழ்ந்தது எனச் சரியாகச் சொல்லமுடியவில்லை எனினும் தொண்ணூறுகளின் மத்தியில் இதழ்களில் அவர் கதைகளைக் காண்கையில் எளிதாகக் கடந்து செல்ல முடிந்தது. சில கதைகளைப் படித்துவிட்டும்; சில கதைகளை ஒதுக்கிவிட்டும். இப்போது ‘வலை’ ‘அடுக்கு மாளிகை’ ‘நெல்லித் தோப்பு’ ஆகிய தொகுப்புக் கதைகளை ஒருசேர வாசிக்கையில் காரணம் பிடிபடுவதுபோலத் தோன்றுகிறது. எழுதிப் பயிற்சி பெற்றுவிட்ட கை எதையும் கதையாக்கிவிடும் என்பதற்கு உதாரணமாக இத்தொகுப்புகளின் கதைகள் உள்ளன. குறிப்பிட்ட சில வகைக் கதைகளுக்குள் மட்டும் அடைபடாமல் மனவிரிவு பெற்றுத் தம் படைப்புலகத்தை விஸ்தரித்துக்கொள்ளுதல் வேறு; பயிற்சியின் காரணமாகக் கதைகளின் எண்ணிக்கையைப் பெருக்குதல் வேறு. ‘வலை’ தொகுப்பின் பல கதைகள் வெறும் விவரிப்புகளாக நிற்கின்றன. பாவண்ணனின் பலமாக விளங்கும் சம்பவங்களும் பாத்திரங்களும் இத்தொகுப்புக் கதைகளில் நீர்த்துப் போய் வெறும் அனுபவக்கோவையாக எஞ்சுகின்றன.

தொண்ணூறுகளில் எதார்த்தக் கதைகளைப் பற்றி எழுந்த கடுமையான விமர்சனங்கள் பாவண்ணனை எந்தவிதத்திலும் பாதிக்கவில்லை என்பது ஆச்சரியம். எதார்த்தத்தின் செழுமையை நோக்கிக்கூட அவர் நகராமல் வெகு சாதாரணக் கதைகளை அக்காலகட்டத்தில் எழுதியிருக்கிறார். ‘கனல்’ போன்ற நீண்ட கதைகள்கூட எந்த மன எழுச்சியையும் தராமல் வெறும் தகவல் தொகுப்புரையாக நின்று போயிருக்கின்றன. இவற்றில் ‘குறி’ என்னும் கதை மட்டும் தனித்துத் தெரிகிறது. பாவண்ணனின் அடுத்தகட்டம் பற்றிய நம்பிக்கையை இக்கதையும் ‘நெல்லித் தோப்பு’ தொகுப்பில் உள்ள ‘சாபம்’ கதையும் தருகின்றன. ‘சாபம்’ 1992இல் கணையாழியில் வெளியான கதை. பாவண்ணன் தொகுப்புகளில் கதைகள் எழுதப்பட்ட கால வரிசையில் தொகுக்கப்படவில்லை. ‘சாபம்’ பாவண்ணனின் நல்ல கதைகளுள் ஒன்று. சமகால நிகழ்வுகளுக்குப் படைப்பாளியின் எதிர்வினை என்று அந்தக் கதையைச் சொல்லலாம். புராண, இதிகாசக் கதைகளை மறுபார்வைக்கு உட்படுத்தும் தொடக்கம் அக்கதையில்தான் உருவாயிற்று என்று நினைக்கிறேன்.

'ஏழு லட்சம் வரிகள்' என்னும் இறுதியாக வெளியான தொகுப்பு தான் மீண்டும் பாவண்ணனைப் பொருட்படுத்தச் செய்திருக்கிறது. இத்தொகுப்புக் கதைகள் பாவண்ணனின் நடையிலும் கவனிக்கத்தக்க மாற்றங்களை ஏற்படுத்தியிருக்கின்றன. புராண, இதிகாச, காப்பியக் கதைகளின் மறுசொல்லல் என்பது கதை கேட்கும் சுவாரஸ்யத்தை மட்டும் கொடுப்பதாகவோ, புதுவித உளவியல் அலசலாகவோ நின்றுவிட்டால் பயனில்லை. பாவண்ணனின் சில கதைகள் இந்தத் தரத்தவைதாம். ஆனால் இத்தொகுப்பின் பெரும்பான்மையான கதைகள் மறுபார்வை கொண்டவையாக உருவாகியிருக்கின்றன. அதற்கு முக்கியக் காரணம் இக்கதைகள் சமகாலத்தன்மை உடையன வாக மாற்றம் பெற்றிருப்பதுதான். அரசியல், அதிகாரம், அடக்குமுறை உள்ளிட்டவற்றிற்கு எதிரான குரல்களாக இக்கதைகள் இருக்கின்றன.

புராணக் கதைகளில் பாவண்ணன் தேர்வு செய்திருக்கும் பாத்திரங்கள் யாவும் பாதிக்கப்பட்டவர்கள். பாதிக்கப்பட்டவர்களின் பார்வையிலிருந்தே கதைகள் விரிந்து செல்கின்றன. ஒரே சக்தி பாதிப்பதாகவும் பாதிக்கப்பட்டதாகவும் காலச் சூழலில் முரண்படுவதைச் 'சாபம்', 'சுழல்' ஆகிய கதைகள் காட்டுகின்றன. 'சாபத்'தில் பலரின் சாவுக்குக் காரணமாக இருக்கும் சீதை, 'சுழலில்' வனவாசம் செய்ய வேண்டிய பரிதாபத்திற்குரியவளாக மாறும் முரண் – நம் சமகால அரசியல் காட்சிகளை நினைவுக்குக் கொண்டு வருவதைத் தவிர்க்க முடியவில்லை. 'ஏழு லட்சம் வரிகள்', 'ரணம்', 'போர்க்களம்' ஆகியவை மிகச் சிறப்பாக உருவாகியுள்ள கதைகள். இக்கதைகளை முன்வைத்து 'எதிர் மரபு' சார்ந்த விஷயங்களைப் பாவண்ணன் முன்னிறுத்துகிறார் என நிறுவ முடியும்.

புராணக் கதைகளைத் தமக்கு எதிரானதாக்கிப் புறக்கணித்த திராவிட இயக்க மரபு வலுவாகச் செயல்பட்ட இந்நூற்றாண்டில், அவற்றை நம்முடையதாக்கிக்கொள்ள முடியும் என்னும் நம்பிக் கையைப் பாவண்ணனின் மறுபார்வை வழங்குகிறது. தத்துவச் சொல்லாடல்களுக்குள் செல்ல முயல்வது போன்ற ஒரு தோற்றம் இக்கதைகளில் இருப்பினும் அது உண்மையல்ல. பாதிக்கப்பட்ட மனத்தின் துயரத் தோற்றங்கள் இவை. கதாநாயகர்களின் பார்வையில் இக்கதைகள் சொல்லப்படவில்லை. காரணம் கதாநாயகர்களுக்கு மங்கிப்போன ஒற்றைப் பார்வை தவிர வேறொன்றுமில்லை. மேலும் வெற்றிகள் தரும் குதூகலம் சட்டென அடங்கிவிடும். தோல்விகளின் ரணம், வலி, துயரம் காலகாலத்திற்கும் தொடர்ந்து வருபவை. தோல்விகளே அனுபவங்கள். அவற்றின் பார்வை மறுபரிசீலனையில் இறங்கக்கூடியது. மறுபரிசீலனை ஏராளமான வாயில்களைத் திறக்கும். பாவண்ணன் கதைகளில் இது சாத்தியமாகிறது. துயரத்தில் விரிந்த அவர் கதைகள் இடையில் தொய்வடைந்தாலும் காலகாலத்திற்குமான மனிதனின் நிரந்தரத் துயரத்தைக் கைவசப்படுத்தும் நோக்கில் முன்னேறிச் செல்வதை 'ஏழு லட்சம் வரிகள்' உணர்த்துகின்றன.

'பசலை'யில் பதிவாகும் வாழ்க்கை

தமிழில் 'எதார்த்தவாதம் செத்துவிட்டது' என்னும் குரல்களும் எதார்த்தவாதத்தை மீறிய எழுத்துகள், அவற்றைப் பற்றிய பேச்சுகள் ஆகியவையும் இன்று முக்கியத்துவம் பெற்றுள்ளன. அடுத்த கட்டத்தை நோக்கிய வளர்ச்சியின்போது, இதுவரை பயின்று வந்திருக்கும் வடிவம், பொருள், கோட்பாடுகள் போன்றவற்றை முற்றிலுமாக நிராகரிக்கும் குரல்கள் மேலெழுவது இயல்பு. நடைமுறையில் இருப்பதற்கும் புதிதாக மேலெழுந்து வருவதற்கும் இடையில் இணக்கமான ஒத்திசைவு இருக்கும்; இருக்க வேண்டும். எனினும் அதைக் கண்டறிவதற்கும் ஒத்துக்கொள்வதற்கும் சிலகாலம் தேவைப்படுகிறது. அந்நிலை ஏற்பட்டபின் வரலாற்றில் ஒரு காலகட்டத்திற்கு உரியதாக இப்போது நடைமுறையில் இருப்பது பதிவுபெறும். அவ்வாறு இருபதாம் நூற்றாண்டின் இலக்கியக் கோட்பாடாக எதார்த்தவாதம் முதன்மை பெறும் என்பதில் ஐயமில்லை.

எதார்த்தவாதம் ஒற்றைத்தன்மை உடைய கோட்பாடன்று, அதற் குள்ளும் நுட்பமான பல்வேறு தன்மைகள் ஊடாடியிருக்கின்றன. எதார்த்த எழுத்துகளின் பொதுக்கூறு பதிவுகள் ஆகும். அப்பதிவுகள் கலைத்தன்மை கூடிய, கலைத்தன்மை அற்ற கதைகளாக எப்படியும் இருக்கலாம். வாழ்தலில் அக்கறையற்ற சமூகம் பதிவுகளைப் பற்றிக் கவலைகொள்ளவில்லை. வாழ்தலுக்கான முயற்சிகளை இடைவிடாது மேற்கொண்டிருக்கும் சமூகத்திற்குப் பதிவுகள் அவசியமாகின்றன. இருபதாம் நூற்றாண்டுத் தமிழ் வாழ்க்கையின் அனைத்துக் கூறுகளை யும் ஓரளவுக்கேனும் பொதிந்து வைத்திருப்பவை புனைகதைகள்தாம். தமிழச் சமூக வரலாற்றை எழுதுவோர்க்கு ஆதாரத் தரவுகளாக இவை விளங்கும். புனைகதையின் நோக்கம் வரலாற்றுக்குத் தரவுகளைக் கொடுப்பதில்லை எனினும் புனைவுகளின் ஊடாக வரலாறு தனக்கான

தரவுகளைத் திரட்டிக்கொள்ளும். இந்நோக்கில் எதார்த்தவாத எழுத்துகளை அணுகுவது அவசியமாகின்றது.

மனிதனின் அடிப்படைத் தேவைகளில் ஒன்றாக உடை கருதப்படுகிறது. உடல் பற்றிய ஒழுக்க மதிப்பீடுகளுக்கேற்பக் காலந்தோறும் உடைகளிலும் அளவற்ற மாற்றங்கள் ஏற்பட்டுள்ளன. உடைகள் கூடுவதும் குறைவதும் உடல் உறுப்புகள் பெறும் முக்கியத்துவம் பொறுத்து அமைகின்றன. பொருளாதாரம், அதிகாரம் ஆகியவற்றின் அடையாளமாகவும் உடைகள் இருக்கின்றன. இந்நூற்றாண்டு, மனித வாழ்வின் அனைத்து அம்சங்களையும் தேவையிலிருந்து விலக்கி நுகர்வாக மாற்றிவிடுவதற்கான முயற்சிகளை மேற்கொண்டது. அதில் பெருமளவு வெற்றியையும் பெற்றுவிட்டது. அவ்வாறான நுகர்வுக்குரிய முக்கியப் பொருளாக, உடையும் மாற்றப்பட்டுள்ளது. தேவை என்று கருதப்படும் ஒன்றை நுகர்வாக மாற்றுவது எளிது. மனிதனின் மானத்தோடு தொடர்புபடுத்தப்பட்டுத் தேவைப் பட்டியலில் இரண்டாம் இடத்திலிருக்கும் உடை, பெரும் நுகர்வுப் பொருளாக இன்று கருதப்படுகிறது.

'ஆடையில்லா மனிதன் அரை மனிதன்', 'ஆள் பாதி ஆடை பாதி' முதலிய பழமொழிகள் உலவும் சமூகத்தில் உடை நுகர்வுப் பொருளாக எளிதில் மாற்றப்பட்டுவிட்டதில் வியப்பில்லை. குறிப்பிட்ட இடத்திற்குக் குறிப்பிட்ட வகையான ஆடைகளைப் பரிந்துரைத்தல், உடையினால் ஆணுக்குக் கம்பீரமும் மிடுக்கும் ஆண்மையும் கூடுவதாகவும் பெண்ணுக்கு அழகும் மென்மையும் நளினமும் உண்டாவதாகவும் கூறுதல் முதலிய விளம்பர உத்திகள் இந்த வேலையைச் சுலபமாக்கி விட்டன. பளிச்சிடும் விளம்பரங்களும் அழைக்கும் விதவிதமான உடைகளின் அணிவகுப்பும் தெருக்களெங்கும் நிறைந்திருக்கின்றன.

நுகர்வுக்கென்றே புதிதாக உருவாக்கப்பட்ட உடைகள்தாம் உள்ளாடைகள். இன்று 'உள்ளாடைகளின் உலகம்' என்று அறிமுகப்படுத்தப்படும் தனிக் கடைகள் பல உள்ளன. எடுப்பான தோற்றத்தை ஏற்படுத்துவன உள்ளாடைகள் என்றும் உறுப்புகளுக்கு மிருதுத் தன்மையைத் தருவன என்றும் கூறும் அளவற்ற விளம்பர வாசகங்கள், கவர்ச்சித் தோற்றங்கள் எங்கெங்கும் கண்ணைப் பறிக்கின்றன. ஒளிரும் இவற்றின் பின்னணியில் இரவு பகல் பேதமற்று உழைத்த உழைப்புகளும் மனிதர்களும் உள்ளனர். வெளிச்சத்திற்கு வராத, மறைக்கப்பட்ட அந்த உலகம் கோவிந்தராஜின் 'பசலை' சிறுகதைத் தொகுப்பின் மூலமாகப் பதிவாகி உள்ளது.

பனியன் சிட்டி (Baniyan City) என்று அழைக்கப்படும் திருப்பூர் நகரம், உள்ளாடைத் தயாரிப்பிலும், ஏற்றுமதியிலும் முதன்மை இடத்தை வகிக்கிறது. இவற்றைச் செய்யும் பனியன் கம்பெனிகள் சார்ந்த வாழ்வைக் கோவிந்தராஜ் பதிவாக்கியுள்ளார். முதலாளிகள், கணக்குப் பிள்ளைகள், குத்தகைதாரர்கள் (காண்ட்ராக்டர்கள்), தையல் வேலைகளைச் செய்வோர், எடுபிடிகள் உள்ளிட்ட பலதரப்

பட்டோர் இக்கம்பெனிகளோடு தொடர்புடையவர்கள். எல்லாத் தரப்பு மனிதர்களும் அவர்களுக்கே உரிய முகங்களோடு இவர் கதைகளில் பாத்திரமாகி உள்ளனர். இடம், காலம், மனோபாவங்கள் அனைத்தும் ஒத்திசைந்து சிறப்பான கதைகளாகவும் இவை உருவாகி உள்ளன.

இந்தக் கம்பெனிகளை நடத்தும் முதலாளிகள் அந்தரத்தில் இருந்து குதித்து உருவானவர்கள் அல்லர். நிலச் சொந்தக்காரர்களாக இருந்த பரம்பரையில் வந்தவர்கள். நிலம் சார்ந்த வாழ்வில் மனிதர்களுக்கு இடையே இருந்த உறவுகள், எந்திரத் தொழில் சார்ந்த வாழ்வில் முற்றிலும் மாறிவிடவில்லை. குறிப்பாக, சாதி உணர்வுகள் இங்கும் தொடரவே செய்கின்றன. நிலச் சொந்தக்காரனாக இருந்தவன் இன்று கம்பெனி முதலாளியாக மாறி இருக்கிறான். நிலத்தில் வேலை செய்துகொண்டிருந்தவர்கள் இப்போது கம்பெனியில் வேலை செய்கிறார்கள். அவர்களுக்கிடையே இருந்த உறவுநிலை புறத் தோற்றத்திலன்றி அகத்தில் சிறிதும் மாறிவிடவில்லை. 'அப்புச்சியும் பேரனும்', 'நிலை' ஆகிய இரு கதைகள் இதனை வெளிப்படுத்தக் கூடியவை. கம்பெனியில் வாட்சுமேனாக வேலை செய்பவருக்கும் முதலாளிக்கும் சிறு வயதில் இருந்த உறவுநிலை, இப்போதும் அப்படியே தொடர்கிறது. முதலாளிக்குப் பழைய வாழ்வை அசைபோடுவதற்குக் கிடைத்த ஒரு ஜீவனன்றி வாட்சுமேன் அப்புச்சிக்கு எந்த முக்கியத்துவமுமில்லை. முன்பு துண்டை இடுப்பில் கட்டிக்கொண்டு குனிந்து வணக்கம் போட்டவர், இப்போது வணக்கம் போட்டுக்கொண்டு காலால் கேட்டை உதைத்துத் திறந்து காருக்கு வழிவிடுகிறார். முதலாளி அவ்வப்போது ஒரு ரூபாயிலிருந்து நூறு ரூபாய் வரை கொடுக்கும் இனாம்களுக்காகப் புளகாங்கிதப்பட்டுக்கொள்கிறார். கணக்குப் பிள்ளையால் பாதிக்கப்பட்ட தன் பேரனைத் திரும்பவும் வேலையில் சேர்த்துக்கொள்ளும்படி அவரிடம் கெஞ்சிக் கேட்கமுடியும். முதலாளியும் ஏற்றுக்கொள்ளலாம்.

அதேபோல், 'நிலை' கதை, கம்பெனியில் கக்கூஸ் கழுவும் கந்தனின் நிலை பற்றியது. அது கம்பெனிதான் என்றாலும் கக்கூஸ் கழுவுபவன் உள்ளே நுழைந்துவிட முடியுமா? பண்ணாடியைப் பார்க்கப் பகலெல்லாம் காத்துக் கிடப்பதுபோலத்தான், கணக்குப் பிள்ளையையோ முதலாளியையோ பார்ப்பதற்கும். ஒரு தலித் கதையாக வாசிப்பதற்கான கூறுகளைக் கொண்டிருக்கும் இக்கதை, நிலவுடைமை உறவுகள் தொழில் உலகத்திலும் அப்படியே நிலவுவதைப் பதிவு செய்துள்ளது.

முதலாளிக்கும் தொழிலாளர்களுக்கும் இடைப்பட்ட ஆட்களாகக் கணக்குப் பிள்ளைகளும் காண்ட்ராக்ட்காரர்களும் இருக்கிறார்கள். முதலாளியின் நல்லெண்ணத்தைப் பெறுவதற்காகத் தொழிலாளர்களிடம் இடைவிடாது வேலை வாங்கும் நிலையில் இருக்கும் இவர்கள், ஓரளவுக்குச் சொகுசான வாழ்க்கை உடையவர்கள். இவர்களின் உலகம் குடியாலும் பெண்களாலும் நிரம்பியது. இவர்களின்

பேச்சுக்கும் இலக்குக்கும் எந்தப் பெண்ணும் தப்புவதில்லை. பொய்யான அதிகாரத்தைக் கொண்டிருக்கும் சுரணையற்ற இவர்கள் 'பசலை' தொகுப்பின் பல கதைகளில் சித்திரமாகி உள்ளனர்.

பரபரப்பும் சச்சரவும் சந்தோசமும் நிரம்பியது இளைஞர்களும் யுவதிகளும் சிறுவர்களும் வேலை செய்யும் கம்பெனியின் தையல் பகுதி. இப்பகுதியில் நடக்கும் உரையாடல்கள் மிக இயல்பாகப் பதிவு செய்யப்பட்டுள்ளன. இரட்டை அர்த்த வசனங்களும் குழூஉக் குறிகளும் விரவிக் கிடக்கின்றன. பாலுறவுக்கானது என்னும் நோக்கில் மட்டும் பார்க்கப்படும் பெண்ணின் உடம்பு மீது வன்மமாக எய்யப்படும் இவ்வுரையாடல்கள், சமூக மனத்தை வெளிக்காட்டுவனவாக உள்ளன. மரணக் கிணறு, சீட்டு, பால் குடித்தல், கணக்குப் பண்ணுதல் என எத்தனைவிதமான குழூஉக் குறிகள். எல்லாம் பாலுறவு சார்ந்தவை. முறைப்படுத்தப்படாத தொழிலாளர்களான இவர்களிடம்தான் நவீனத் தொழில் சார்ந்த வாழ்க்கையைக் கண்டெடுக்க முடிகிறது. ஒழுக்க மதிப்பீடுகளை மனத்தளவில் கொண்டும் புறத்தில் அவற்றை மீறி நடக்கவுமான இரட்டை நிலை இவர்களுடையது. இரவு பகல் என்று தொடர்ந்து வேலை நடக்கும் காலங்களில் நிறைந்த வருமானத்தோடும் வேலை நடக்காத பொழுதுகளில் பணமற்றும் இவர்கள் உதிரிகளாகவும் உதிரிகள் அல்லாமலுமான நிலையிலும் இருக்கின்றனர். இங்கே காதலும் பாலுறவும் கைவிடலும் சகஜமாக இருக்கின்றன. ஆணும் பெண்ணும் சளைக்காதவர்களாகச் சண்டை யிட்டுக்கொள்கிறார்கள். இவர்களுடைய நடவடிக்கைகளை எல்லாம் தொழில், காலம், வருமானம் இவற்றோடு பொருத்திப் பார்ப்பது கூடுதல் புரிதல்களைக் கொடுக்கும்.

இதில் பெண்கள், சிறுவர்களை மையப்படுத்திய கதைகளை மிகுதியும் கோவிந்தராஜ் எழுதி உள்ளார். பசலை, நடை, எதிர்வினை, சீட்டு ஆகிய கதைகள் பெண்களை மையப்படுத்தியவை. 'பசலை' கிராமத்தில் நடக்கும் நிகழ்ச்சியை விவரிக்கும் கதை. வீட்டுக்கு வந்தவர்களைப் பெண் பார்க்க வந்தவர்கள் என்று எண்ணி ஏமாறும் பெண்ணின் உணர்வுகளை வெளிக்காட்டுகிறது. 'நடை' மலங்கழிக்க ஒதுங்கும் பெண்களின் சிக்கலை இரு நிகழ்ச்சிகளின் இணைப்பில் எளிமையாக வெளிப்படுத்துகிறது. 'எதிர்வினை' பனியன் கம்பெனியின் பகாசுர வாய் ஒரு பெண்ணை உறிஞ்சி உருக்குலைக்கும் அவலத்தை மீறல் உணர்வோடு காட்டுகிறது. 'சீட்டு' தன் காதலனுக்காக ஐம்பது ரூபாய் புரட்ட அலையும் பெண்ணின் அவஸ்தைகளையும் அவள்மீது விழும் பார்வைகளின் வக்கிரங்களையும் காட்டுகிறது. தொழில் சார்ந்த சமூகத்தில் பெண்ணின் நிலை பற்றிய இப்பதிவுகளில் நுட்ப மாகப் பொதிந்திருக்கும் ஆண்நோக்கு, பெண்ணின் செயல்களைக் கேலி கலந்து கூறிச் செல்லும் விவரிப்பு தொனியாகக் காணப்படுகிறது.

தென் தமிழகத் தீப்பெட்டி, பட்டாசுத் தொழிற்சாலைகள் சிறுவர்களின் உழைப்பைச் சுரண்டுவதை அப்பகுதியைச் சேர்ந்த

பல எழுத்தாளர்கள் படைப்புகளாக்கி உள்ளனர். எங்கும் நீக்கமற நிறைந்திருக்கும் இச்சுரண்டல், பனியன் கம்பெனிகளில் நடக்கும் விதத்தைக் கோவிந்தராஜ் படைப்புகளாக்கி உள்ளார். 'ஆடுகள்' கதை பனியன் கம்பெனிக்கு வேலைக்குப் போய் வாராவாரம் 'கை நிறையச்' சம்பளம் வாங்கும் சிறுவனான அண்ணனுக்கும் கிராமத்தில் ஆடு மேய்த்துக்கொண்டிருக்கும் தம்பிக்கும் இடையே உருவாகும் உறவுச் சிதைவைக் கூறுகிறது. 'அப்புச்சியும் பேரனும்' கதையில் வரும் பேரன் கணக்குப் பிள்ளையிடம் அடிவாங்கும் சிறுவனின் நிலையைப் பற்றியது.

'அழுகை' ஏழு வயதுச் சிறுவன் தனக்குரிய இயல்புகளை அமுக்க இயலாமல் கம்பெனி வேலையின்போது, மாலை நேரத்தில் அழுவதைப் பற்றிய கதை. சிறுவர்களைப் பற்றிய கதைகள் அவர்களின் உடல் சிரமங்களை விவரிப்பதாகவே பெரும்பான்மையும் உள்ளன. காரணம், அந்த உடல் உழைப்புக்கேற்றதாக இல்லாமல் இருப்பதால் படைப்பாள னுக்கு ஏற்படும் இரக்கமாகும். கோவிந்தராஜின் கதைகள் சிறுவர்களின் மனச் சிக்கலை வெளிப்படுத்த முயல்வதால் மற்றவர்களிடமிருந்து வித்தியாசப்படுகிறார். மாலை நேரமானால் தங்கையுடன் விளையாடும் நினைவு வந்துவிடும் சிறுவன், வேறேதும் செய்ய இயலாமல், யார் சொல்வதையும் கேட்க முடியாமல் அழுதுகொண்டே இருக்கிறான். சிறுவர் உழைப்பு பற்றிய கதைகளில் இந்த 'அழுகை' முக்கிய இடம் பெறத்தக்கதாகும்.

அடிமட்ட மக்களுக்கே உரிய எதிர்ப்புணர்வுகள் கதையோட்டத்தில் இயல்பாக எழுகின்றன. தன்னைக் குறித்து இழிவாகப் பேசும் ஆண்களை எதிர்த்துச் சண்டையிடும் பெண்கள், முதலாளிக்கும் கணக்குப் பிள்ளைக்கும் டீயில் எச்சிலை உமிழ்ந்து கொண்டுவந்து கொடுப்பதல், கம்பெனி வளர்ச்சியை இனிப்புக் கொடுத்துக் கொண்டாடும்போது தட்டில் உள்ள மைசூர்பாகைக் குழந்தை களின் பிஞ்சு எலும்புகளை வெட்டிவைத்த மாதிரி இருந்ததாக வருணித்தல் எனக் கதைக்கு மேல் துருத்திக்கொண்டிராத எதிர்ப்புணர்வுகள் பதிவு செய்யப்பட்டுள்ளன.

இன்றைய சமூக வாழ்வின் குறிப்பிடத்தக்க பதிவுகளாக விளங்கும் கோவிந்தராஜின் கதைகள், எல்லாவற்றையும் தன் நோக்கிலிருந்து தீவிர விமர்சனத்துக்கு ஆட்படுத்துவனவாக உள்ளன. கேலி கலந்த நடை இந்த விமர்சனத்தை ஒருசில சொற்களில் செய்துவிட்டுத் தாவிவிடு கிறது. 'இன்னொரு' என்னும் கதை மனித மனோபாவத்தை எள்ளி நகையாடுகிறது. எத்தனையோ பெண்களைக் காதலித்தும் அவர்களோடு தொடர்புகொண்டும் வாழ்ந்த ஒருவன், தனக்கு மனைவியாக வருபவள் மாசு மருவற்றவளாக இருக்க வேண்டும் என்று எதிர்பார்க்கும் மனநிலையைக் கடுமையாகக் குலைத்தெறிகிறார். இத்தகைய போக்கே இவருடைய கதைகளை வெறும் பதிவுகள் என்னும் நிலையைத் தாண்டி எடுத்துச் செல்கின்றன.

கதைசொல்லியின் குரல் தூக்கலாக ஒலிக்கும் இக்கதைகளில் அவரே பாத்திரமாகவும் வருகிறார். இந்தக் கதைசொல்லிப் பாத்திரம் வழக்கம்போல அநியாயங்கள், கொடுமைகள், ஒழுக்கக் கேடுகள் போன்ற எவற்றிலும் பங்கெடுத்துக்கொள்ளாத தூய்மைத் தன்மை வாய்ந்ததாக இருக்கிறது. பொதுவாகவே படைப்புகளில் கதைசொல்லி, எல்லாக் குற்றங்குறைகளையும் பிற பாத்திரங்களின் தலையில் போட்டுவிட்டு, நல்லதற்கு மட்டும் தான் காரணம் என்று பாவனை செய்வதுதான் பெரும்பான்மை வழக்கம். கோவிந்தராஜின் கதை சொல்லியும் அவ்வாறே இருக்கிறார்.

கோவிந்தராஜின் மொழி உரையாடல் சார்ந்தது. எழுத்து வழக்காகப் பிரயோகிக்கப்பட்டிருந்தாலும் பேச்சுத் தன்மையே அதன் அடிநாதமாக இருக்கிறது. ஆனால் பேச்சில் பொதிந்திருக்கும் சுழிப்புகள், அழுத்தங்கள் ஓரளவே கைகூடி வந்திருக்கின்றன. மனத்தின் உள்மொழியைக் கண்டடைய முடிந்திருந்தால் கதைகளின் பரிமாணம் கூடியிருக்கும்.

உத்திகளிலோ சொல்முறைகளிலோ புதுமைகள் எதுவுமற்ற சாதாரணமான கதைகள் இவை. நிகழ்ச்சிகளை முன்னிறுத்தி நேரடியாக எழுதப்பட்டவை. ஆனால் எதார்த்தவாதத்தின் செழுமையான மரபுகளை உள்வாங்கி எழுதப்பட்டுள்ளன. ஆகவே வாசிப்பு அனுபவத்தைக் கொடுக்கும்படியாக உள்ளன. அத்தோடு இருபதாம் நூற்றாண்டுச் சமூக வரலாற்றில், உடை தயாரிப்பில் முன்னிற்கும் ஒரு நகரத்தின் வாழ்வை அறிவதற்கு ஆதாரமான தரவுகளை உட்கொண்ட பதிவுகளாகவும் இக்கதைகள் இருக்கின்றன என்பது சிறப்பாகும்.

∎

பம்மாத்துகளை உடைத்த கிராமத்துக்காரர்

1

ஆர். சண்முகசுந்தரம், தமிழ் நாவல் துறையைக் கிராமங்களை நோக்கித் திருப்பிவிட்ட முன்னோடிப் படைப்பாளி. துப்பறியும் நாவல்களின் மலிவான இறக்குமதியால் தேங்கிக் கிடந்த நாவல் உலகுக்கு உயிரொளி கொடுத்தவர் அவர். கிராமங்களை அறியா மலேயே அறிந்த பாவனைகளோடு தமது இலட்சியவாதக் கண்ணோட் டங்களால் கிராமங்களைச் சிருஷ்டித்துக்கொண்டிருந்த தமிழ் நாவல் களைப் புறந்தள்ளி கோவை, ஈரோடு உள்ளிட்ட கொங்குப் பகுதிக் கிராமங்களை உயிர்த்துடிப்புள்ள எதார்த்தப் பார்வையில் தம் படைப்புக் களமாக்கிக்கொண்டார் அவர்.

அவருடைய முதல் நாவல் 'நாகம்மாள்' 1942இல் வெளியாயிற்று. விவசாயக் குடும்பத்தைச் சேர்ந்த கைம்பெண் நாகம்மாள். கொழுந் தனின் ஆளுகையில் நடக்கும் குடும்பத்தில் அவள் தனது இடத்தைத் தக்கவைத்துக்கொள்ள மேற்கொள்ளும் உரிமைப் போராட்டம்தான் நாவல். போராட்டம் எனில் கொடிபிடித்துக் கோஷம்போடுவது மட்டுமல்ல. இயல்பாகவே மனிதரிடம் எழும்பிவரும் எதிர்ப்புணர்வின் விஸ்தாரம் சாதாரணமானதல்ல. அது விரிய விரிய உறவுகளுக்கிடையே உண்டாகும் முறுக்கல்கள், சமூகத்தின் பலவிதமான எதிர்கொள்ளல்கள் ஆகியவை வன்மையாக வெளிப்பாடு பெறுகின்றன. எளிமைபோலத் தோற்றம் தரும் சிறுபொறி, சமூகத்தின் அசைவியக்கத்தில் ஏராளமான கேள்விகளை எழுப்புகின்றது. அத்தகையது நாகம்மாளின் எதிர்ப்புணர்வு. அதனால் குடும்பத்தில் பிரிவினை ஏற்படும் சூழல் உண்டாகின்றது. பொறியை ஊதிப்பெருக்கச் சுற்றிலும் ஆயிரம் வாய்கள். இறுதியில் நாகம்மாளின் முயற்சி கொழுந்தனின் கொலையில்

போய் முடிகின்றது. அப்படித்தான் ஆக முடியும் எனினும் நாகம்மாளின் குரலும் செயலும் வித்தியாசமானவை. ஆண்களுக்குக் கட்டுப்பட்டு நடக்கும், மூலையில் முக்காடிட்டு ஒதுங்கிக் கிடக்கும் பெண்களையே கண்டிருந்த தமிழ் நாவல்களில் நாகம்மாளின் வரவு ஏற்படுத்திய அசைவுகள் முக்கியமானவை. உடல் உழைப்பில் ஆணுக்கு நிகராக ஈடுபடும் விவசாயச் சமூகப் பெண்களுக்கே உரிய சுயமான சிந்தனையும் செயல்பாடும் ஆளுமையும் கொண்டவள் அவள். நாகம்மாள் அளவு ஆளுமைகொண்ட பெண்ணொருத்தியை இன்னமும் தமிழ் நாவல்களில் சந்திக்க முடியவில்லை என்பது உண்மை.

கொங்குப் பகுதிக் கிராமங்களின் பேச்சு வழக்கு தங்குதடையற்று ஆர். சண்முகசுந்தரத்திற்குக் கைவந்த ஒன்று. அவருடைய பாத்திரங்கள் அவர்களின் அசலான மொழியில் உரையாடி வாழ்பவர்கள். கு. ப. ராஜகோபாலனின் வார்த்தைகளில் சொல்வதென்றால் ‘கிராம பாஷையின் மூர்ச்சனை ஸ்தானங்கள்’ அனைத்தையும் தம் எழுத்தில் கொண்டுவந்தவர் அவர். தன் நாவல்கள் அனைத்திலும் எவ்விதப் பம்மாத்துகளுமின்றித் தமது களத்தையும் மாந்தர்களையும் உருவாக்கி யுள்ளார். எளிமையும் நேரடித் தன்மையும் கொண்ட அவரது நடை, புறத்தை விவரித்துச் செல்வது போன்றிருக்கும். ஆனால் மனிதர்களின் நடத்தைகள் குறித்த புரியாமைகளில் சென்று முட்டித் தத்தளித்து நிற்கும். நடத்தைகளுக்கான காரணங்களைக் கண்டறிந்து பதில்களை வழங்குவதில் அவருக்கு ஆர்வமிருப்பதில்லை. மனித நடத்தைகளின் பரிமாணங்கள் திரும்பத் திரும்ப அவருக்கு வியப்பூட்டிக்கொண்டே இருக்கின்றன. வியப்புகளை அப்படியே பதிவுசெய்து நம்முன் வைத்துவிட்டு நகர்ந்துவிடும் படைப்பாளி அவர்.

தம் காலத்து வாழ்வின் பல கோணங்களை நாவல்களாக்கிய மன விரிவு கொண்டவர் அவர். அப்பாவிகள், வெகுளிகள் என்னும் பூச்சை உடைத்துக் கிராமத்து மனிதர்களின் பல்வேறு முகங்களை அவருடைய நாவல்கள் பரப்பி வைத்தன. அவருடைய கிராமங்களில் மனிதர்கள் முழுக்க நல்லவர்களாகவும் இல்லை: முழுக்கக் கெட்டவர் களாகவும் இல்லை. சூழலுக்கேற்ற முகம் கொண்டு இயங்கும் மாந்தர்கள் அவர்கள். அவருடைய ‘அறுவடை’ மனித சுயநலத்தின் உச்ச எல்லையைக் குறிவைத்து எழுதப்பட்ட நாவல். தான் காதலித்த பெண் தன்னுடைய கிழத் தாத்தாவுக்கு மனைவியாகப் போகிறாள் என்று அறிந்த பேரன் ‘அப்படீனா ரொம்ப வசதியாப் போச்சு’ என்று குதூகலம் கொள்கிறான். இத்தகைய மனங்களை இயல்பாக அறுவடை செய்து கொடுத்தவர் ஆர். சண்முகசுந்தரம்.

அக்காலக் கோவை நகரம் நூற்பாலைகளால் வளர்ந்துகொண்டிருந் தது. அதையொட்டி ஏற்பட்ட கலாச்சார மாற்றங்கள் ஆர். சண்முகசுந் தரத்தின் சில நாவல்களில் அழுத்தமான பதிவைப் பெற்றிருக்கின்றன. தொழிற்சங்கங்களின் போட்டி மிகுந்த செயல்பாடுகளையும் தொழிற் சங்கத் தலைவர்களின் ஏமாற்றுகளையும் ‘தனிவழி’ என்னும் நாவல்

விரிவாகப் பேசுகின்றது. தொழிற்சங்கங்கள் இன்று சரிந்துவரும் நிலையில் அவற்றின் பலவீனங்களை ஐம்பது ஆண்டுகளுக்கு முன்பே அவருடைய நாவல் பேசியது சாதாரண விஷயமல்ல. அதேபோல் அவருடைய படைப்புகளில் தலைமுறைகளுக்கிடையே சிக்கித் தவிக்கும் மதிப்பீடுகளின் அவலங்கள் கூர்மையாக வெளிப்பட்டிருக்கின்றன.

எவரையும்விடப் படைப்பாளிக்குக் கூடுதலாகத் தேவைப்படும் மாற்றங்களைக் குறித்த அவதானிப்புகள் அவரிடம் மிகுதியாக உண்டு. மாற்றங்களை எதிர்கொள்ள இயலாமல் செயலற்றுப் போய்விடும் பழைய தலைமுறையையும் அவர்களைப் பற்றிய எந்த உணர்வும் இன்றி மாற்றங்களின் ஓட்டத்தோடு விரைந்தேகும் புதிய தலைமுறையையும் வியப்பு மேலிட்ட ஆர்வத்தோடு தம் படைப்புகளில் அவர் முன்வைக்கின்றார். எதிலும் தேங்கி நின்றுவிடாது பரிசீலிக்கும் இயல்பே அவருடைய எழுத்தை இன்றும் புதிதாக்கிக்கொண்டிருக்கின்றது.

2

ஆர். சண்முகசுந்தரம் 1918ஆம் ஆண்டு ஈரோடு மாவட்டத்தில் உள்ள கீரனூர் என்னும் கிராமத்தில் பிறந்தார். கோவை, சென்னை நகரங்களில் பள்ளிக் கல்வியைக் கற்ற அவருக்குத் தம் தாயின் மூலமாக வாசிப்புப் பழக்கமும் தாய்வழிப் பாட்டியின் வழியாகக் கதை ஆர்வமும் ஏற்பட்டன. 'மணிக்கொடி' இதழ் அவருக்கு நவீன இலக்கிய முயற்சிகளை அறிமுகப்படுத்தியது. 1939இல் 'மணிக்கொடி'யில் வெளியான அவருடைய முதல் சிறுகதை 'பாறையருகே'. அதன்பின் பல சிறுகதைகளையும் வசன கவிதைகளையும் எழுதினார். வங்காள நாவல்கள் சிலவற்றை மொழிபெயர்த்தார். அவருடைய படைப்புகளில் வெளிப்பட்ட கிராம வாழ்வின் அசலான தன்மையை உணர்ந்த எழுத்தாளர் கு. ப. ரா., 'கிராமத்து ஜனங்களை நன்றாக அறிந்திருக்கிறீர்கள். நாவல் எழுதுவதுதானே' என்று உற்சாகமுட்டினார்.

கு. ப. ரா.வின் சொற்களுக்கிணங்கி ஒரு மாதத்தில் அவர் எழுதி முடித்த நாவல்தான் 'நாகம்மாள்'. அந்நாவல் 1942இல் வெளியானபோது அதற்குக் கு. ப. ரா. முகவுரை எழுதினார். அம்முகவுரையில் 'இந்த மாதிரி குடியான வாழ்க்கையையே ஆதாரமாகக் கொண்டு தமிழில் எழுதப்பட்ட முதல் நவீனம் இதுதான்' எனக் கருத்துரைத்தார்.

'குடியான வாழ்க்கையை இன்னும் பல சித்திரங்களில் அவர் நமக்கு அளிக்க வேண்டும்' என்னும் கு.ப.ராவின் வேண்டுகோளை ஏற்றுச் சிறுகதை, கவிதை ஆகியவற்றை ஒதுக்கிவிட்டு முழுமையாக நாவல்களில் கவனம் செலுத்தினார் ஆர். சண்முகசுந்தரம். இருபத்தொரு நாவல்களை அவர் எழுதியுள்ளார். 'நாகம்மாள்', 'அறுவடை', 'தனிவழி', 'சட்டி சுட்டது' ஆகிய நாவல்கள் உயர்ந்த தரம் கொண்டவை. 'பனித்துளி', 'பூவும் பிஞ்சும்', 'அழியாக் கோலம்' முதலிய நாவல்கள் பலராலும் பாராட்டப்பெற்றவை.

காங்கிரஸ் இயக்கத்திலும் விடுதலைப் போராட்டத்திலும் ஈடுபாடு கொண்ட அவர், தமது படைப்புகளில் காந்தியக் கருத்துகளை முன்வைக்க முயன்றுள்ளார். கதராடை அணிவதையும் எளிமையாக வாழ்வதையும் கைக்கொண்டிருந்தார். லௌகீக வாழ்க்கையில் எழுத்தாளருக்கே உரிய குணாம்சங்களால் பெரும் தோல்வியைப் பெற்ற அவர், எழுத்து ஒன்றையே வருவாய்க்கான வழியாகக்கொண்டு செயல்பட்டார்.

இந்தி, உருது, ஆங்கிலம் ஆகிய மொழிகளைக் கற்றிருந்த அவர் அம்மொழிகளின் வழியாக வங்காள நாவல்கள் பலவற்றை மொழிபெயர்த்தார். சரத்சந்திரர், தாரா சங்கர் பானர்ஜி, விபூதிபூஷன் பந்தோபாத்யாய முதலியோரின் நாவல்களைத் தமிழில் தந்தார். நூற்றுக்கும் மேற்பட்ட நாவல்களை மொழிபெயர்த்துள்ளார். அவற்றில் குறிப்பிடத்தகுந்தவை 'விபூதிபூஷன் பந்தோபாத்யாய' வின் 'பதேர் பாஞ்சாலி', தாராசங்கர் பானர்ஜியின் 'கவி', பஞ்சாபி நாவலாசிரியர் அம்ருதா ப்ரீதத்தின் 'பாடகி' ஆகியவை.

'மூல ஆசிரியரே மொழிபெயர்க்கப்படும் மொழியில் எழுதி இருப்பாரேயானால், குறிப்பிட்ட ஒரு கருத்தை எம்மாதிரி எழுதி இருப்பாரோ அம்மாதிரிதான் மொழிபெயர்ப்பு இருக்கவேண்டும்' எனச் சொல்லும் அவர், மொழிப் புலமை மிகுந்திருந்த காரணத்தால் சிரமமின்றி இயல்பாக மொழிபெயர்ப்புகளைச் செய்து கொடுத்துள்ளார்.

மேலும் ஆர். சண்முகசுந்தரம் தமது தம்பி திருஞானசம்பந்தத்தை ஆசிரியராகக் கொண்டு 'வசந்தம்' என்னும் இலக்கிய இதழைப் பல ஆண்டுகள் நடத்தினார். அவ்விதழுக்கு ஆர். கே. சண்முகம் செட்டியார், ரசிகமணி டி. கே. சி. ஆகியோர் கௌரவ ஆசிரியர்களாக இருந்துள்ளனர். 'புதுமலர் நிலையம்' என்னும் பதிப்பகத்தைத் தொடங்கி ஆர். கே. சண்முகம் செட்டியாரின் 'சிலப்பதிகாரப் புகார்க் காண்ட உரை' உள்ளிட்ட நல்ல நூல்கள் பலவற்றை வெளியிட்டார்.

இடையில் பத்தாண்டுகளும் இறுதியில் பத்தாண்டுகளும் எதுவும் எழுதாமல் மௌனம் காத்த ஆர். சண்முகசுந்தரம் 1977ஆம் ஆண்டு இறந்தார்.

3

'**நா**வல் கலையில் ஆர். சண்முகசுந்தரம் அளவுக்கு ஈடாகச் சொல்லக்கூடிய அளவில் நல்ல கலைஞர்கள் பிற மொழிகளில் இல்லை' என்று க. நா. சு., விதந்தெழுதும் அரிய படைப்பாளரான ஆர். சண்முகசுந்தரத்தைத் தமிழ் உலகம் கண்டுகொள்ளவில்லை. எந்தத் தொழிலையும் லாபகரமாகச் செய்ய இயலாமல் எழுத்தையே நம்பியிருந்த அவருடைய வாழ்க்கை மிகுந்த அவலமானது. தந்தை வைத்திருந்த பெரும் சொத்தைப் பதிப்பகம், இதழ் ஆகியவற்றை நடத்தி இழந்த அவர், குடும்பத்தைக் காப்பாற்றத் தம் இறுதிக் காலத்தில் நண்பர்கள் பலரிடமும் கையேந்தும் நிலைக்கு ஆளானார்.

இலக்கிய முயற்சிகளில் துணைநின்ற தம்பி இறந்தபோது அடக்கச் செலவுக்குக்கூடப் பணமின்றி அவருடைய குடும்பம் தவித்திருக்கிறது.

அவருடைய நிலையைப் பதிப்பகங்கள் பயன்படுத்திக்கொண்டு நூறும் இருநூறும் கொடுத்து 'அவுட்ரேட்' எனச் சொல்லப்படும் முறையில் அடிமாட்டு விலைக்கு வாங்கி அவருடைய நூல்களை வெளியிட்டு லாபம் சம்பாதித்தன. அவருடைய பெயரையே நீக்கிவிட்டு அவர் மொழிபெயர்த்த நூல்களை வெளியிட்டுக்கொண்ட பதிப்பகங ்களுமுண்டு. தமிழ், தமிழ் என்று பேசாமல், அரசியல்வாதிகள் எவரையும் நாடாமல், தம் வழியில் தமிழை வளப்படுத்திய ஆர்.சண்முகசுந்தரத்தைத் தமிழ்ச் சூழல் எவ்வளவு அலட்சியப்படுத்தியபோதும், அவற்றை எல்லாம் மீறி அவருடைய படைப்புகள் அவரைத் திரும்பத் திரும்ப முன்னிறுத்திக்கொண்டிருக்கின்றன. 'உலக மயமாக்கலை' எதிர்கொள்ளத் தமது வேர்களைத் தேடி ஒவ்வொரு இனமும் பயணப்பட்டுக் கொண்டிருக்கும் இன்றைய சூழலில் அவருடைய படைப்புகள் மறுபதிப்புகளாக வெளியிடப்பட வேண்டிய அவசியமிருக்கிறது. ஏனெனில் அசலான எழுத்து அவருடையது.

■

"தொட்டிக்கட்டு வீடு" சாதிய மேலாண்மை

வட்டாரம், வட்டார இலக்கியம் என்ற பாகுபாடுகள் முதன்மையாக மொழியை வைத்துச் செய்யப்படுகின்றன. பின், குறிப்பிட்ட பகுதி மக்களின் வழக்காறுகள், வாழ்க்கைப் பிரச்சினைகள், தொழில்கள் போன்றவற்றையும் உள்ளடக்கி 'வட்டாரம்' விரிவுபடுத்தப்படுகின்றது. எவற்றை எல்லாம் அடிப்படையாகக்கொண்டு வட்டாரம் பிரிக்கப்படு கின்றதோ அவற்றையே இன்னொரு வகையில் மறைக்கவும் செய்கின்றது.

முதலில் மொழி. ஒரு வட்டாரத்தில் வாழும் அனைத்துச் சாதியினரும் ஒரு பொதுவான மொழியில்தான் பேசுகின்றனரா? அவர்களுடைய ஒலிப்புமுறைகள் ஒன்றுபோல இருக்கின்றனவா? நிச்சயமாக இல்லை. சொற்களிலும் ஒலிப்பு முறையிலும் நுண்ணிய வேறுபாடுகள் உள்ளன. கொங்கு வேளாளக் கவுண்டர்களிடையே பழமொழி ஒன்றுண்டு.

பறெப்புள்ளெயப் பள்ளிக்கொடத்துல வெச்சாலும்
அனேங்கற புத்தி போகாது.[1]

கொங்குப் பகுதிப் பறையர்கள் 'அங்கன இங்கன' என்று 'அன'ப் போட்டுப் பேசுபவர்கள். இவ்வழக்கு பிற சாதியினரிடம் கிடையாது. இந்த நுண்ணிய வேறுபாட்டை உணர்த்தும் பழமொழி பறையர்களின் மொழியைக் கேலி செய்கிறது. மொழியில் மட்டுமல்ல. ஒரு பகுதியில் ஆதிக்க சாதியாக இருப்பவர்கள், அந்தப் பகுதியின் தாழ்த்தப்பட்ட சாதியினரை எல்லா வகையிலும் கீழானவர்களாகக் கருதுகின்றனர்.

கவுண்டச்சி ஒருத்தியின் ஒப்பாரிப் பாடல் இது –

சுத்திப் பனங்காடு
சுடலோரம் பறத்தெருவு
பறத்தெருவு வாக்கப்பட்ட

பசுங்கிளியா எம்மாளுக்கு
பாச தெரியலியே
படிமானங்க சிக்கலியே ²

புகுந்த வீட்டைப் பிறந்த வீட்டோடு ஒப்பிட்டுத் தாழ்த்திப் பாடும் இப்பெண், கணவன் வீட்டாரைப் பறையர்களாகவும் அவன் ஊரைப் பறைத்தெருவாகவும் உருவகிக்கிறாள். மிகவும் 'உயர்வான' இடத்திலிருந்து பறைத்தெருவுக்கு வாழ்க்கைப்பட்டுப் போன அவளுக்கு, அவர்களுடைய மொழியும் (பாசை) பழக்கவழக்கங்களும் (படிமானங்கள்) புரியவில்லை என்கிறாள்.

பழமொழியும் ஒப்பாரிப்பாடலும் அந்தப் பகுதி மக்களிடையே மொழி வழக்காறுகளில் வேறுபாடுகள் உள்ளதை வெளிப்படையாகக் காட்டுகின்றன. வட்டாரம் என்ற பிரிப்பு இத்தகைய வேறுபாடுகளைக் கணக்கில் கொண்டதில்லை. அது பொதுவாக 'அந்தப் பகுதி மக்களின் மொழி' என்று குறிப்பிடப்படும். அதன் வழியாக வட்டாரச் சாதி வேறுபாடுகளுக்குள் நுழையாமல் மழுப்பிச் சென்றுவிடும். அங்குள்ள சாதிப் பிரிவினையை மறைக்கவும் முயலும். படைப்புகளில் வெளிப்படையாக வரும் சாதிய அடையாளங்களை நீக்கம் செய்து பொது அடையாளத்தை ஏற்றும். ³

இவற்றினூடே குறிப்பிட்ட வட்டாரத்தில் ஆதிக்க சாதியாக இருப்பவர்களின் மொழியை, நடைமுறைகளை அந்த வட்டாரத்தின் பொதுமைக் கூறாக முன்னிலைப்படுத்தும். வட்டார இலக்கியத்தின் தன்மை 'அந்த வட்டாரத்தின் பிரத்யேகமான அல்லது வகைமாதிரி யான பண்பு நலன்களை வெளியிடுதல்' என்றால், பிரத்யேகம், வகைமாதிரி என்பன அந்த வட்டார ஆதிக்க சாதியினரின் பண்பு நலன்களே. ⁴

இந்த முன்னுரையோடு 'மாணவர்களுக்கும் மக்களுக்கும் போதிக்கப் பட்ட கொங்கு மண்ணின் ஒட்டுமொத்த ஓர் நூற்றாண்டு சரித்திரம்' ⁵ என்று வருணிக்கப்படும் 'கொங்கு வட்டார' நாவலான 'தொட்டிக்கட்டு வீடு' பற்றிப் பார்க்கலாம். ⁶

இந்நாவலை எழுதிய இரா. வடிவேலன் புலவர்; தமிழாசிரியர். கவிதைகள் (செய்யுள்கள்), பல நாவல்கள், பாடத்திட்ட நோட்ஸ்கள் எனப் பலவற்றை எழுதியுள்ளார். எனினும் 'தொட்டிக்கட்டு வீடு' ஒன்றிற்காகவே மிகவும் போற்றப்படுகின்றார். 'புதுமை நோக்கும் முற்போக்குக் கொள்கையும் கொண்டவர். மாறுவது சமுதாய மரபு இல்லையெனில் மாற்றுவது படைப்பாளன் மரபு என்னும் கொள்கை யினர். ⁷ இவருடைய 'தொட்டிக்கட்டு வீடு' கொங்குப் பகுதியில் மட்டுமின்றித் தமிழகம் முழுவதும் பரவலான பாராட்டைப் பெற்ற நாவல். பாடத்திட்டங்களிலும் இடம்பெற்று மாணவர்கள் பலரால் பயிலப் பெற்ற சிறப்புடையது. கொங்கு வட்டார நாவலாசிரியர்களில் ஒருவராக இரா. வடிவேலனை ஏற்றுக்கொள்ள இந்நாவலே காரணம்.

நாவலின் சிறப்பு குறித்து நூலின் முதல் பக்கத்திலேயே.

மண்ணின் மணம் கமழும்
அற்புத நாவல் இது
குணக்குன்றாம் குலமகளாம்
குவலயத்துப் பெண் இனத்தின்
எடுத்துக்காட்டாம்
மயிலாத்தாளின் தியாக வரலாறு.

என்று குறிக்கப்பட்டுள்ளது. நாவலின் கதாநாயகியான மயிலாத்தாளைப் போற்றிக் கூறியுள்ள இச்சொற்களின் பொருளை நாவலுக்குள் வைத்துக் காணலாம். மயிலாத்தாள் 'குணக்குன்று', குணத்திலே மலைபோல உயர்ந்தவள்.

கொங்குப் பகுதியின் ஆதிக்க சாதியான கொங்கு வேளாளக் கவுண்டர் சாதியில், நிலபுலன்களும் ஆள்அம்புகளும் உயர்வின் சின்னமாகக் கருதப்படும் தொட்டிக்கட்டு வீடும் கொண்ட, கொத்துக் காரர் என்ற ஒருவகைச் சாதித் தலைமைப் பதவி வகிக்கும் கவுண்டருக் குப் பிறந்தவள் மயிலாத்தாள். அங்குக் கவுண்டர்களுக்கு அடுத்த நிலையில் வாழ்பவர் முதலியார், செட்டியார் போன்ற ஒரு சில சாதியினர். வேளாளர்களுக்கு அடிமை வேலை செய்யும் வண்ணார், நாவிதர், குயவர், பண்டாரம், சக்கிலியர், பறையர் முதலான சாதியினர் 'தொழிலாளர்கள்'. இவர்கள் எப்போதும் வறுமையில் வாடுபவர்கள். இத்தகைய சாதி மக்களிடம் மயிலாத்தாள் நடந்துகொள்ளும் விதத்தைப் பல இடங்களில் ஆசிரியர் காட்டுகின்றார்.

குழந்தைக்குப் பால் இல்லை என்று சொல்லும் ஆண்டிச்சியிடம் 'நாளையிலே இருந்து காத்தாலே வந்து வாங்கிட்டுப் போ' என்ற ஆதரவு காட்டுகிறாள். (பக்கம் 13). நாவிதன் நாச்சிக்கு அவனுக்கென்று தனியாக வைத்திருக்கும் டம்ளரில் தாராளமாகக் காப்பியை இரண்டு முறை ஊற்றுகிறாள் (பக்கம் 16). (மற்றவர்கள் ஒருமுறைதான் ஊற்றுவார் கள்). இதுபோலக் 'குடிபடை'களுக்கு அவள் தாராளமாகச் செய்யும் உதவிகள் நாவலின் பக்கங்களில் நிறைந்திருக்கின்றன. ஆசிரியர் கூற்றாகவே.

> "ஏழைகளுக்கும் பாழைகளுக்கும் குறியாப்பும் கைமாத்தும் கடனும் உடனும் கொடுத்தவள் ... குடிகளுக்கு முகம் கோணாது உதவினவள் ... 'யாரும் கொடுத்தாலும் கொடுக்காவிட்டாலும் மயிலாத்தா ஊட்டிலிருந்தா கண்டிப்பாக் கொடுக்கும்' என்ற நம்பிக்கையோடு வரும் பறையர், சக்கிலியர், நாவிதர், பண்டாரம் போன்ற குடிபடைகளுக்கும் முதலிக்குடி, செட்டிக்குடிக்கும் துணையாகிக் காப்பவள்" (பக்கம் 277).

என்று மயிலாத்தாள் குறிப்பிடப்படுகின்றாள். தங்களிடம் அடிமை வேலை செய்யும் அடித்தட்டுச் சாதியினருக்குத் தாராளமாக, வரம்புகளுக்கு உட்பட்டுச் சில சலுகைகளைக் காட்டி அரவணைத்துச் செல்லும் 'குணக்குன்று' மயிலாத்தாள்.

அடுத்து 'குலமகள்' மயிலாத்தாள். 'குலம்' என்ற சொல் சாதியையே குறிக்கும். மயிலாத்தாள் கவுண்டர் சாதிக்குரிய குணங்கள் எதையும்

வழுவாமல் கட்டிக் காப்பாற்றுகின்றாள். அதில் முதலாவது தன்னுடைய சாதிப் பெருமைக்கு இழுக்கு வராமல் காப்பாற்றுவதாகும். தன் வருங்காலக் கணவன் சென்னிமலையுடன் பேசிக்கொண்டிருக்கும் போது, அவன், விளையாட்டுக்காக மயிலாத்தாளுக்கு வரப்போகிற கணவன் எப்படிப்பட்டவன் எனக் கேட்கிறான்.

'.... நல்லவரா கெட்டவரா? ... ஊதாரியா மாதாரியா?' (பக்கம் 97)

இதற்கு மயிலாத்தாளின் எதிர்வினை கோபமாக வெளிப்படுகிறது. மாதாரி என்பது சக்கிலியரைக் குறிக்கும் சொல்.

'என்ன மாதாரியா? என்ன கண்டபடி அவுங்களப் பத்திப் பேசறீங்க' (பக்கம் 97)

என்று கேட்கிறாள், அவளுடைய வருங்காலக் கணவனை விளையாட்டுக்குக்கூடக் 'கீழ்ச்சாதி' என்று சொல்வதை ஒப்பாத மனம் அவளுடையது. அந்த அளவிற்குச் சாதிப் பெருமை, கௌரவம் ஆகியவற்றில் ஊறியவள் அவள். அதனால்தான் நாவலின் இறுதியில் அவளால் தற்கொலை முடிவெடுக்க முடிகிறது.

'கொங்கு நாட்டின் முதன்மைக் குடிகள்' (பக்கம் 111) என்று ஆசிரியரால் பீற்றப்படும் கவுண்டர் குடியில் பிறந்த மயிலாத்தாள் குடும்பத்தை அவமானப்படுத்த 'மயிலாத்தாள் பண்ணயத்துப் பறையனோடு போய்விட்டாள்' [8] (பக்கம் 282) என்று எதிரிகள் கதை கட்டுகின்றனர். முதன்மைக் குடியும் தொட்டிக்கட்டு வீடு கட்டி வாழ்கின்ற அளவுக்கு வசதியும் கொத்துக்காரர் என்ற பதவியும் கொண்டவர் மயிலாத்தாளின் தந்தை. இத்தகைய சாதி ரீதியான அந்தஸ்து உடையவரை அவமானப்படுத்துவது எவ்விதம்? அவருடைய மகள் கவுண்டர் ஒருத்தனோடு 'போய்விட்டால்' அது அவமானமில்லை, 'பறையனோடு போய்விட்டால்'தான் அவமானம். இங்கே 'போய்விடுதல்' அவமானமில்லை. யாரோடு என்பதில்தான் அவமானம். 'பறையனோடு' என்பது அதுவரை அவர்கள் கட்டிக் காத்து வந்த சாதிப் (குலப்) பெருமைக்கு இழுக்கல்லவா? மயிலாத்தாள் தற்கொலை செய்துகொள்கிறாள். ஆகவே 'குலமகள்' என்று ஆசிரியரால் போற்றப்படுகின்றாள்.

குணக்குன்றும் குலமகளுமான மயிலாத்தாளைக் 'குவலயத்துப் பெண் இனத்தின் எடுத்துக்காட்டாய்' – அதாவது வகைமாதிரியாய் ஆசிரியர் வருணிக்கிறார்.

மயிலாத்தாளை உலகத்துப் பெண் இனத்துக்கே சான்றாய்க் காட்டிய ஆசிரியர் தமது முன்னுரையில்,

> "கொங்கு நாட்டு வேளாளர் வாழ்வின் உயரிய பண்புகள், பழக்க வழக்கங்கள், உணர்ச்சிச் சிதறல்கள், வறட்டுக் கௌரவங்கள், போட்டிப் பொறாமைகள் – இவையே இப்புதினத்தை இயக்குகின்றன" (பக்கம் 8).

என்று குறிப்பிடுகின்றார். கொங்கு வேளாளர்களின் 'உயரிய பண்புகள்' எவை? மயிலாத்தாளின் தந்தை முத்து வேலப்ப கவுண்டரை வைத்து இதைப் பார்க்கலாம்.

நாற்பது ஏக்கர் நிலம்கொண்ட பெரியதனக்காரரும் கொத்துக்காரரு மான முத்து வேலப்ப கவுண்டர் 'கூத்தியார்' வீட்டுக்குப் போகும் 'உயரிய' பண்பு கொண்டவர். ஆசிரியரே மேளதாளத்தோடு அழைத்துச் சென்று விட்டுவருவதுபோல அந்நிகழ்ச்சியை வருணிக்கிறார். அவ ருடைய பெட்டி வண்டி கிழக்கு நோக்கிப் போவதில் காட்சி தொடங்குகிறது. அடுத்து அவருடைய உடை, உருவ அலங்காரம்; சந்தோசமான மனநிலை. உடனே ஆசிரியருக்கு ஒரு சந்தேகம் வந்துவிடுகிறது. கம்பீரமான, நேர்மையான, ஒழுக்கமான மனிதராக நாம் காட்டி வந்த கவுண்டரைக் கூத்தியார் வீட்டுக்கு அனுப்புவதா? உடனே அதையும் ஓர் 'உயரிய பண்பாகச்' சித்திரிக்க முயல்கிறார்.

கவுண்டர்களின் பெருமை மிகுந்த வரலாற்றை விவரிக்கத் தொடங்குகிறார். காணியாளர், காமிண்டர் என்ற அவர்களின் பண்டைநாள் வீரப் பெருமையை எடுத்தோதுகிறார். பின் 'பிறருக்குக் கொடுத்து மகிழும் அவர்களின் பெருங்குணத்தை' விவரிக்கிறார். இத்தகைய உயர்வுடையவர்கள் 'வைப்பு' வைத்துக்கொள்வதில் என்ன தவறு என்று கேட்க வருகிறார்.

> "அந்த வேளாளர் குடியிலே தோன்றி, நன்கு வசதியும் நிலபுலனும் உடைய குடும்ப ஆடவர்கள் மயில் போன்ற மனைவிகளைப் பெற்றிருந்தாலும் வைப்புகளைக் கௌரவத்திற்காக வைத்திருந்தார்கள்... சிலர் அளவாகத் தொடர்புகளும் பலர் தங்கள் மனைவிகளோடு மட்டும் வாழ்க்கையை நடத்தி வந்தனர்..." (பக்கம் 112, 113)

அளவாகத் தொடர்புகள், தங்கள் செல்வாக்கு குறையாதபடி வைப்புகள் என்பதை ஆசிரியர் வரவேற்கிறார். சுய சாதிப் பெருமை களுக்குக் கோவலன்போலச் செல்வத்தை இழக்காமல் கௌரவத்தோடு தொடர்பு வைத்துக்கொள்ளுங்கள் என்று அறிவுரை கூறுகிறார்.

வேலப்ப கவுண்டர் தன் தொடுப்பை எவ்வாறெல்லாம் உயர்வாக நடத்தினார். மனைவியும்கூட அதை அங்கீகரித்திருந்தாள் என்பதை யெல்லாம் விலாவாரியாக எடுத்துச் சொல்லி அவருடைய 'உயரிய பண்பை' ஏற்றுக்கொள்ள வைக்க முயல்கிறார்.[9] இதில் ஆசிரியரின் தெளிந்த கருத்தை இன்னொரு வகையாகவும் விளக்கலாம்.

கவுண்டர்களின் பெருமையைக் குலைக்கும் வண்ணம் தகராறு செய்துகொண்டு மைனராகத் திரியும் காளியண்ணன் பாத்திரத்தை ஆசிரியர் கையாளும் விதம். முத்து வேலப்ப கவுண்டரைப் போலவே, அவனுக்கும் ஒரு தொடுப்பு இருக்கிறது. ஆனால் ஆசிரியர் அதை நியாயப்படுத்தவில்லை. ஏனென்றால் கவுண்டர் பெட்டி வண்டியில் மதிப்பாகப் போய் வருகிறார். காளி எல்லோருக்கும் தெரியும்படி நடந்து போகிறான். கவுண்டர் திருமணமாகிக் குடும்பத்தோடு இருக்கிறவர்: காளி 'தண்டுவன்'. அத்தோடு மட்டுமில்லை, கவுண்டர் கொங்கு வேளாள சாதிக்குப் பெருமை தேடித் தருகிறவர்; காளி அந்தப் பெருமைகளைக் குலைக்கிறவன். இருவரின் ஆடையைக் குறித்த வருணனையை மட்டும் பார்த்தால் போதுமானது.

வைப்பு வீட்டுக்குப் போகும் கவுண்டர்.

"... புடலம் பூவைப் போன்ற வெண்மையான வேட்டியும் சிப்பாவும் அணிந்து சரிகைத் துண்டைத் தோளில் வளைத்துப் போட்டிருந்தார். அவர் வாயும் உதடுகளும் வெற்றிலையால் சிவந்து விளங்கின. அவருடைய கையில் வெள்ளியால் செய்யப்பட்ட வெற்றிலைப் பெட்டி இருந்தது. அவருடைய காதுகளில் கடுக்கன்களும் இடக் கையில் தங்கக் காப்பும் எடுப்போடு விளங்கின." (பக்கம் 110 – 111)

காளியின் தோற்றம்

"... நாகரிகமாகச் சிப்பாவும் வேட்டியும் கட்டிக்கொண்டு திரிந்தான். எப் பொழுதும் வாயில் துணியால்தான் சிப்பா இருக்கும். உள்ளே போட்டிருக்கும் பனியன் அப்படியே நல்லாத் தெரியும். தலையில் நடுவகிடு எடுத்து இருபக்க மும் சுருள் சுருளான முடிகளைப் படிய வாரிவிட்டுக் கொள்வான். அப்படியும் அம்முடிகள் அடங்காமல் பின்புறம் 'பம்' மெனத் தூக்கிக்கொண்டிருக்கும். அவன் அடிக்கடி பீடி இழுப்பான்." (பக்கம் 143)

இவ்விதம் கொங்கு வேளாளரின் 'உயரிய' பண்புகளைப் போற்றும் ஆசிரியர், அவர்களின் சிறப்பை உலகுக்கு உணர்த்தும் விதத்தில் பல இடங்களில் சடங்குகள், பழக்க வழக்கங்களைக் குறித்து ஒரு நாட்டுப்புறவியல் ஆய்வாளனுக்குரிய தரவுகளைப் போல விரிவான கட்டுரைகளை எழுதிச் செல்கிறார்.[10] நாவலின் அமைப்பைக் குலைத்துவிடும் இத்தன்மை பற்றி ஆசிரியர் சிறிதும் கவலைப்படு வதில்லை. கொங்கு வேளாளர்களின் 'உயரிய' பழக்க வழக்கங்களை விவரிப்பதே அவர் நோக்கம்.

உயரிய பண்புகளைப் போலவே, கொங்கு வேளாளர்களின் 'உணர்ச்சிச் சிதறல்கள், வறட்டுக் கௌரவங்கள், போட்டி பொறாமை கள்' ஆகியவற்றை ஆசிரியர் எதற்காகக் காட்டுகின்றார் என்பதைப் பார்க்கும் முன் இந்நாவலில் அவர் காட்டும் பிற சாதியினரைப் பற்றிப் பார்ப்பது அவசியம்.

கவுண்டர்களைச் சார்ந்து வாழ வேண்டிய நிலையிலுள்ள பண் டாரம், நாவிதர், சக்கிலியர், பறையர் ஆகிய சாதிகளைச் சேர்ந்தவர்கள் நாவலில் இடம்பெறுகின்றனர். அவர்கள் வரும் இடங்களில் ஆசிரியர் பயன்படுத்தும் சொற்கள் முக்கியமானவை.

"அவனது வெற்றிலை போட்டுச் சிவந்து காறை ஏறிய பற்கள் சிரிப்பையும் கைகளை மடித்துக் கட்டிக்கொண்ட உடல், பணிவையும் காட்டி நின்றன." (பக்கம் 14)

"நான்தானுங்க எஜமான்" என்று செல்லன் பயபக்தியோடு வெளியேயிருந்து சொன்னான்." (பக்கம் 40)

"... (பறையர்) இருகைகளையும் கூப்பித் தலைக்குமேல் வைத்து வணங்கிப் பின் கைகளை முன்புறத்தில் கட்டிக்கொண்டு நின்றான். மற்றவர்களும் பணிவாக அதுபோலவே நின்றார்கள்." (பக்கம் 102)

இதுபோலப் பல இடங்களில் அவர்களுடைய பணிவையும் கவுண்டர்களை மதித்துக் கீழாகத் தங்களைத் தாழ்த்திக்கொள்ளும் நடைமுறைகளையும் ஆசிரியர் சிலாகித்து விவரித்துச் செல்வார்.

அவர்கள் 'இவ்விதம் பணிவாக நடந்துகொள்ள வேண்டும்' என்ற ஆசிரியரின் அக விருப்பத்தை இயல்பாக உணர முடிகிறது.

நாவலில் ராமன் என்ற பறையர் சாதி இளைஞன் முக்கிய இடம் பெறுகிறான். அவனை ஆசிரியர் படைத்துள்ள விதம் அவரது மனோபாவத்தை வெளிப்படுத்துவதாக இருக்கிறது. 'ராமன் வாலிபப் பருவத்திற்கே உரிய மிடுக்கும் ஏறு போன்ற தோற்றமும் கட்டுமஸ்தான உடலும் கொண்டு விளங்கினான்' (பக்கம் 197). அவன் எழுதப் படிக்கத் தெரிந்திருந்ததோடு சேரியில் ஏற்படும் சண்டை சச்சரவுகளைத் தீர்க்கும் தலைவனாகவும் ஆகிக்கொண்டுவந்தான். கூத்தாடுவதிலும் மிகவும் வல்லவனாக இருந்தான். கொத்துக்காரக் கவுண்டர் வீட்டுப் பண்ணையாள் அவன். மிகவும் விசுவாசமானவன். கவுண்டரை வைப்பு வீட்டுக்குக் கூட்டிச் செல்லும் அவன் 'இப்ப பொறாமைக்காரங்க வேறு எசமானுக்கு அதிகம். பாதுகாப்பா இருந்து கூட்டிக்கிட்டுப் போவணும்' (பக்கம் 111) என்ற பொறுப்பான ஆள்காரனாக நடந்து கொள்கிறான்.

இப்படிப்பட்டவனை நாவலின் இறுதியில் 'புரட்சிக்காரன்' போலக் காட்ட முயல்கிறார் ஆசிரியர். 'மயிலாத்தாள் ராமனோடு 'போய்விட்டாள்' என்ற அபவாதத்தை எதிரிகள் சுமத்தி ராமனைப் பஞ்சாயத்தில் நிறுத்துகிறார்கள். அப்போது அவன் பேசும் பேச்சும் நடைமுறைகளும் அவன் சாதிக்கென்று விதிக்கப்பட்ட முறைகளை மீறுவதுபோலத் தோன்றுகின்றன.

கையில் அரிவாளும் குத்தீட்டியுமாய்ப் பஞ்சாயத்து முன்னால் பணியாமல் நிற்கிறான் அவன். கீழே விழுந்து கும்பிடவும் அவன் தயாரில்லை. அவனைக் குற்றவாளி என்று கூறும் கவுண்டர்களைப் பார்த்து வீராவேசமாகப் பேசுகிறான்.

> "ஏ! கவுண்டர்களே! ஆனைக் கூட்டம் பாகனுக்கு அடங்கி நடப்பதைப்போல நாங்கள் உங்களுக்கு அடங்கி இருக்கின்றோம். உங்கள் வாழ்வு கொழிக்க நாங்கள் ஓடாகித் தேய்கின்றோம் . . . செருப்பினும் கீழானவர்களாக நீங்கள் எங்களை மதிக்கின்றீர்கள். உங்களுக்கு மூட்டை மூட்டையாய் விளைச்சலைக் குவிக்கின்றோம். . . ஆனால் உழைத்த எங்களுக்கு நீங்கள் கொடுக்கும் பங்கு என்ன?" (பக்கம் 289)

என்றெல்லாம் கவுண்டர்களை 'ஏ' போட்டு விளித்துத் தனது உரிமைக் குரலை எழுப்பும் ராமனை, அடுத்த வரியிலேயே நீர்த்துப்போகச் செய்கிறார்.

> "நிலத்தடியில் கிடக்கும் வைரங்கள் ஒளி உமிழ்வதைப்போல எங்களிடத்தில் அன்பும் பாசமும் காட்டும் உள்ளங்கள் அங்கங்கே ஒரு சில இருப்பதால் அந்தத் தூய அன்புக்காகவே நாங்கள் நன்றியுடன் காலமெல்லாம் உழைக்கத் தயாராகின்றோம்." (பக்கம் 290)

என்று பேசி 'ஒரு சில அன்பு உள்ளங்களை'க் காரணமாக்குகின்றார். அந்த அன்பு உள்ளங்களைப் போலவே மற்ற கவுண்டர்களும் நடந்துகொள்ள வேண்டும் என்பது ஆசிரியரின் அறிவுரை.

> "வேளாண்மைக் கவுண்டர்களே! உங்கள் குடும்பத்திலே பெண்டுகளெல்லாம் எங்க தெய்வங்களா நினைக்கிறவங்க நாங்க." (பக்கம் 291)

என்று அவன் விசுவாசத்தை மிகைப்படுத்திக் கவுண்டர்களின் சார்பாகப் பேசவைத்துவிடுகிறார் ஆசிரியர். இவ்வளவு வேகமாகப் பேசினாலும் கடைசியில், மயிலாத்தாளுக்கு அவமானம் வரக் காரணமாயிருந்த காளியைக் கொல்ல ராமனை அனுமதிப்பதில்லை ஆசிரியர். மாரப்ப கவுண்டர் கத்தியால் குத்திய பின்பே ராமன் அரிவாளால் வெட்டுகிறான் (பக்கம் 292).

ஆசிரியரின் மிகு எச்சரிக்கை உணர்வு இங்குச் செயல்படுகிறது. கவுண்டன் ஒருவனைக் கவுண்டன்தான் கொல்ல வேண்டும்; கவுண்டன் மீது பறையன் கை வைக்கக் கூடாது. இன்னொன்று. தன்னுடைய பண்ணைக்காரக் கவுண்டனைப் பின் தொடர்ந்து அவனுக்கு ஆதர வாகப் பறையன் போக வேண்டும். பாதிக்கப்பட்ட கவுண்டர்களின் பக்கமிருந்து, அவர்களுக்கு ஆதரவாக வாதாடவைத்து, அவர்களுக்குப் பின்பலமாகச் செயல்படவும் ராமனைத் தூண்டுகிறது ஆசிரியரின் சாதிப்பற்று.

கவுண்டர் சாதிப் பெருமை பேசும் 'முற்போக்குக்' கொள்கை கொண்ட ஆசிரியர் இந்த நாவலில் சொல்ல முற்படுவதுதான் என்ன? வேளாளக் கவுண்டர்களின் போட்டி பொறாமைகள், பங்காளிச் சண்டைகள், உணர்ச்சிச் சிதறல்களை எதற்காகக் காட்ட வருகின்றார்? கவுண்டர்கள் உயர்ந்த சாதியினர் என்பதில் ஆசிரி யருக்கு அசைக்க முடியாத நம்பிக்கை. அவர்காட்டும் கிராமத்தில் அதற்குத்தக அவர்கள் உயர்ந்த நிலையில் ஆதிக்க சாதியினராகவே வாழ்கிறார்கள். அங்கு வாழும் பிற சாதியினர் அவர்களுக்கென்று விதிக்கப்பட்ட கடமைகளை எள்ளளவும் வழுவாமல் நிறைவேற்றுகின்ற வர்களாக இருக்கிறார்கள்.

கவுண்டர்களுக்குள் இருக்கும் 'கட்சி' வேறுபாடுகளில் பிற சாதியினர் தலையிடுவதில்லை. 'ஊரில் இருக்கும் முதலியார், செட்டியார் ஆகியோர் யார் பக்கமும் சேரமாட்டார்கள். அவர்கள் பொதுவானவர்கள். எல்லோருக்கும் வேண்டியவர்கள். அதுபோலத் தான் பலபட்டரைகளும்' (பக்கம் 66) என்று அங்குள்ள நிலையை ஆசிரியரே விவரிக்கிறார். 'குடிபடைகள்', 'கவுண்டைகளுக்குள்ளே வெட்டிக்குவாங்க, குத்திக்கு வாங்க. அப்புறம் சேந்துக்குவாங்க. குடிபடைகள் அதிலே தலையிட முடியுமா. தலையிட்டா நம்ப தலைக்குத்தான் தீம்பு வரும்' (பக்கம் 69) என்ற பயத்தோடு வாழ்கிறார்கள். எல்லாச் சாதியினரும் அவரவர்களுக் கென்று விதிக்கப்பட்டுள்ள கடமைகளைச் செவ்வனே செய்துகொண்டு வரும்போது கவுண்டர்களை உயர்சாதியாகக்கொண்டிருக்கும் அந்தக் கிராம அமைப்பில் என்ன மாறுபாடு வர முடியும்? கவுண்டர்கள் எந்தச் சிக்கலும் இல்லாமல் தங்கள் அதிகாரத்தைச் செலுத்தி வரலாம்.

ஆனால் இந்த அமைப்பைக் குலைக்கும் விதமாகச் சில 'மசக் கவுண்டர்கள்' நடந்துகொள்கிறார்கள். அதுதான் போட்டி பொறாமை. அவர்களுக்குள் பங்காளிச் சண்டை போட்டுக்கொள்ளும்போது

எந்தச் சிக்கலுமில்லை. பிற சாதியினரைத் தங்கள் கட்சிக்குள் இழுத்து, அவர்களைத் தங்கள் சண்டையில் தொடர்புபடுத்தும்போது 'கிராம அமைதி'க்குப் பங்கம் வந்துவிடும். கவுண்டர்களை எதிர்த்துப் பறையன் ராமன் போன்றவர்கள் பேசத் தொடங்கிவிடுவார்கள். ராமனின் கோபத்தை நாவலுக்குள் அடக்க ஆசிரியரால் முடிந்தது: நடைமுறையில் இயலாது.

இதனை வேளாளக் கவுண்டர்களுக்கு உணர்த்துவதுதான் ஆசிரியரின் நோக்கம். 'கவுண்டர்களே! நீங்கள் எவ்வளவு உயர்வானவர்கள். ஆனால் இப்படிக் கீழ்த்தரமாகச் சண்டை போட்டுக்கொண்டு உங்கள் மதிப்பை இழக்கலாமா? பிற சாதிக்காரர்களை ஆளும் பெருமை படைத்த நீங்கள், அவர்களை எப்போதும் உங்களுக்குக் கீழே வைத்து உங்களைக் காப்பாற்றிக்கொள்ளுங்கள்' என்னும் நீதியை, அறிவுரையை வழங்குவதுதான் நாவலின் நோக்கம். படித்த கவுண்டர் 'மசக் கவுண்டர்களுக்குக்' கூறும் அறிவுரைதான் இந்நாவல்.

இப்படி அப்பட்டமான சாதிய நாவலான 'தொட்டிக்கட்டு வீட்டை' எந்தக் கோள்வியும் இல்லாமல் 'கொங்கு வட்டார நாவல்' என்ற பொதுமைக்குள் அடக்குவது மோசடியே. 'கொங்கு வட்டார மண்மணம் கமழக் கமழ' நாவல் அமைந்துள்ளது என்னும் பாராட்டு நாவலின் சாதியக் கூறுகளை மறைத்துக் காட்டுவதுமாகும்.

●

குறிப்புகள்:

1. Mrs. Meenakshi Sundaram, **Kongu Proverbs - a Studey,** Vellakkinaru, CBE-29, 1984, p. 265.

2. நான் சேகரித்த பாடல். பாடியவர் எனது பெரியபாட்டி. இப்பாடல், பிறந்த வீட்டிலிருந்து திருமணமாகிச் செல்லும் பெண், புதிய இடத்தில் நிலைகொள்ளப் படும்பாட்டை அவள் மன உணர்வுகளை வெளிப்படுத்துவதாக இருப்பதையும் குறிப்பிட வேண்டும்.

3. '**தொட்டிக்கட்டு வீடு**' நாவலின் ஆள்காரன், பண்ணையாள் என்கிற பெயரால் குறிக்கப்படும் பறையனாகிய ராமன், விமர்சனங்களில் 'வேலைக்காரன்' என்று மாறுகிறான். ('ஆள்காரன்' என்ற சொல்லே சாதி அடையாளம் கொண்டது). சு. சண்முகசுந்தரம், **தமிழில் வட்டார நாவல்கள்,** காவ்யா வெளியீடு, 1991. ப.107.

4. கொங்குப் பேச்சு, பண்பாடு என்றாலே கொங்கு வேளாளக் கவுண்டர்களின் பேச்சும் பண்பாடும்தான் என்ற கருத்தை இன்றைய திரைப்படங்கள்கூட முன்னிறுத்துகின்றன.

5. மணல்வீடு மாரப்பன், '**தொட்டிக்கட்டு வீடு ஒரு கண்ணோட்டம்**', சதுக்கப் பூதம் இதழ் 1, 1995 ப. 59.

6. இரா. வடிவேலன், **தொட்டிக்கட்டு வீடு,** தேவி நிலையம், சென்னை, முதல் பதிப்பு, 1976.

7. மேற்படி ப. 6

8. 'போய்விடுதல்' என்றால் கள்ளத்தனமான உறவு வைத்திருத்தல் என்று பொருள்.
9. கவுண்டருடைய வைப்பாட்டியான அன்னக்கொடிக்கு ஒரு பெண்குழந்தை இருந்து இறந்துவிடுகிறது. அதனால் ஏற்படும் பிரச்சினைகளைத் தவிர்க்கவே ஆசிரியர் 'சாகடித்து' விடுகிறார் எனலாம்.
10. கொங்கு வேளாளர் பண்பாட்டை ஆசிரியர் இவ்வாறு விவரிப்பதன் காரணமாகவே, "உலகப் பண்பாடு – இந்தியப் பண்பாடு – தமிழ்ப் பண்பாடு – இவற்றிற்கு எல்லாம் அடிப்படை மனிதப் பண்பாடு – 'கொங்கு வேளாளர் பண்பாடே' – அதாவது விவசாயப் பண்பாடே என்பது ஆசிரியரின் சூட்சமம்", (சதுக்கப் பூதம், ப. 56) என்று வேளாளர் பண்பாட்டை உலகப் பண்பாடாக விவரித்துச் சொல்ல முடிகிறது. அந்த வட்டாரத்திற்கு மட்டுமல்லாமல், உலகத்திற்கே வகை மாதிரியாகக் காட்டும் இத்தகைய விமர்சன வரிகளின் சாதிப் பற்றையும் சேர்த்துப் புரிந்துகொள்ளலாம்.

■

திருக்குறள் – சுஜாதாவின் 'வெகுஜன' உரை

தமிழ்நாட்டில் எழுத்தாளராகவோ / பேராசிரியராகவோ வெகுஜனப் பிரபலம் அடைந்துவிட்ட ஒருவரின் அடுத்த முக்கியமான பணி திருக்குறளுக்கு உரை எழுதுவதுதான். வயது முதிர்ந்த நிலையில், கனிந்துவிட்ட தமது அறிவை நிரூபித்துக்கொள்வதற்குத் திருக்குறள் உரை வாய்ப்பாக அமைகிறது. முதுமைக்கும் திருக்குறள் உரைக்கும் பலவிதமான தொடர்புகள் இருக்கக்கூடும். தம் அறிவு நிலையின் மீது உண்டாகும் சந்தேகத்தைப் போக்கிக்கொள்ளுதல், பிறருக்கு அறிவுரை சொல்லத் தகுதி ஏற்பட்டுவிட்டதாகக் கருதுதல், ஓய்வுக் காலத்தைக் கழிக்கும் வழியை அமைத்துக்கொள்ளுதல் – எனப் பல வகைகளில் இத்தொடர்பைக் கணிக்கலாம். அத்தோடு திருக் குறளுக்கு எப்போதும் தொடர்ந்திருக்கும் சந்தை என்பது மிக முக்கியம். கல்வி நிறுவனங்கள் நடத்தும் போட்டிகள், பரிசளிப்பு விழாக்கள் ஆகியவற்றில் திருக்குறள் நூலின் ஆதிக்கம் மிகுதி. புத்தகச் சந்தையில் என்றென்றும் மவுசுள்ள விற்பனைப் பண்டமாகத் திருக்குறள் விளங்குகிறது. ஆகவே, ஏற்கனவே பெற்ற பிரபலம், சந்தையில் கூடுதலாகச் செல்லுபடியாகி முதுமையில் ஓரளவு வருமானத்தைப் பெறுவதற்கும் திருக்குறள் உரை பயன்படலாம். இந்த வகையில் ஏராளமான உரைகள் வந்துகொண்டே இருக்கின்றன.

திருக்குறள் உரை ஒவ்வொன்றுக்கும் மேற்படி காரணங்கள் எவ்வளவோ இருக்கலாம். ஆனால் எழுத்தாளர் சுஜாதா திருக்குறளுக்கு உரை எழுதக் காரணங்கள் இரண்டு. முதலாவது, திருக்குறளை முழுதும் படித்தபோது ஏற்பட்ட வியப்பை உலகத்தோடு பங்கிட்டுக் கொள்ளுதல். இரண்டாவது, இக்கால இளைஞர்களுக்குத் திருக்குறளில் ஆர்வத்தை ஏற்படுத்துதல் (முன்னுரை, 3). இத்தகைய, 'உயர்ந்த' நோக்கங்களோடு சுஜாதா எழுதிய திருக்குறள் உரை, 1995இல்

வெளியானது. இதை வாசிக்கும்போது திருக்குறளைப் பற்றி வியப்பு ஏற்படாவிட்டாலும் உரையைப் பற்றிப் பெருவியப்பு உண்டாகிறது. 'இன்றைய எளிய வார்த்தைகளில்' (முன்னுரை, 3) சுஜாதா எழுதும் உரையின் சிறப்பு அப்படியானதாகும்.

திருக்குறளுக்கு சுஜாதா எழுதியுள்ள உரையை 'வெகுஜன உரை' என்று சொல்லலாம். வெகுஜன எழுத்தின் தன்மைகள் பல. எவ்வளவு பெரிய விஷயத்தையும் ஒன்றும் இல்லாமல் ஆக்கி, இவ்வளவுதான் என்று 'கேப்ஸ்யூலில்' போட்டுக் கொடுத்துவிடுதல் அவற்றில் ஒன்று. குறும்பு, துள்ளல், இளமை என எதையும் ஜாலியாக ஒரு பக்கக் கட்டுரைக்குள் அடக்கிவிடும் வெகுஜன எழுத்தின் இயல்போடு இந்த உரை எழுதப்பட்டுள்ளது. ஏற்கனவே பொதுப்புத்தியில் நிலவும் கருத்துகளை அங்கீகரித்துச் செல்லுதல் இதன் இன்னொரு இயல்பு. திருக்குறளை ஒரு நீதி நூலாக மட்டும் காணும் பொதுப்புத்தி சார்ந்த பார்வையையும் இந்த உரை கொண்டிருக்கிறது.

'மலர்மிசை ஏகினான் மாணடி சேர்ந்தார்
நிலமிசை நீடுவாழ் வார்' (குறள். 3)

என்னும் குறளுக்குத் 'தெய்வபத்தி உள்ளவர்கள் நீண்ட நாள் வாழ்வார்கள்' (19) என்பது சுஜாதா உரை. 'மலர்மிசை ஏகினான்' என்னும் தொடருக்கு உரையில் விளக்கமில்லை. இக்குறளின் தொனிக்குச் சற்றும் பொருந்தாத சாதாரண வாக்கியமாக உரை இருக்கிறது.

'வேண்டுதல் வேண்டாமை இலான்அடி சேர்ந்தார்க்கு
யாண்டும் இடும்பை இல' (குறள். 4)

என்னும் குறளுக்கு 'அவர்களுக்கு எப்போதும் துன்பம் இல்லை' (19) என்பது உரை. வேண்டுதல் வேண்டாமை இலாத இறை இயல்பைக் குறள் மையப்படுத்துகிறது. ஆனால் உரைக்கோ அதைப் பற்றிய கவலை இல்லை. சட்டெனக் கடந்துவிடும் வாசகம் ஒன்றை வெகுஜன வாசக மனத்திற்குத் தருவதுதான் உரையின் நோக்கம். முரண் பொருள் தரும் சொற்களை அடுத்தடுத்துக் கையாள்வதன் மூலம் இறைத்தன்மையைச் செறிவாகக் குறள் காட்டுகிறது. குறளில் செறிவாகப் பொதிந்திருக்கும் தொடர்கள் பெரும்பாலானவற்றை மிக எளிதாகப் புறந்தள்ளிவிடுகிறார் சுஜாதா.

'ஒவ்வொரு குறளையும் தனிப்பட்டுப் பார்ப்பதுடன் அந்தக் குறள் தோன்றும் அதிகாரத்தின் பின்னணியிலும் நோக்கி' உரை எழுதியிருப்பதாக சுஜாதா முன்னுரையில் (ப. 3) கூறுகிறார். ஆனால் தனிப்பட்ட ஒரு குறளுக்குப் பொருள் விளக்கம் பெறுவது இந்த உரையில் சாத்தியமில்லை.

'சிறப்பொடு பூசனை செல்லாது வானம்
வறக்குமேல் வானோர்க்கும் ஈண்டு' (குறள். 18)

என்னும் குறளுக்கு உரை 'கோயில்களில் பூசை நின்று போகும்' (2) என்பதாகும். எதனால் பூசை நின்றுபோகும்? அதை அறிய அதிகாரத்

தலைப்பையும் முந்தைய குறளின் உரையையும் பார்த்தாக வேண்டும். ஆனால், 'வானம் வறக்குமேல்' எனச் சொல்லித் தன்னளவில் முழுமை பெற்றதாக அக்குறள் அமைந்திருக்கிறது.

'மலரன்ன கண்ணாள் முகமொத்தி யாயின்
பலர்காணத் தோன்றல் மதி'

என்பது குறள் (எண் 1119). அதிகாரத்தைவிட்டுத் தனிக்குறளாக இதனை எடுத்து எவ்விடத்தில் சொன்னாலும் இதன் பொருள் தெளிவாக விளங்கும். ஆனால் உரை 'அதற்காகப் பலர் காணும்படி நீ தோன்றுவதில் எனக்குச் சம்மதமில்லை' (245) என்றிருக்கிறது. அதற்காக என்றால் எதற்காக? விடையறிய முந்தைய குறள் பொருளுக்குச் சென்றாக வேண்டும். திருக்குறளைவிடச் சுருக்கமாகவும், எளிமையாக வும் கொடுக்கவேண்டும்; படிப்போர் சிரமமின்றி வாசித்துக் கடந்தும் விடவேண்டும் என்னும் வேகம் தவிர உரையில் ஒன்றுமில்லை.

அதிகாரத் தலைப்புகளை 'வசீகரமாக'க் கொடுக்கும் சுஜாதா பாணிக்குச் சில சான்றுகள்: புலால் மறுத்தல் – சைவம் அசைவம், புறங்கூறாமை – கோள் சொல்லாதே, இன்னா செய்யாமை – தீங்கு செய்யாதே. தலைப்பு விளக்கங்களில் முக்கியமாகக் கவனிக்க வேண்டி யது, தொழிற் பெயரில் அமைந்துள்ளமை எல்லாம் ஏவலாக மாற்றம் பெற்றிருப்பதாகும். 'கள்ளாமை' என்னும் தலைப்புத் திருடுதலாகிய செயலை முன்னிறுத்திச் சொல்வதாகும். அதற்கு சுஜாதா 'திருடாதே' என முன்னிலையை நோக்கி ஏவலாகப் பொருள் தருகிறார். செயலை விட்டுவிட்டு நபரை முன்னிறுத்தும் வெகுஜன எழுத்தின் இயல்பு மனத்தில் பதிந்திருப்பதே இதற்குக் காரணம் ஆகும். மேலும் 'பிறனில் விழையாமை' என்னும் அதிகாரத்திற்கு 'மற்றவன் மனைவி' எனப் பொருள் சொல்லியிருக்கிறார் சுஜாதா. மற்றவன் மனைவியைக் குறித்து அறியத் தூண்டும் அதிகாரமா அது? வெகுஜன எழுத்திற்குரிய கவர்ச்சித் தலைப்பு இது. 'இதெல்லாம் திருக்குறளில் இருக்கிறதா என்ன?' என்கிற வியப்பை இளைஞர்களுக்கு ஏற்படுத்தும் சுஜாதாவின் நோக்கம் (முன்னுரை, 3) நிறைவேறும் இடம் இதுதான் போலும். சுஜாதாவின் தமிழறிவு எத்தகையது என்பதை அவர் கொடுத்துள்ள தலைப்பு விளங்கங்களே உணர்த்திவிடக்கூடியவை. காமத்துப்பாலில் 'அலர் அறிவுறுத்தல்' என்பது ஓர் அதிகாரத்தின் தலைப்பு. அலர் என்றால் தலைவன் தலைவி காதலை ஊரில் உள்ள பலரும் அறிதல் என்று பொருள்படும். அப்படிப் பலரும் அறிந்ததைத் தலைவனுக்கோ பிறருக்கோ தெரிவித்தல் 'அலர் அறிவுறுத்தல்' என்பதாகும். ஊரார் அறிந்து பலவிதமாகப் பேசுகின்றனர்; ஆகவே விரைந்து திருமணம் செய்துகொள் என்று தலைவனை வற்புறுத்துவதற்காகவும் அலர் அறிவுறுத்தல் நிகழும். இதனை அறியாத சுஜாதா, 'வதந்தி பரவட்டும்' என விளக்கம் தருகிறார். அலர் என்பது வதந்தி எனப் பொருள்படாது. 'வதந்தி பரவட்டும்' எனச் சொல்லும் மனத்தின் இயல்பையும் இவ்விளக்கம் வெளிப்படுத்துகிறது.

பொதுப்புத்தியில் நிலவும் கருத்துகளுக்கு சுஜாதா தம் உரையில் இயல்பாக இடம் கொடுத்துச் செல்கிறார். நுட்பங்கள் பற்றி எல்லாம் எந்தக் கவலையும் இல்லை அவருக்கு. அறிவு என்பது என்ன – என்னும் கேள்விக்குப் பொதுப்புத்தி சார்ந்த பதில் எதுவாக இருக்கக்கூடும்? படிப்பு, படிப்பினால் வளருவது அறிவு – என்பதாகவே பதில் அமையும். படிப்பினால் வருவதைத் தவிர வேறெவ்வழியிலும் அறிவு வருவதில்லை என்பது இன்றைய பொதுப்புத்தியின் கருத்து. மனப்பாடக் கல்விமுறை, உடல் உழைப்புசார் தொழில் அறிவு குறித்த அக்கறையின்மை முதலிய பலவற்றால் ஏற்படும் இக்கருத்து சுஜாதாவின் உரையில் வெளிப்படுகிறது.

‘அறிதோறும் அறியாமை கண்டற்றால் காமம்
செறிதோறும் சேயிழை மாட்டு’ (குறள். 1110)

என்னும் குறளுக்குப் ‘படிக்கப் படிக்க இன்னும் படிக்க வேண்டியது நிறைய இருப்பதை உணர்கிறோம்’ (243) என்று உரை எழுதுகிறார். அறிதல் – படித்தலாகக் குறுகிப்போய்விடுகிறது.

தம்மில் இருந்து தமதுபாத் துண்டற்றால்
அம்மா அரிவை முயக்கு. (குறள். 1107)

என்னும் குறளுக்கு, ‘இவளை அணைத்துக்கொள்வது வீட்டுச் சாப்பாடு போல் சுவையாக இருக்கிறது’ (ப. 243) என்று சுஜாதா உரை தருகிறார். காதலியோடு கூடும் இன்பத்தின் சிறப்பை விளக்க வாழ்க்கை நடைமுறையிலிருந்து அற்புதமான உவமை ஒன்றை வள்ளுவர் தருகிறார். ஒருவன் தன்னுடைய உழைப்பினால் கிடைத்ததைப் பிறர்க்கும் பங்கிட்டுக் கொடுத்துத் தமது வீட்டில் இருந்து உண்பது எத்தனை இன்பமானதோ அதுபோன்ற இன்பம் இந்தப் பெண்ணின் அணைப்பில் கிடைக்கிறது என்பது இக்குறளின் பொருள். பரிமேலழகர், ‘தமக்குரிய இல்லின்கணிருந்து உலகோர் தந் தாளான் வந்த பொருளைத் தென்புலத்தார் தெய்வம் விருந்தொக்கல்கட்குப் பகுத்துத் தங்கூற்றை யுண்டாற் போலும்’ (ப. 418) என்று உரை எழுதியுள்ளார். தன்னுடைய சம்பாத்தியத்தில் உண்ணும் ஒருவன் பெறும் இன்பம், புணர்ச்சி இன்பத்திற்கு உவமையாகியுள்ளது. இதில்வரும் ‘அம்மா’ என்னும் சொல்லை உணர்ச்சிக் குறிப்பாகக் கொண்டால் குறளின் பொருள் வெகுவாகச் சிறக்கும். நாமக்கல் கவிஞர் அவ்வாறு கொண்டிருப்பார். இத்தகைய சிறப்புடைய உவமையை ‘வீட்டுச் சாப்பாடு’ என்று சொல்வது என்ன பொருத்தம்? உவமையின் நுட்பத்தை விளங்கிக் கொள்ளாத அசட்டு மனம் ‘வீட்டுச் சாப்பாடு x ஓட்டல் சாப்பாடு’ என இக்கால முரணில் வந்து நிற்கிறது. சுஜாதாவின் ‘நவீன உணர்வு’ மெய்சிலிர்க்க வைக்கிறது. சுஜாதாவின் உரையில் இப்படிப் பல விநோதங்கள் நிகழும். கூழ், சாதமாகும் (31); தினை, கடுகாகும் (47).

வெகுஜன எழுத்தின் இயல்பு நிதானமின்மை. விஷயங்களின் ஆழம் குறித்த உணர்வற்று வாசகரைப் படிக்க ஈர்க்கும் நோக்கு

ஒன்றை மட்டுமே கொண்டு இயங்குவதனால் நேர்வது இது. திருக் குறளில் சொல்முறைக்குக் கொடுக்கப்பட்டிருக்கும் முக்கியத்துவம் நுட்பமானது. பலவித உணர்ச்சி நிலைகள் கொண்ட அச்சொல்முறை குறித்த உணர்வேதும் சுஜாதாவுக்கு இல்லை. திருக்குறள் நேர்மறையாகச் சொல்வதை உரையில் எதிர்மறையாகவும் திருக்குறள் எதிர்மறையாகச் சொல்வதை உரையில் நேர்மறையாகவும் மாற்றி எழுதுகிறார் அவர்.

'விசும்பின் துளிவீழின் அல்லால் மாற்றாங்கே
பசும்புல் தலைகாண் பரிது'

இக்குறள் (16) துளி வீழாவிட்டால் 'பசும்புல்லின் நுனியைக்கூடக் காண இயலாது' என மழையின் மகத்துவத்தை எதிர்மறையாகச் சொல்கிறது. 'வீழின் அல்லால்' என்பதில் தொனிக்கும் உணர்வு அற்புத மானது. ஆனால் இதன் உரை, 'மழை பெய்தால்தான் பசும்புல்லைப் பார்க்க முடியும்' (21) என உடன்பாட்டுத் தொடரில் அமைகிறது. இத்தொடர் வெள்ளையாக எந்த உணர்வையும் ஏற்படுத்தாமல் நிற்கக் காரணம் எதிர்மறையை உடன்பாடாக்கிக் கொண்டதுதான்.

'மனைத்தக்க மாண்புடையள் ஆகித்தற் கொண்டான்
வளத்தக்காள் வாழ்க்கைத் துணை'

என்னும் குறள் (51) வாழ்க்கைத் துணைநலம் பற்றி உடன்பாடாகச் சொல்வதாகும். 'தற்கொண்டான் வளத்தக்காள்' – கணவனின் வளங்களுக்குத் தக்க ஆதாரமாகின்றவள் எனப் பொருள் கூறலாம். இதனை சுஜாதா 'வீண் செலவு செய்யாதவள்' (29) எனப் பொருள் படுத்துகிறார். 'வீண் செலவு செய்பவள் பெண்' என்னும் பொதுப்புத்தி சார்ந்த கருத்து சுஜாதாவிடமிருந்து வெளிப்பட்டு இக்குறளுக்கு எதிர்மறை உரை எழுதி வைக்கிறது!

எழுதிக் குவிக்கும் வெகுஜன எழுத்து, பிழையற்ற மொழியில் கவனம் கொள்வதில்லை. வாசகக் கவனத்தை ஈர்ப்பதை மட்டுமே கொண்டு இயங்குவது இவ்வகை எழுத்து. பொருள் குழப்பம், தெளிவின்மை ஆகியன நிரம்பிய தொடர்கள் இவ்வெழுத்தில் சாதாரணம். 'ஏழையைப் பெற்ற தாயே அன்னியனாகப் புறக்கணிக்க லாம்' (229) – இது ஒரு குறளுக்கான உரை. 'பெற்றதாயே ஏழையை அன்னியனாகப் புறக்கணிக்கலாம்' என்றிருப்பின் பொருள் குழப்பம் இல்லை. 'ஏழையைப் பெற்ற தாயே' என விளிபோலத் தோற்றம் தரும் இத்தொடரை முதல் வாசிப்பில் புரிந்துகொள்ள இயலாது.

'சமன்செய்து சீர்தூக்கும் கோல்போல் அமைந்தொருபால்
கோடாமை சான்றோர்க் கணி'

என்னும் குறளுக்கான (118) உரை வருமாறு: "தராசுபோல் சமமாக ஒரு பக்கம் சாயாமல் இருப்பது பெரியவர்களுக்கு அணிகலன் போல" (41)

'சமமாக ஒரு பக்கம் சாயாமல் இருப்பது' குழப்பம்தான். 'பெரியவர் களுக்கு அணிகலன்போல' என்றால் இது உவமையா? இந்தக்

குறளில் உவமை எங்கே வருகிறது? 'அப்பா பிள்ளையை சபையில் முன்வைத்து உதவ வேண்டும்' *(31)* போன்ற குழப்பத் தொடர்கள் இவ்வுரையில் சகஜம்.

சுஜாதாவுக்கு இருக்கும் பிரபலம் காரணமாக இவ்வுரை அதிகப் படிகள் விற்பனையாவதோடு பல பதிப்புகளையும் பெற்றிருக்கிறது; இனியும் பெறும். அதிகார அகராதி, முதற் குறிப்பகராதி ஆகியவைகூட இல்லாத இந்தத் திருக்குறள் உரை, வெகுஜனக் கருத்தியலுக்கு உகந்த பொதுப்புத்தியோடு சாரமற்று எழுதப்பட்டிருக்கிறது. வெகுஜனக் கருத்தியல், எதைப் பற்றிய சிந்தனையையும் உருவாக்குவதில்லை; நுகர்வு ஒன்றைத் தவிர திருக்குறளைப் பற்றிய சிந்தனையற்றுப் படிப்பதற்கு உகந்ததாக இருக்கிறது சுஜாதாவின் 'வெகுஜன' உரை. இப்படி எல்லாக் குறளுக்கான உரைகளையும் 'வெகுஜன'க் கருத்திய லோடு பொருத்திப் பார்க்க முடியும். கடலைக்கூடக் கடுகாக்கும் சுஜாதாவின் திறனுக்கு இறுதியாக ஒரு சான்று:

'நீரின்றியமையாது உலகு – தண்ணீர் நமக்குத் தேவை' *(21)*

●

[சுஜாதா (உரையாசிரியர்), **திருக்குறள் புதிய உரை**, பாரதி பதிப்பகம், சென்னை, முதற்பதிப்பு, டிசம்பர் 1995.]

மண்சார் கவிதைகள்

தமிழ் அகப்பொருள் மரபில் 'நிலமும் பொழுதும்' முதற்பொருள்களாகக் குறிப்பிடப்படுகின்றன. நிகழ்வின் களமாக நிலம் அமைகிறது. அந்நிலத்தின் தன்மையை நிர்ணயிக்கும் காரணியாகப் பருவம் அதாவது பொழுது இருக்கின்றது. நிலம் வழங்கும் இன்பங்களையும் நிலம் உண்டாக்கும் துன்பங்களையும் தீர்மானிப்பதில் பொழுதுக்கு முக்கிய இடம் உண்டு. நிலம் தன் இயற்கை அமைப்புக்கு ஏற்பப் பாகுபடுத்தப்பட்டுள்ளது. நிலத்தின் இயல்பை மாற்றும் 'பொழுது' மனித உணர்ச்சியோடும் சம்பந்தப்பட்டிருக்கின்றது. நிலமும் பொழுதும் மனித வாழ்வைத் தீர்மானிக்கின்றன. உணவு, உடை, இருப்பிடம் ஆகிய அனைத்தும் நிலத்தாலும் பொழுதாலுமே மாறுபடுகின்றன. ஆகவே மனித வாழ்முறையில் குறிப்பிடத்தக்க வேறுபாடுகள் உள்ளன. இலக்கியத்தையும் அது உருவாகும் நில அமைப்பு தீவிரமாகப் பாதிக்கின்றது. குறிப்பிட்ட நில அமைப்பிலிருந்து உருவாகி வரும் படைப்பாளன் அவனுக்கு அறிமுகமான, அவன் உள்ளத்தோடு நெருங்கிய உறவுடைய அந்நில வாழ்க்கையையே தன் படைப்புகளில் முன்னிலைப்படுத்துகிறான். சங்க இலக்கியத்தில் தனித்தன்மை கொண்ட புலவர் கபிலர். அவர் பாடிய அகப்பாடல்களில் 98 விழுக்காடு குறிஞ்சித் திணைப் பாடல்களே. பிற திணை பற்றி அவர் பாடியவை இரண்டு விழுக்காடு மட்டுமே. குறிஞ்சி நில வாழ்க்கை கபிலர் பாடல்களில் மிகச் சிறப்பாகப் பதிவாகி உள்ளது. மனித உணர்வுகளைப் படைப்பில் உருவாக்க அவர் கையாளும் பின்புலம் பெரிதும் பயன்படுகின்றது. அப்பின்புலமாகிய நிலமும் பொழுதும் அவருக்கு இயல்பாகக் கைவருகின்றன. கபிலரின் பாடல்கள் நிச்சயம் மண்சார் கவிதைகள்தாம்.

மண் என்பதை மரபு, வேர் ஆகிய பொருள்களிலும் பயன்படுத்துகின்றனர். சங்க இலக்கியத்திலிருந்து தொடர்ந்தும் இடை விட்டும் வரும் மரபை இங்கு அர்த்தப்படுத்திக் கொள்ளவில்லை. தொன்மை, பழமை எனத் தேடத் தொடங்கி ஆதியைக் கண்டுணர முயலும் 'வேர்' என்னும் பொருளையும் எடுத்துக்கொள்ளவில்லை. இப்பொருள்கள் விரிவான ஆய்வுக்கு உட்பட வேண்டியவை. நவீனத் தமிழ்க் கவிதையோடு 'மண்' என்பதை இணைத்துப் பார்க்கும்போது அதற்கு 'நிலம்' அதாவது 'வேளாண்மை நிலம்' எனக் குறிப்பான பொருளையே இக்கட்டுரை கொள்கின்றது. நவீனத் தமிழ்க் கவிதையில் 'மண்சார் கவிதைகள்' எனக் குறிப்பிட்டுச் சொல்லத்தக்கவை சமீப காலத்திலேயே உருவாகியுள்ளன. அதற்குப் பல காரணங்கள் இருக்கக்கூடும்.

புதினம், சிறுகதை ஆகிய புனைகதைகள் பத்தொன்பதாம் நூற்றாண்டிலேயே உருவாகிவிட்டன. அவற்றை இலக்கியமாக ஏற்றுக் கொள்வதில் பலதடைகள் இருந்துள்ளன. அவற்றை வாசிக்க விதிக்கப் பட்டிருந்த கட்டுப்பாடுகள் குறித்து ஆ.இரா.வேங்கடாசலபதியின் 'நாவலும் வாசிப்பும்' நூல் பலவிதச் சான்றுகளைத் தருகின்றது. ஆனால் புதினம், சிறுகதை ஆகியவை எழுதப்படுவதற்குக் கடுமையான எதிர்ப்பு இருந்ததாகச் தெரியவில்லை. அவற்றை இலக்கியமாக அங்கீகரிப்பதில் தயக்கம் இருந்துள்ளது. ஏற்கனவே நிலவிய இலக்கியம் என்னும் வரையறை செய்யுள் சார்ந்தது. புனைகதை, செய்யுள் வடிவத்தைச் சிதைப்பதாகக் கருதப்படவில்லை. பிரதாப முதலியார் சரித்திர ஆசிரியர் வேதநாயகம்பிள்ளை செய்யுள்கள், இசைப்பாடல்கள் இயற்றுவதில் வல்லவராகவும் இருந்தார். பாரதியின் கவிதைகளுக்கு இருந்த மதிப்பு, அவருடைய உரைநடைக்குக் கொடுக்கப்படவில்லை. காரணம் அவர் கவிதைக்குச் செய்யுள் வடிவங்களைக் கையாண்டதே ஆகும். குறிப்பாகச் சொன்னால், இலக்கியமாகக் கருதப்படச் செய்யும் வடிவங்கள் குறித்துக் கேள்வி எழுப்பாத காரணத்தினால் புனைகதைகள் நம் மரபிலக்கியங்களின் இடத்தில் வைத்துப் பார்க்கப்படவில்லை. புனைகதைகளால் செய்யுள் வடிவங்களுக்குப் பாதிப்பு ஏற்படவில்லை. ஆனால் புதுக்கவிதை, செய்யுள் வடிவங்களுக்கு மாற்றானதாகக் கருதப்பட்டது. புதுக்கவிதை எழுதியவர்களும் மரபுக் கவிதைகளைக் கடுமையாகச் சாடினர். புலவர், கவிஞர் என்னும் முரண் பெரிதாகப் பேசப்பட்டது. புதுக்கவிதையை நம் சமூகம் மரபிலக்கியங்களின் இடத்தில் வைத்துப் பார்த்தது. மரபிலக்கியங்களைச் சிதைக்கும் வடிவமாகப் புதுக்கவிதை கருதப்பட்டது. ஆகவே புதுக்கவிதைக்குக் கடும் எதிர்ப்புகள் எழுந்தன. இன்றும் அவ்வெதிர்ப்பு இருக்கின்றது என்றாலும் வலுவிழந்து ஒடுங்கிப் போய்விட்டது. புதுக்கவிதை வடிவம் குறித்த விவாதங்கள் நடந்து முடிந்து, அதன் இருப்பை அங்கீகரிக்கவே கணிசமான காலம் தேவைப்பட்டிருக்கின்றது. அனேகமாக 1980க்குப் பிறகே 'புதுக்கவிதையா – மரபுக்கவிதையா' என்னும் விவாதம் ஓய்வு பெற்றிருக்கக் காணலாம். எனவே புனைகதையும் நவீனக் கவிதையும் இணையான வளர்ச்சியைப் பெறவில்லை.

புனைகதை உள்வாங்கிக்கொண்ட தளங்கள் எல்லாம் கவிதைக்கு வரக் காலம் பிடித்திருக்கின்றது.

புனைகதைகளில் 1940களில் தோன்றி அறுபதுகளில் நிலைபெற்றுவிட்ட மண்சார் வாழ்க்கை, கவிதையில் அக்காலத்தில் இடம்பெறவில்லை. மரபுக்கும் நவீனத்துக்கும் இடையே ஊடாடிக் கொண்டிருந்த கவிதை 'எழுத்து' காலத்தில்தான் முழுமையாகத் தனிவடிவமாக உருப்பெற்றது. ஆர். சண்முகசுந்தரம் தொடங்கிப் புதினங்களில் க.நா.சு., தி. ஜானகிராமன், கி. ராஜநாராயணன், சுந்தர ராமசாமி எனப் பலரின் படைப்புகளிலும் மண்சார் வாழ்க்கை பேசப்பட்டுப் பரவலாக்கப்பட்டது. புதுமைப்பித்தன் முதல் கு. அழகிரிசாமி முதலானோரால் சிறுகதைகளில் அவ்வாழ்க்கை இடம்பெற்றது. ஆனால் கவிதைகளில் இத்தகைய வாழ்க்கை 1980களின் இறுதியில்தான் இடம்பெறலாயிற்று. கலாப்ரியா போன்றோரிடம் மண்சார் கவிதைக் கூறுகளைக் காணமுடியும் எனினும் மண்சார் கவிதை என்னும் வகையை முழுமையான அளவில் தொடங்கி வைத்த வர் 'பழமலை' ஆவார். 1988இல் 'சனங்களின் கதை' தொகுப்பு வெளியாயிற்று. அத்தொகுப்பு பரவலான கவனம் பெற்றதும் பலருடைய கவிதைகளைப் பாதித்ததும் நிகழ்ந்தது. ஆகவே தமிழ்க் கவிதையில் புதிய போக்கு உருவாகப் பழமலையே காரணம் என்பதில் சந்தேக மில்லை. பழமலை ஒரு கதைசொல்லி என்னும் விமர்சனம் வைக்கப் பட்டாலும் கவிதைக்கு அதுவரை பரிச்சயமில்லாத பாடுபொருளும் தொனியும் வந்து சேர்ந்ததை மறுக்க முடியாது. கவிதைச் சூழலில் நிலவிய இறுக்கத்தை உடைத்து நெகிழ்வை உண்டாக்கியதில் பழமலைக்குப் பங்கு உண்டு.

நாற்காலி தேய்க்கும் நடுத்தர வர்க்கக் குரலாகவும் ஆவேசம் கொள்ளும் முற்போக்குக் குரலாகவும் முகம் காட்டிக்கொண்டிருந்த நவீனக் கவிதையைச் 'சனங்களின் கதை' கிராமத்து வாழ்வை நோக்கித் திருப்பியது. 'சனங்களின் கதை' உண்டாக்கிய பாதிப்பினால் கவிதை எழுதியவர்கள் பலர். கரிகாலன், இரத்தின. புகழேந்தி, கண்மணி குணசேகரன், தபசி, கள்ளழகர், இளம்பிறை என இந்தக் கவிஞர் வரிசை நீள்கிறது. இவர்கள் அனைவரும் சிறு நிலவுடைமை கொண்ட பிற்படுத்தப்பட்ட சாதியினர். கிராம வாழ்க்கையிலிருந்து அரசு வேலை போன்றவற்றால் நகர வாழ்க்கை நோக்கி வந்தவர்கள் அல்லது நகர வாழ்க்கையை இலக்காகக் கொண்டவர்கள். நடுத்தர வர்க்க மனோ பாவங்களுக்கு முழுமையாக உட்படாதவர்கள். இந்தப் பின்னணிக்கேற்ற மனநிலைகளை வெளிப்படுத்தும் கவிதைகள் இவர்களுடையவை. இவற்றின் இயல்புகளாகச் சிலவற்றை வகைப்படுத்தலாம். முதலாவதாக, இக்கவிதைகளில் கிராம வாழ்க்கை x நகர வாழ்க்கை என்னும் முரண் பிரதான பாடுபொருளாக அமைந்திருக்கக் காணலாம். பழமலையின் கவிதைகளில் இப்பொருள் வெளிப்படையாகவோ தனியாகவோ வருவதில்லை. கிராம வாழ்க்கை குறித்த நினைவுகளாக அவை அமைவதால், சில இடங்களில் மட்டும் இந்த முரணைப்

போகிற போக்கில் சொல்லிச் செல்வார். 'மகளின் பிளாஸ்டிக் டப்பா, கட்டில் மெத்தையில் தலையணை மேல் தூங்குது. எங்கள் மரப்பாச்சி ஊரில் இருக்கும்' எனவும் 'அப்போதெல்லாம் வெளிக்கு என்றால் பாம்புபோல் நழுவும்; அழகாக இருக்கும்' என்று சொல்லி 'முக்கியும் முனகியும் வாழ்க்கை வெறுத்து விடுகிறது' என இப்போதைய நிலையைச் சொல்லியும் வரும் இடங்கள் இத்தகைய குறிப்புணர்த்து பவை. 'அன்றும் இன்றும்', 'அவர்கள் இவர்கள்' போன்ற தலைப்புடைய கவிதைகளில் இரத்தின. புகழேந்தி, கண்மணி குணசேகரன் ஆகியோர் காட்டும் முரண்கள் வெளிப்படையானவை. 'கூத்து' பற்றிய நினைவு களை விவரித்துக் கடைசியில் 'வீடியோ'வில் கொண்டு முடியும் கண்மணி குணசேகரனின் 'கூத்து' கவிதையும் இவ்வகையில் முக்கிய மானது. பொதுவாக இழப்பு குறித்த ஏக்கம் கிராமத்து நினைவுகளாக வெளிப்படுகின்றன. கிராம வாழ்க்கை தொடர்பான விஷயங்கள் உணர்வானதாகவும் மனத்துக்குப் பிடித்தமானதாகவும் இருக்கின்றன. ஆனால் நகர வாழ்க்கை இழிவானதாகவும் நிர்ப்பந்தத்தால் சகிக்க வேண்டியிருப்பதாகவும் கருதப்படுகின்றது. கிராம வாழ்க்கை, நிலம், நிலம் சார்ந்த பொருள்கள் ஆகியவற்றால் அர்த்தம் பெறுகின்றது. பழமலையின் கவிதைகளில் ஒன்று 'கசந்த மரம்'. மிகச் சிறந்த கவிதையாக இது உருப்பெற்றிருக்கக் காரணம் இதன் களம்தான். கீழைக்காடு, அங்கிருக்கும் பெரிய வேம்பு, தேன்கூடு, பனிக்கம்பு, கொத்தமல்லி, வெங்காயம் எனப் பொருள்களில் விவரிக்கப்படும் களம் 'உதிக்கும் சூரியனைக் கீழைக் காட்டில்தான் எனக்கு அறிமுகம்' என்று வாழ்வோடு இணைக்கப்படுகிறது. கீழைக்காடு சார்ந்த வாழ்க்கை வேம்பில்போய் முடிகிறது. எல்லாத் துன்பங்களின்போதும் துணையிருக் கும் வேம்பு என அடுக்கப்பட்டுக் கவிதை இப்படி முடிகிறது. 'கீழைக்காட்டு வேம்பு கசந்தது, அம்மா சோகம் கேட்டுக் கேட்டுத்தான்'. இந்தக் கவிதை சிறப்பதற்குக் கீழைக்காடாகிய நிலமும் அதில் விளையும் பொருள்களும் சூரியனின் நிலைகளாகிய பொழுதும் முக்கியமாக இருக்கின்றன.

பாவண்ணனின் 'பிறந்த ஊர் நினைவு' என்னும் கவிதை பறி கொடுத்த சோர்வோடு பித்தாகித் திரிகின்றேன். அந்நிய நகரில் படுத்துறங்கி அலையும் வாழ்க்கை நகர்கிறது என முடிகின்றது. கிராமம் x நகரம் என்னும் முரண் வெளிப்படையாக அமைந்த இத்தகைய கவிதைகளும் அனேகம் உண்டு.

கரிகாலனின் கவிதைகளில் 'வீரங்கோயில்', 'கன்னியாயி மகம் ஊர் சேரி' முதலியவை இடம் பற்றிய உணர்வோடு எழுதப்பட்டவை. 'நகரத்தின் முகங்கள்' என்னும் இவர் கவிதை எதிர்மறையான சில காட்சிகளைப் பதிவுசெய்து நகரத்தை வெளிப்படையாகத் தாக்குகிறது. 'நான்கு ஆண்கள் சேர்ந்தால் பேசு பொருளாகிறது ஒரு பெண்ணின் அந்தரங்கம்' போன்றவை கிராமத்துக்கும் உரியவைதா மெனினும் நகரத்தின் இழி முகங்களுக்கான சான்றாய்ப் பேசப்படுகின்றது.

தபசியின் 'நகரம் நோக்கி' என்னும் கவிதை 'எளிமையான கிராமத்துக் குடில்களிலிருந்து ... நகரத்தின் புதைகுழி நோக்கி அடிமேல் அடியெடுத்து வைத்தபடி அரக்கனாய் நகர்கிறதெம் வாழ்க்கை' என முடிகிறது. கிராமத்துக் குடில்களைச் சொல்லும்போது 'காற்று வராத குடில்கள் இவை' என்கிறார். ஆனாலும் நகரம் புதைகுழி ஆகிறது. இவருடைய 'நகர வாழ்க்கை' என்னும் கவிதை, நகரத்தின் குப்பை குவிந்த வீதிகள், கழிவுநீர்க் கால்வாய்கள், புகையுமிழும் வாகனங்கள், மக்கள் கூட்டம் என அனைத்தையும் சொல்லிப் புலம்புகிறது. கிராமத்து வாழ்க்கை 'பட்டாம்பூச்சிகள் பார்த்து வாழும் இனிய வாழ்க்கை' என்கிறது.

இளம்பிறையின் 'அழுத நினைவுகள்' என்னும் கவிதை பல நிகழ்ச்சிகளின் அடுக்குகளாய் விரிகின்றது. அந்நிகழ்ச்சிகள் அனைத்தும் நிலத்தோடும் நிலம் சார்ந்த பொருள்களோடும் தொடர்புபட்டிருக் கின்றன. அறுவடை முடிந்த வயல், நெல்தாள், கதிர்கள், சுருட்டை எருமை, அல்லிக்கிழங்கு, பாளை, வறால் மீன் என இப்பொருள்களோடு தொடர்புபட்டு அழுத நிகழ்ச்சிகள் அனைத்தும் இத்தகைய பொருள் களோடு இணைந்தே வெளிப்படுகின்றன. இழப்பு செயல்படுத்தும் நினைவுகள் மூலமாகவே கிராம வாழ்க்கை உருப்பெற்று வருகின்றது. நினைவுகளாகச் சொல்லப்படுபவை அனைத்தும் இறந்தகாலம். சமகால வாழ்க்கையோடு அதனை இணைக்கும் புள்ளிகள் எவை? கிராமம் பற்றிய உயர் எண்ணங்கள்தாம். வருணனை, விவரணை ஆகியவற்றின் வழியாக இக்கவிதைகள் கிராமத்தைக் காட்சிப் படுத்துகின்றன.

இரண்டாவதாக, கிராமத்து மனிதர்கள், உறவுகள் பற்றிய சித்திரங்கள் இக்கவிதைகளில் இடம் பெறுகின்றன. அன்பே உருவானவர்களாச் சித்திரிக்கப்படும் அவ்வுறவுகள் மீது ஒருவகைப் புனிதத்தன்மை ஏற்றப்படுகின்றது. பழமலையின் 'சனங்களின் கதை'த் தொகுப்பில் பெரும்பாலான கவிதைகள் இவ்வகையானவை. அம்மா, அப்பா, கிளியப்பட்டு ஆயி, பானைத் தாத்தா, திட்டக்குடி தாத்தா, அத்தை – மாமா, கேசவன், தையல் நாயகி எனப் பெரும்பாலான கவிதைகள் மனிதர்களைப் பற்றிய சித்திரங்களே ஆகும். இளம்பிறையின் கவிதை களில் 'அப்பா', 'அம்மா', பாவண்ணனின் 'அம்மாவின் முகம்', கண்மணி குணசேகரன் அம்மாவைப் பற்றி எழுதியுள்ள 'வெளுக்காத கிழங்கு', மானாவாரிகள், செம்மண் நிலத்தார்கள், புகழேந்தியின் 'பரிகாசம்', தாத்தாவின் 'பறி', தபசியின் 'மறையும் உருவம்', 'பிரியாவிடை' முதலிய பல கவிதைகள் கிராமத்து மனிதர்கள், உறவுகள் பற்றிய சித்திரங்களாக அமைந்துள்ளன. அவர்களின் வறுமை, உழைப்புத் துயரம் ஆகியவற்றினூடே அவர்களின் அன்பைப் பிரதானமாகக் காண்பவை இக்கவிதைகள். 'அவள் அவித்த மொச்சை யின் அவியல் மணம் இப்பொழுதும் கமழ்கிறது' 'ஆயியைப் பற்றி எனக்கும் பெருமையாக இருக்கும்' (பழமலை), 'இந்த நேரத்தில்

உன் கபடமற்ற வாழ்க்கைக்கும் உன்னைப் போலவே கள் குடிக்கின்ற, கட்டைச் சுருட்டுப் பிடிக்கின்ற... சட்டைப் போடாத படிக்கத் தெரியாத... உன் வயதை ஒத்த உன் நண்பர்களுக்கும்' (இளம்பிறை) 'கண்ணில் காணக் கிட்டாத உன் அன்பு எங்கள் கண்ணீரில் நிறைந்திருக்கும்' (துபசி) 'எல்லாரோடயும் அன்பாப் பழகு அன்புதான் மொதல் படிப்பு' (பாவண்ணன்) என்றெல்லாம் வரிகள் கொண்ட இவ்வகைக் கவிதைகள் கிராமத்து மனிதர்கள் அன்பே உருவானவர்கள் எனற புனிதத்தன்மை கொண்டிருக்கின்றன. இம்மனிதர்களின் சாதிப் பார்வை தொடர்பான விஷயங்கள் கரிகாலன் போன்றோரிடம் விமர்சனத்திற்கு உள்ளாகின்றன. எனினும் அம்மனிதர்களின் அன்புமய மான உருவாக்கத்தை இவ்விமர்சனங்கள் எவ்வகையிலும் தடுக்கவில்லை. இவர்களின் அன்பைச் சொல்லக் கிராமம் என்னும் களமும் அவர்கள் செய்து தரும் உணவுப் பதார்த்தங்கள், வாங்கிவரும் பொருள்கள் போன்றவையும் பயன்படுகின்றன. 'பிளியப்பட்டு ஆயி' பழமலைக்கு அவள் கொண்டுவரும் முருங்கைக்காய், மொச்சை, பயற்றங்காய், கீரைத்தண்டு ஆகியவற்றாலும் அவள் வைக்கும் குழம்பாலும் அர்த்தம் ஆகிறாள். இளம்பிறையின் அப்பா, படிக்கிற மகளுக்குப் பெருமையாய்ச் செய்யும் சேவைகளால் உருவாக்கம் பெறுகிறார். புகழேந்தியின் அத்தை, அவள் செய்யும் கேலியால் – மொழியால் வடிவம் கொள் கிறாள். பாவண்ணனின் அம்மா உழைப்பும் தியாகமும் கொண்டு உருவாகிறாள். ஆக இந்தச் சித்திரங்கள் அனைத்தும் கிராம வாழ்வி லிருந்து விடுபட்டுவர உதவிய மனிதர்களின் அன்பாலும் அந்த வாழ்க்கையை அர்த்தப்படுத்திய மனிதர்களின் நினைவாலும் நெய்யப் பட்டிருக்கின்றன.

அடுத்து, இந்த மண்சார் கவிதைகள் கிராமம் சார்ந்த பலதரப்பட்ட விஷயங்களையும் பேசுகின்றன. வேளாண்மை சார்ந்த வாழ்வில் உண்டாகும் உழைப்புத் துயரம், வறுமை, விவசாயப் பிரச்சினைகள் முதலியவற்றை இவை பொருளாகக் கொண்டிருக்கின்றன. பழமலை 'உழுதவன் கணக்கு' என எழுதியுள்ள கவிதை சிறு நிலவுடைமைக்காரர் களின் உழைப்புத் துயரம், அவர்கள் விளைவிக்கும் பொருள்களிலிருந்து அவர்களே அந்நியமாகும் நிலை, எவ்வளவு முயன்றாலும் கடைசியில் வறுமையிலேயே முடியும் கணக்கு என விவசாயம் சார்ந்த வாழ்வின் பிரச்சினைகளை விரிவாகப் பேசுகின்றது. 'இப்படிச் சேர்த்து, காத்து, விற்றும் எப்படிக் காசு இல்லாமல் போகுது' எனக் கேள்வி எழுப்புகிறார் பழமலை. கரிகாலனும் 'உழுதவன் கணக்கு' என்னும் தலைப்பில் ஒரு கவிதை எழுதியுள்ளார். இக்கவிதையும் ஒரு குறிப்பிட்ட பயிர் செய்தலுக்கு ஆகும் செலவுகளைப் பட்டியலிடுகிறது. 'கால் காணிய வித்தாலே கடைவச்சிப் பிழைக்கலாம் பக்கத்து நகரில்' என வேதனைப் படுகிறது. இருப்பினும் அடுத்த போகத்துக்கு வெத நெல்லு எடுத்து வைக்கும் நிலத்தின் மீதான பிடிப்பையும் சொல்லி முடிகிறது. இரத்தின. புகழேந்தி 'கால்காணி கரும்பு' எனச் செலவுப் பட்டியல் ஒன்றைக் கவிதையாகத் தந்துள்ளார். விளைந்த கரும்பு விற்ற பணத்திற்

கும் அக்கரும்பை விளைவிக்க ஆன செலவிற்குமான உழுதவன் கணக்குப் பட்டியல்தான் இது. கடைசியில் 'வளர்க சர்க்கரை ஆலைகள்' எனப் பட்டியல் முடிகிறது. நம் மரபிலக்கியங்கள் காட்டும் நாட்டுப் படலம், ஆற்றுப் படலம் போன்ற சித்திரங்களுக்கும் நம் திரைப்படங்கள் காட்டும் கிராமத்திற்கும் எதிரான காட்சிகளையும் பிரச்சினைகளையும் இவ்வகைக் கவிதைகள் பேசுகின்றன. கவிஞர்களின் கருத்தியல் நிலைபாடுகளுக்கேற்ப இவ்வாழ்வின் மதிப்பீடுகள் சார்ந்த சிறு கேள்விகள் எழுப்பப்படுகின்றன. வீராவேசமான முடிவுகள் கொடுக்கப்படுகின்றன.

இந்தக் கவிதைகளில் இடம்பெறும் மொழி இருவகைப்பட்டதாகும். பேச்சுமொழி, கவிதைக்கான எழுத்து மொழி என இரண்டும் கலந்த கலவையாக மொழி உள்ளது. கவிதைக்குள் பாத்திரங்களின் பேச்சு, உரையாடல் ஆகியவை செறிவாக்கப்பட்டும் படாமலும் தரப்படுகின்றன. விவரணைகள், முடிவு போன்றவை கவிஞருக்கு அறிமுகமாகி உள்ள கவிதைமொழியில் அமைகின்றன. கவிதை என்பது படிமங்களின் அடுக்கு, இறுகிய தன்மை கொண்டது, செறிவானது என்னும் கருத்துகளை எல்லாம் கேள்விக்குள்ளாக்கும் இம்மொழிப் பயன்பாடு விரிவான ஆய்வுக்குரியது.

மிகவும் நெகிழ்வான வடிவில் எதிரில் உட்கார்ந்திருக்கும் ஆளிடம் சரளமாகப் பேசுவது போன்ற உணர்வை உண்டாக்கும் வகையில் இக்கவிதைகளின் அமைப்பு உள்ளது. மொழி, நிலம், பொழுது ஆகியவற்றைப் பொருத்தமாகப் பயன்படுத்தும் கவிதைகள் வெற்றி யடைந்தவையாகவும் அவற்றைப் பயன்படுத்துவதில் தெளிவற்றவை சரிவடைந்தவையாகவும் உருப்பெற்றுள்ளன.

பொதுவாக, இந்த மண்சார் கவிதைகள் கிராமத்தில் சிறு நில வுடைமை கொண்ட காரணத்தால் நிலத்தின் மீது பிடிப்பும் அந்த வாழ்வின் மேல் காதலும் உடைய, ஆனால் நகரம் சார்ந்த வாழ்வில் காலூன்ற வேண்டிய கட்டாயத்தில் உள்ள பிற்படுத்தப்பட்ட சாதியினரின் பொதுப்புத்தி சார்ந்த மனோபாவங்களை வெளிப் படுத்துபவையாக உள்ளன.

■

துயரமும் துயர நிமித்தமும்

உடுமலை நாராயணகவியின் தி. மு. க. சார்புநிலை

I

திராவிட இயக்கக் கருத்துகளையும் பெரியாரையும் ஏற்றுச் செயல் பட்ட கவிஞராக அறியப்பட்டவர் உடுமலை நாராயணகவி. அவர் 'பெரியார் பெருந்தொண்டர்' என்னும் பட்டம் பெற்றவர். அவருடைய பாடல் தொகுப்பு நூலை வெளியிட்டிருப்பது திராவிடர் கழகத்தைச் சேர்ந்த 'பெரியார் சுயமரியாதைப் பிரச்சார நிறுவனமாகும்.[1] மேலும் நாராயணகவி, திரைப்படத்துறையில் ஈடுபட்டிருந்த அண்ணாதுரை, கருணாநிதி, என்.எஸ்.கிருஷ்ணன், கே. ஆர். ராமசாமி ஆகியோர் தொடர்புடைய படங்களுக்குப் பாடல்களை எழுதியவர்; அவர்களின் நெருங்கிய நண்பர்.[2] ஆகையால் பெரியாரிடமிருந்து விலகிச் சென்று திராவிட முன்னேற்றக் கழகத்தை உருவாக்கிய அண்ணாவின் கருத்துச் செல்வாக்கிற்கு நாராயணகவி உட்பட்டிருப்பதை அவர் பாடல்கள் காட்டுகின்றன.

பெரியாருக்கும் தங்களுக்கும் கொள்கையில் எந்த வேறுபாடும் இல்லை என்று அண்ணா உள்ளிட்ட தலைவர்கள் கூறியபோதும் பெரியாரே தங்கள் தலைவர் என்று பிரகடனம் செய்தபோதும் பெரியாரின் அடிப்படைக் கொள்கைகள் பலவற்றில் மாற்றம் ஏற்படுத்திக் கொண்டவர்கள்தாம் தி. மு. க.வினர். தேர்தலில் பங்கேற்பதில்லை என்ற பெரியாரின் முக்கியக் கொள்கையைக் கைவிட்டுத் தேர்தலைக் குறியாகக்கொண்டு செயல்பட்டது திமுக. பிறப்பால் பார்ப்பனராக இருக்கும் எவரையும் உறுப்பினராகச் சேர்ப்பதில்லை என்ற திராவிடர் கழகத்தின் கொள்கையைக் கைவிட்டது தி. மு. க. 'கடவுள் இல்லை, கடவுள் இல்லவே இல்லை, கடவுளை நம்புபவன் முட்டாள்' என்ற பெரியாரின் முழக்கம் மாறி 'ஒன்றே குலம் ஒருவனே தேவன்' என்னும் திருமூலரின் கருத்து, தி. மு. க.வின் கொள்கையாயிற்று. பெரியார் தமிழரின் பழம்பெருமைகளை எடுத்துப் பேசியவரல்ல.

மொழி, இலக்கியம் ஆகிய அனைத்தையும் மிகுந்த விமர்சனப் பார்வையோடே கண்டார். சிலப்பதிகாரத்தைப் பற்றிக் கூறும்போது 'இது விபச்சாரத்தில் ஆரம்பித்து, பத்தினித்தனத்தில் வளர்ந்து, முட்டாள்தனத்தில் மூட நம்பிக்கையில் முடிந்த பொக்கிஷமாகும்'[3] என்று கூறுகிறார். ஆனால் தி.மு.க.வினர் இதிலிருந்து முற்றிலும் மாறுபட்டனர். சங்க இலக்கியம், திருக்குறள், சிலப்பதிகாரம் ஆகிய வற்றைக் கறைபடியாத தமிழர் இலக்கியங்களாகக் கருதினர். பழங்கால மன்னர்களான சேர சோழ பாண்டியர்களின் பராக்கிரமங்களை, வீரப் பெருமைகளை விரித்துரைத்துத் தமிழரின் பழைய காலம் வீரம் பொருந்தியது என்று பெருமைப்பட்டனர் தி. மு. க.வினர். திராவிட இயக்கம் என்னும் பொதுப்பெயரால் குறிக்கப்பட்டபோதும் தி. க., தி. மு. க. ஆகிய இரண்டிற்கும் இடையே வெளிப்படையான நுட்பமான இத்தகைய கொள்கை வேறுபாடுகள் பல உள்ளன.

தி. மு. க.வின் கொள்கைகளைச் சார்ந்தும், அவற்றைத் தம் பாடல் களில் பிரச்சாரம் செய்தும் இயங்கியவர் உடுமலை நாராயணகவி என்பதற்குச் சான்றாக அவரது பல பாடல்களைக் காட்டலாம்.

ஒன்றே மாந்தர் குலம் ஒருவனே கடவுள்
என்றே தேடுவது அறிவாகும்[4]

மேருமலை மீதினிலே விற்கொடி நாட்டிக் – கனக
விஜயன் தன்னை வென்ற சேர வீர நன்னாடு[5]

பகை வென்ற திறம்பாடும் பரணி வகை – செழும்
பரிபாடல் கலம்பகங்கள் எட்டுத்தொகை – வான்
புகழ்கொண்ட குறளோடு அகம்புறமும் – செம்
பொருள்கண்ட தமிழ்ச்சங்க இலக்கியப் பெருஞ்செல்வம்[6]

என்றெல்லாம் அவர் எழுதிய பாடல்கள் தி.மு.க.வின் கருத்துச் சார்பி லிருந்து உருவானவை ஆகும். தி.மு.க.வினர் கைவிடாத பகுத்தறிவு, மூட நம்பிக்கை எதிர்ப்பு போன்ற கருத்துகளை எளிமைப்படுத்தியும் பல பாடல்களை அவர் எழுதியுள்ளார். திரைப்படத்தில் பாடல் எழுதும்போது கதைச் சூழல், இயக்குநர், இசையமைப்பாளர், தயாரிப் பாளர் ஆகிய அனைவரையும் கருத்தில்கொள்ள வேண்டிய தேவை யுள்ளது. அவை உடுமலை நாராயணகவிக்கு மிகவும் சாதகமாக அமைந்தன. அவர் பாடலாசிரியராகச் சிறந்தோங்கிய காலம் தி. மு. க. வினர் பலரும் திரைத்துறையில் தீவிரமாக இயங்கிய காலமாகும். ஆகவே, தி. மு. க.வின் சீர்திருத்தக் கருத்துகளைப் பாடல்களில் முன்வைப்பதில் அவருக்குப் பெரிய கட்டுப்பாட்டுகள் எதுவுமில்லை.

"காசிக்குப் போனா கருவுண்டாகு மென்ற
காலம் மாறிப் போச்சு[7]

எட்டாத விசயத்தை ஈசன் பேரால்
இயற்கை எங்குறாங்க[8]

எங்கே சொர்க்கம் எங்கே சொர்க்கம்
என்றே தேடுறீர் ஏமாந்தே ஓடுறீர்[9]

விஞ்ஞானத்த வளர்க்கப் போறன்டி
மேனாட்டார விருந்துக்கழைச்சுக் காட்டப் போறன்டி [10]
ஆளை ஏய்க்க இனி முடியாது – மக்கள்
ஆட்சியில் சுயநலம் கூடாது [11]

போன்ற வரிகளில் தி. மு. க.வின் கருத்துகள் எளிமையாகப் பொதிந்திருப்பதையும் நடக்கும் ஆட்சியை விமர்சிப்பதையும் காணலாம். 'பாமர மக்களின் உள்ளத்திலே பதியத்தக்க அளவுக்கு அவர் கருத்துகளை எடுத்துச் சொன்னார்[12] என்ற கருணாநிதியின் பாராட்டுரையைத் தி. மு. க.வின் கருத்துகளை எடுத்துச் சொன்னதற்கானதாகவே எடுத்துக் கொள்ள முடிகிறது.

பெரியாரிடமிருந்து தி. மு. க.வினர் முற்றிலும் மாறுபட்ட கருத்து பெண்களைப் பற்றியதாகும். 'பெண் ஏன் அடிமையானாள்' என்று சிந்தித்தவர் பெரியார். பெண்ணுக்குரிய குணங்கள் என்று வரையறுப்பவற்றை எல்லாம் பெரியார் எதிர்த்துக் கேள்விகளை முன்வைத்தார். 'பெண்கள் நகை மாட்டும் ஸ்டேண்டா' என்று கேட்டார். கருப்பைதான் பெண்களைக் கட்டுப்படுத்துவது என்றும் பிள்ளை பெறுவது அடிமைத்தனம்தான் என்றும் பேசியிருக்கிறார். விதவைத் திருமணத்தை ஆதரித்த அவர், அதற்குரிய காரணங்களை எல்லாம் ஆணித்தரமாக முன்வைத்தார். இன்று பெண்ணியர்கள் எழுப்பும் வாதங்களைக்கூடப் பெரியாரிடத்தில் காணலாம். அந்த அளவு பெண்ணடிமைத்தனம் குறித்தும் அதற்கான தீர்வுகளைப் பற்றியும் தீவிரமான கருத்துகளைக் கொண்டவர் பெரியார். ஆனால் தி. மு. க., பெரியாரின் இந்தக் கருத்துகளை எப்போதும் முன்னிறுத்தியதில்லை. 'ஆணும் பெண்ணும் சமம்' என்பதை ஒட்டுக்காகச் சொல்லளவில் ஏற்றுக்கொண்டு, நடைமுறையில் பெண்ணடிமைத்தனத்தைப் போற்றும் செயலையே தி. மு. க. செய்தது. அண்ணா, கருணாநிதி ஆகியோரின் எழுத்துகளும் திரைப்படங்களும் பெண்களை வில்லிகளாக, மயக்கும் மோகினிகளாகச் சித்திரித்தன. எதிர்நிலையில் மரபான பெண்களை ஆதர்சமாக முன்வைத்தன. பெண்களுக்குக் கற்பு வலியுறுத்தப்பட்டது. அச்சம், மடம், நாணம், பயிர்ப்பு ஆகிய குணங்கள் கொண்ட பெண்ணே தமிழ்ப்பெண் எனக் கருதப்பட்டாள். இன்றுவரையில் தி. மு. க.வின் இந்தக் கருத்துநிலை தொடர்கிறது. திராவிடர் கழகத்தில் குறிப்பிடத்தக்க அளவுக்குப் பெண்களின் தீவிரப் பங்கேற்பு இருந்த நிலை படிப்படியாக மாறி இன்று பெயரளவுக்கு மட்டுமே இருப்பதையும் கருத்தில் கொள்ளலாம். கண்ணகியைத் தமிழ்ப் பெண்ணுக்கான வகைமாதிரியாக முன்னிறுத்திச் சிலை வடித்ததும் தி. மு. க.தான். கண்ணகி, பூம்புகார் ஆகிய படங்களில் முக்கியப் பங்காற்றியவர்களும் (பாடல் எழுதிய நாராயணகவி உட்பட) தி. மு. க.வினரே ஆவர். இவற்றில் எல்லாம் பெண்ணைப் பற்றிய பெரியாரின் கருத்துகளைப் பொருட்படுத்தாத தன்மையே மேலோங்கி இருப்பதைக் காணலாம்.

உடுமலையாரின் பாடல்களும் பெண்ணைப் பற்றி முன்வைக்கும் கருத்துகள் இத்தகையனவே. பெண் எப்படிப்பட்டவளாக இருக்க

வேண்டும் என்பதை வலியுறுத்தும் மிகப் பிரபலமான ஐந்து பாடல்களை அவர் எழுதியுள்ளார். அவை 'நல்ல பெண்மணி'[13], 'கெட்ட பெண்மணி'[14], 'பெண்களை நம்பாதே'[15], 'வாதம் பண்ணக் கூடாது'[16] 'இப்படித்தான் இருக்க வேணும் பொம்பளே'[17] ஆகிய பாடல்களாகும்.

டி.ஏ. மதுரம் பாடி மிகவும் பிரபலமான 'நல்ல பெண்மணி' பாடலும் அதே மெட்டில் சில ஆண்டுகளுக்குப்பின் எழுதிய 'கெட்ட பெண்மணி' பாடலும் தி. மு. கவின் பெண் குறித்த பார்வையை அப்படியே கொண்டுள்ளன. இவற்றைப் பாரதிதாசனின் 'குடும்ப விளக்கு', 'இருண்ட வீடு' ஆகிய நூல்களோடு ஒப்பிட முடியும். குடும்ப விளக்கில் காணும் தங்கமும் நல்ல பெண்மணியும் ஒரே வார்ப்புகளே. பெண்ணின் வேலைகளை உடுமலையார் வரிசையாகப் பட்டியல் இடுகிறார். வெள்ளிமுளைக்கும் வேளையில் எழவேண்டும்: குளித்துத் துணிகளைத் துவைக்க வேண்டும்; அம்மாவுக்கு உதவியாகச் சோறாக்கிப் பழக வேண்டும்; வீடு கூட்ட வேண்டும்; கோலம்போட வேண்டும்; பாடவும் தெரிய வேண்டும். அவளுக்குரிய குணங்களாவன: அப்பா பேச்சைக் கேட்டல் (அம்மா பேச்சை அல்ல), புருஷனோடு சண்டை போடாமல் இருத்தல், பிறந்த வீட்டைப் புகழாமை, இகழ்ச்சியாகப் பேசாமை முதலானவையாகும். பொதுவாக, 'அச்சம் பயிர்ப்பு, மடமை, நாணம் அமைந்தவள்', 'கணவன் சுகத்தை நாளும் பேணுபவள்' அவளே நல்ல பெண்மணி – மிக நல்ல பெண்மணி ஆவாள். கூடுதலாக நாராயணகவி கூறும் ஒரே மாறுதல் அவள் பள்ளிக்கும் சென்று படிக்க வேண்டும் என்பதுதான். தன் மனைவி படித்தவளாக இருக்க வேண்டும் என்று விரும்பும் ஆணின் பார்வை அது. குடும்ப விளக்கில் பகலெல்லாம் பலப்பல பொதிமாட்டு வேலைகள் செய்துவிட்டு இரவில் படுக்கையில் பொதுநலம் பற்றிப் பேசும் பெண் சித்திரம் போன்றதுதான் இதுவும்.

பெண் எப்படி எல்லாம் இருக்கக்கூடாது என்பதை வலியுறுத்தும் 'கெட்ட பெண்மணி' பாடல் 'இருண்ட வீடு' போன்றது. நல்ல பெண்மணிக்கு இருக்கும் குணங்களுக்கு எதிரான குணங்கள் கொண்டவள் கெட்ட பெண்மணி. சட்டி, பானை தொட்டுக் கழுவ கை நடுங்குபவள்; நேரத்திற்கு உண்டுவிட்டு ஏப்பம் விடுபவள்; சண்டை போடுபவள்; கண்டபடி செலவு செய்பவள்; மட்டு மரியாதை மானம் விட்டவள்; அதிகப் பேச்சுக்காரி; ஆணவக்காரி; அடங்காப் பிடாரி; சாகசக்காரி; தறுதலை; பண்பில்லாதவள்; தமிழ்த்தாயின் குலத்துப் பேரைக் கெடுப்பவள். அவளே கெட்ட பெண்மணி – மிகக் கெட்ட பெண்மணி.

சிவாஜி கணேசன் நடித்த 'தூக்குத் தூக்கி' (அப்போது சிவாஜி கணேசன் தி. மு. கவைச் சேர்ந்தவராக இருந்தார்.) படத்திற்கு நாராயண கவி எழுதிய 'பெண்களை நம்பாதே' பாடலும் இந்நோக்கில் பார்க்கப்பட வேண்டியதே. 'பிலுக்கி அலுக்கி குலுக்கிச் சிரிக்கும்' பெண்ணைப் பற்றியது இப்பாடல். தி. மு. க.வினரின் படங்களில் இத்தகைய மாய

மோகினிகளைக் காணமுடியும். அவர்கள் மயக்குபவர்கள்; ஏமாற்றுபவர்கள்; காமத்தை ஊட்டுபவர்கள். அனைத்துக் குறைகளையும் பெண்ணின் மேல் ஏற்றிவிட்டுத் தப்பித்துக்கொள்ளும் ஆணின் சுயநல நோக்குப் பார்வை இது.

மேற்கண்ட பாடல்கள் நேர்மறையாகவும் எதிர்மறையாகவும் பெண்ணை, குறிப்பிட்ட வேலைகளுக்குள், குணங்களுக்குள் அடக்கும் சித்திரத்தைக் கொண்டவை. இதன் அடுத்த நிலை அறிவுரை கூறுதலாகும். மேற்கண்ட சித்திரத்திலிருந்து விலகிச் செல்வதாகத் தோன்றுகையில் ஆண் அறிவுரை கூறிப் பெண்ணைத் 'திருத்தப்' பார்க்கிறான். எப்போதும் ஆண் அறிவுரை சொல்பவனாகவும் பெண் அறிவுரையைக் கேட்டுக் கொள்பவளாகவுமே இருக்கிறாள். 'வாதம் பண்ணக் கூடாது – பிடிவாதம் பண்ணக் கூடாது' என்று என். எஸ். கிருஷ்ணன் ஐம்பதுகளில் தொடங்கி 'இப்படித்தான் இருக்க வேணும் பொம்பளே' என்று அறுபதுகளின் இறுதியில் எம். ஜி. ஆர். வரையிலும் ஒரே குரலில் பாடுகின்றனர். இக்குரலுக்குச் சொற்களைத் தொடுத்துத் தந்தவர் உடுமலை நாராயணகவி ஆவார்.

சமூகத்தில் ஏற்படும் அனைத்து மாற்றங்களையும் ஏற்றுக் கொண்டாலும் பெண் நிலையில் ஏற்படும் மாற்றங்களை மட்டும் ஆண்மனம் ஏற்க மறுக்கிறது. பெண் மட்டும் மாறாமல் பழைய மரபான தன்மையோடு இருக்க வேண்டும் என நினைக்கிறது. 'இங்கிலீசுப் படிச்சாலும் இன்பத் தமிழ் நாட்டிலே இப்படித்தான் இருக்க வேணும் பொம்பளே' என்று கட்டளையிடும் தொனி நுட்பமானது. ஐம்பதுகளைவிட அறுபதுகளில் பெண் நிலையில் ஏற்பட்ட மாற்றங்கள் அதிகம். படிப்பு, வேலை, உடை, சிந்தனை ஆகிய அனைத்திலும் குறிப்பிடத்தக்க மாற்றங்கள் ஏற்பட்டுவிட்டன. இச்சூழலில் 'நல்ல பெண்மணி மிக நல்ல பெண்மணி' என்று போற்றிப் பாடுவதன் மூலம் பெண்ணை ஏமாற்ற முடியாது. 'உடலழகை ஊருமெச்சக் காட்டக் கூடாது; உதட்டு மேலே சிவப்புச் சாயம் தீட்டக் கூடாது' என்று கண்டித்து 'இப்படித்தான் இருக்க வேணும்' என்று கட்டளை பிறப்பிக்க வேண்டியிருக்கிறது.

'பெண்கள் காரியத்த ஆம்பள பாக்குறான் வீட்டிலே' என்று ஆண்களுக்காகக் கவலைப்படும் இந்தக் குரல் 1967ஆம் ஆண்டில் ஒலிக்கிறது. தி. மு. க. ஆட்சி அதிகாரத்தைக் கைப்பற்றித் தமிழ்நாட்டை ஆளத் தொடங்கிய காலம் அது. சட்டங்களைத் தீட்டும் அதிகாரம் தி. மு. கவினர் கைக்கு வந்துவிட்டது. பெண்ணுக்கான சட்டங்களைப் பிறப்பித்து 'இப்படித்தான் இருக்க வேணும்' என்று கறாராக விதி வகுக்கும் நாராயணகவியின் வரிகளில் இந்த நுட்பமான அதிகாரக் குரலைக் கேட்க முடிகிறது. அதுவும் தி. மு. க.வின் பிரச்சாரகராகச் செயல்பட்ட எம். ஜி. ஆரின் வாயசைப்பிலும் நடிப்பிலும் அந்தக் குரல் ஒலிக்கிறது. எப்படி எல்லாம் இருக்கக் கூடாது என்று பெரியார் எண்ணிப் பேசினாரோ அதற்கு மாறாக 'இப்படித்தான் இருக்க வேணும்' என்று வலியுறுத்தும் ஆணாதிக்கக் குரல் உடுமலையாரிடமிருந்து வந்திருக்கிறது.

தி.மு.க.வினர் ஓட்டு அரசியலுக்காகப் பெண்ணைப் பற்றிய பிம்பங்கள் எதையும் கேள்விக்கு உட்படுத்தாமல் அப்படியே ஏற்றுக் கொண்டனர் என்பதுதான் உண்மை. எதையும் கேள்வி கேட்பது, விமர்சிப்பது, உடைத்தெறிவது பெரியார் கொள்கை. பிரச்சினைகள் வருபவற்றில் சமரசம் செய்துகொள்வதன் மூலம் ஓட்டுகளைப் பெற்றுக்கொள்வது அண்ணாவின், தி.மு.க.வின் கொள்கை. பெண்ணடிமை பற்றிய கருத்தில் இதைத் தெளிவாக உணரலாம்.

பழமையான மூடப் பழக்க வழக்கத்தில்
பாழ்பட்ட நெஞ்சார்க்குப் புரியார்
படித்துணர்ந்து பகுத்தறிவுக் கட்சி தன்னைப்
பரவச் செய்துவரும் நெறியார்
இழிவை நீக்கும் ஈ. வெ. ராமசாமி என்ற
எங்கள் தந்தை உண்மைப் பெரியார் [18]

என்று பெரியாரைப் புகழ்ந்து பாடினாலும் திரைப்படத்துறையில் முதன் முதலில் 'வாத்தியார்'[19] என்று அழைக்கப்பட்ட உடுமலை நாராயணகவி, பெரியார் வழியைப் பின்பற்றிய திராவிடர் கழகக் கவிஞரல்லர். அண்ணா வழியைப் பின்பற்றி நடந்த திராவிட முன்னேற்றக் கழகக் கவிஞர் ஆவார்.

●

குறிப்புகள்:

1. சங்கை வேலவன் (தொ. ஆ.) **உடுமலை நாராயணகவியின் பாடல்கள்,** பெரியார் சுயமரியாதைப் பிரச்சார நிறுவன வெளியீடு, சென்னை, 1986.
2. சு. சண்முகசுந்தரம், **வைரமுத்து வரை,** காவ்யா வெளியீடு, பெங்களூர், இரண்டாம் பதிப்பு, 1996, ப. 66.
3. பெரியார், **அறிவு விருந்து,** பெரியார் சுயமரியாதைப் பிரச்சார நிறுவன வெளியீடு, சென்னை, 1974, ப. 30.
4. **உடுமலை நாராயணகவியின் பாடல்கள்,** ப. 205.
5. மேற்படி, ப. 11
6. மேற்படி, ப. 14
7. மேற்படி, ப. 193
8. மேற்படி, ப. 194
9. மேற்படி, ப. 197
10. மேற்படி, ப. 215
11. மேற்படி, ப. 18
12. மேற்படி, பின்னட்டை வாசகம் (விடுதலை இதழ் – 05.05.81)
13. மேற்படி, பக். 98 – 99
14. மேற்படி, பக். 225 – 226
15. மேற்படி, பக். 27 – 28
16. மேற்படி, ப. 132
17. மேற்படி, பக். 169 – 170
18. அம்பை நேர்காணல், **காலச்சுவடு இதழ் 20,** நாகர்கோவில், சனவரி – மார்ச் 98, பக். 37 – 38.

■

வனவாசமும் தன்னிலை விளக்கமும்

கண்ணதாசன் தமது சுயசரிதையை 'வனவாசம்' என்னும் பெயரில் 1962இல் எழுதினார். ஒருவருடைய சுயசரிதம் எழுதப்படுவதற்கு இரண்டு காரணங்களைத் தமது முன்னுரையில் கண்ணதாசன் குறிப்பிடுகிறார். ஒன்று, அதை எழுதும்போது அவன் புகழ் ஓங்கி இருக்க வேண்டும். இரண்டு, அவன் வாழ்வில் வியக்கத்தக்க சாதனைகள் நிகழ்த்தியிருக்க வேண்டும் (ப.IV) கண்ணதாசனின் இந்தக் காரணங்கள் இன்று காலாவதியாகிவிட்டன. அவர் குறிப்பிடும் *பெரிய மனிதர்கள்* அல்லாத சாதாரண மக்களின் சுயசரிதங்கள் மதிப்புடையனவாக இன்று கருதப்படுகின்றன. சமூக வரலாறு மேன்மக்களின் வரலாறல்ல. எல்லாப் பிரிவினரையும் உள்ளடக்கிய வரலாறுதான் என்னும் கருத்தோட்டம் கவனம் பெற்று வருகிறது. இது ஒருபுறம் இருக்க, கண்ணதாசன் கூறும் காரணங்களையே ஏற்றுக்கொண்டாலும்கூட, சுயசரிதம் எழுதுவதற்கு ஒருவர் தேர்ந்தெடுத்துக்கொள்ளும் சூழல் முக்கியமானது.

1961ஆம் ஆண்டு இச்சுயசரிதம் எழுதப்பட்டபோது திரைப்படப் பாடலாசிரியராகக் கண்ணதாசன் மிகுந்த புகழ் பெற்று விளங்கினார். அரசியலிலும் அறியப்பட்ட ஒருவராக இருந்தார். அவர் தன்னடக்கத் தோடு தன்புகழ் குன்றிலிட்ட விளக்காக ஒளிவீசுகிறதென்று நான் பெருமைப்பட முடியாது (ப.V) என்று குறிப்பிட்டுக்கொண்டாலும் திரைப்படம், பத்திரிகை, அரசியல் ஆகியவற்றின் வாயிலாக வெகுஜனப் புகழ் பெற்றவராக அப்போதே உருவாகிவிட்டார் என்பது உண்மை. மேலும் அவ்வாண்டுகளில் அவர் சார்ந்திருந்த *திராவிட முன்னேற்றக் கழகத்தில்* இருந்து வெளியேறிய பிரிவினரில் கண்ணதாசன் முக்கிய மானவர் என்பதும் குறிப்பிடத்தக்கது.

சுயசரிதம் என்பது ஒற்றை நோக்கைக் கொண்டது. எவ்வளவுதான் விஸ்தாரமான மனம் கொண்டவராக இருப்பினும் அதுவரையிலான தம் வாழ்க்கை நிகழ்ச்சிகளின் தன்னிலை விளக்கமாகச் சுயசரிதத்தை அமைத்துக்கொள்வது என்பது தவிர்க்க இயலாதது. நேர்நிலையாகவோ எதிர்நிலையாகவோ விளக்குவதன் மூலம் தம் பிம்பத்தைச் சரிய விடாமல் காத்துக்கொள்வது சுயசரிதத்தின் முக்கிய நோக்கமாக அமையும். சூழலில் தம்முடைய இடத்தை நிலைப்படுத்திக்கொள்ளவும் எதிரிகளை நிலைகுலையச் செய்வதற்கும் பயன்படுத்தப்படும் உத்தியாகச் சுயசரிதத்தை அமைத்துக்கொள்வதுண்டு. இத்தகைய நோக்குகளுக்கேற்ப வாழ்க்கை நிகழ்ச்சிகளைத் தேர்வு செய்துகொண்டு விளக்கங்கள், பாவனைகளுடன் விரிந்து செல்லும் இயல்புடையது சுயசரிதம்.

கண்ணதாசன் 'வனவாசம்' என்று தம் சுயசரிதத்திற்குத் தலைப்புக் கொடுத்திருப்பதற்கு முக்கியமான காரணம் ஒன்று உள்ளது. இதில் நான் வனவாசம் என்று குறிப்பிடுவது ஓர் அரசியல் கட்சியில் நான் வாழ்ந்த வாழ்க்கையே ஆகும் (ப. VII) என்று அவர் கூறுகிறார். வனவாசம் இராமாயணம், மகாபாரதம் ஆகிய இதிகாசக் கதைகளோடு தொடர் புடையது. கதை நாயகர்களுடைய வாழ்வின் துயரமான பகுதி *வனவாசம்*. ஆகவே *வனவாசம்* என்பது துன்பத்தின் குறியீடாக விளங்குகிறது. திராவிட முன்னேற்றக் கழகத்தில் தாம் அங்கம் வகித்த காலத்தைத் துன்பம் மிக்கதாகக் கவிஞர் விளக்குகிறார். 1961 ஏப்ரல் மாதத்தில் ஈ.வி.கே சம்பத் தலைமையில் அக்கட்சியிலிருந்து வெளியேறிய பலரில் கண்ணதாசன் ஒருவர். அப்பிரிவினருக்குத் தி.மு.க.விற்கு எதிராக அரசியல் நடத்திக் காட்ட வேண்டும் என்ற கட்டாயம். அப்போது தமிழ் தேசியக் கட்சியைத் தொடங்கிய அவர்கள் தமது கட்சியை நிலைநிறுத்திக்கொள்ளவும் தி.மு.க.வைப் பலவீனப்படுத்தவும் தேவையான முயற்சிகளைச் செய்தார்கள். தி.மு.க.வில் இருந்த காலத்தைக் கண்ணதாசன் *வனவாசம்* என்று குறிப்பிடுவதற்கான காரணம் இந்தப் பின்னணியில் இருக்கிறது. ஒரு கட்சியில் இருந்து விலகும்போது தன்னிலை விளக்கம் கொடுப்பது அரசியல்வாதிகளின் தேவை. தமது ஆதரவாளர்களைத் தக்கவைத்துக் கொள்வதற்கான உத்தி அந்தத் தன்னிலை விளக்கத்தில் இருக்கும். *வனவாசம்* அத்தகைய தன்னிலை விளக்க நூல் ஆகும்.

வனவாசத்தை இரு பகுதிகளாகப் பிரித்துப் பார்க்க முடியும். முதற்பகுதி, இலக்கியத்தின் மீது கொண்ட பற்றின் காரணமாகச் சொந்த கிராமத்தைவிட்டு, திருச்சி, சென்னை முதலிய ஊர்களுக்குச் சென்று பத்திரிகைகளில் பணியாற்றுவது, திரைப்படத்துறைக்குள் நுழைவது உள்ளிட்ட அவரது முன்னேற்றம் தொடர்பான நிகழ்ச்சி களைக் கொண்டதாகும். இரண்டாவது பகுதி, விருப்பம் இன்றி நண்பர்களின் நிர்ப்பந்தத்தால் அரசியலுக்குள் நுழைந்த அவருடைய அரசியல் அனுபவங்களாகும். குறிப்பாக, கட்சித் தலைவர்கள் தொடர்பான நிகழ்ச்சிகளைத் தொகுத்துச் சொல்வதாகும். முதல் பகுதியிலும் சரி, இரண்டாவது பகுதியிலும் சரி, கண்ணதாசன்

தேர்வு செய்துகொள்ளும் நிகழ்ச்சிக்கு நோக்கம் இருக்கிறது. வெகுளியான, நேர்மையான, எளிதில் எவரையும் நம்பிவிடக்கூடிய, பொருளாதாரப் பிரச்சினைகள்கொண்ட, இரக்கத்திற்குரிய ஓர் இளைஞனாகத் தம்மைப் பற்றிய சித்திரத்தை உருவாக்கிக்கொள்ளும் வகையில் நிகழ்ச்சிகளை முதல்பகுதியில் எழுதியுள்ளார். இப்பகுதி தி. மு. க. தொடர்பான தலைவர்களுடன் நட்பு ஏற்படுவதையும் மையமாகக் கொண்டது. அதற்குத் திரைப்படத்துறையும் பத்திரிகைத்துறையும் வாயிலாக இருந்ததை அறிய முடிகிறது. கல்லக்குடி போராட்டம் ஒன்றைத் தவிர விரிவான அரசியல் நிகழ்ச்சிகள் எதுவும் இல்லையாயினும் கட்சித் தலைவர்களின் பிம்பத்தை உடைக்கும் பல நிகழ்ச்சிகளை உள்ளடக்கியதாகவும் தி. மு. கவில் இருந்து ஈ. வி. கே. சம்பத் தலைமையில் ஓர் அணி வெளியேற வேண்டிய நிர்ப்பந்தம் உருவான சூழல், சதிகள் ஆகியவை குறித்த நிகழ்ச்சிகளாகவும் இரண்டாம் பகுதி விரிந்து செல்கிறது. இரு பகுதிகளிலும் அவர் விரித்துச் செல்லும் நிகழ்ச்சிகளில் உண்மைத் தன்மையைச் சந்தேகிப்பது இயலாதெனினும் அவை தற்சார்புடைய ஒற்றைக் குரலாக ஒலிப்பதை உணர முடிகிறது. தி. மு. க.வில் இருந்து வெளியேறிவிட்ட காரணத்தால், அக்கட்சியினர் தொடர்பான எதிரான சித்திரத்தை உருவாக்கும் நிகழ்ச்சிகளையே அவர் தேர்வுசெய்துகொண்டிருக்கிறார். சொல் வேறு செயல் வேறு என்னும் இரட்டை வேடம் போடுபவர்கள் அவர்கள்; நேர்மையற்றவர் கள்; சதிகாரர்கள் என்பதற்கு ஏற்ற நிகழ்ச்சிகள் அவை. அண்ணாதுரை உள்ளிட்ட சிலர் மீது அவர் கொண்டிருக்கும் தனிப்பட்ட பற்று ஒன்றைத் தவிர, தி. மு. க. அரசியல் தலைவர்கள் தொடர்பான எதையும் நேர்மையாக அவர் காட்டவில்லை.

அடுத்து வனவாசம் முழுக்க ஒருவித பாவனை தொடர்ந்து செல்கிறது. நான் என்று எழுதுவதற்குத் தகுதி போதாது என்று தன்னடக்கத்துடனேயே அவன் என்று என்னைக் குறிப்பிட்டேன் என அவர் முன்னுரையில் குறிப்பிடுகின்றார். சுயசரிதத்தில் தன்னைப் படர்க்கையில் குறிப்பிட்டு எழுதுவது வழக்கமல்ல. ஆகவே இந்தப் படர்க்கை உத்தியே ஒரு பாவனைதான். படிப்பவர்க்கு ஒரு கதைபோலத் தோற்றம் தருவதற்கும் கண்ணதாசன் மீது வாசகர் கவனம் குவியாமல் நூலில் வரும் மற்றவர்கள் மீது கவனம் குவிவதற்கும் இந்தப் படர்க்கை உத்தி வசதியானது. முதல் பகுதியில் தம்மை இரக்கத்திற்குரிய இளைஞன் ஒருவராக அவர் சித்திரிப்பதும்கூடப் பாவனைதான். வீட்டைவிட்டுக் கிளம்பி வந்த அவருக்குச் செல்லும் இடங்களில் எல்லாம் நண்பர்கள், உறவினர்கள் ஆதரவு கிடைக்கிறது. ஓரிரு சந்தர்ப்பங்களில் தவிர, வேலை வாய்ப்புகளைப் பெறுவதும் எளிதாகவே இருக்கிறது. பத்திரிகை வேலை, திரைப்படத்துறை வாய்ப்புகள் என முன்னேற்றத்துக்கும் புகழ் பெறுவதற்கும் சூழல்கள் எளிதாக அமைகின்றன. அவருடைய குடும்பமும் ஏழ்மை நிலையில் இருப்பதல்ல. நடுத்தரக் குடும்பம். ஒன்றரை லட்சம் ரூபாய் சொத்துள்ள குடும்பம் ஒன்றிற்குத் தத்துப் பிள்ளையாகச் செல்லும் வாய்ப்பு கிடைக்கிறது.

பெண்களிடம் பழகவும் உறவு கொள்ளவுமான சூழல்கள் அமைகின்றன. எனினும் தம்மைப் பரிதாபத்திற்குரிய பிரகிருதியாக அவர் ஆக்கிக் கொள்வது பாவனையே. பின்பகுதியில் வரும் அரசியலில் தமக்குரிய வாய்ப்புகள் தவிர்க்கப்பட்டன எனவும் நேர்மையாளர்கள் ஓரங்கப்பட்டனர் எனவும் எழுதும்போது *இவருக்கா இந்த நிலைமை* என்று வாசகர் இரக்கப்படுவதற்கேற்ற பின்புலத்தை வனவாசத்தின் முதற்பகுதியில் இத்தகைய பாவனை மூலம் உருவாக்கிவிடுகிறார். கண்ணதாசன், *காந்தியடிகளின் சுயசரிதத்தைப் படித்தபின்பு, இதனை எழுதியதால் உண்மைகளை நிர்வாணமாகக் கூறுவதில் அதிக ஆசை எழுந்தது (ப. III)* என 1981இல் நான்காம் பதிப்புக்கு எழுதிய முன்னுரையில் கண்ணதாசன் குறிப்பிடுகிறார். அதற்கு முந்தைய பதிப்பு முன்னுரையில் இந்தச் செய்தி இல்லை. *உண்மைகளை நிர்வாணமாகக் கூறுதல்* என்பதும் பாவனைதான். தான் தனியாகவும் தன் சகாக்களுடனும் விலைமகளிரைத் தேடிச் செல்லும் சில நிகழ்ச்சிகள்தான் கண்ணதாசன் கூறும் *உண்மைகள்.* இந்த நிகழ்ச்சிகளை அவர் எழுதுவதற்கான நோக்கம், செய்த தவறுகளை ஒப்புக் கொள்வதன் மூலமாகக் கிடைக்கும் வாசக மன்னிப்பு மட்டுமல்ல, *இத்தகைய பாவங்களில் நானும் பங்குகொள்ள நேர்ந்துவிட்டதே* என்னும் கழிவிரக்கத்தோடு தி. மு. க. கட்சி சார்ந்தவர்களின் யோக்யதை இப்படிப்பட்டது என்பதை நிறுவுவதற்காகவே அவர் வெளிப்படுத்தும் *உண்மைகள்.* கொள்கை சார்ந்த விவாதங்கள் எதையும் முன்வைத்துத் தி.மு.க.வில் பிளவு ஏற்படவில்லை. தலைமைப் போட்டிகளே பிளவுக்குக் காரணம் எனக் கண்ணதாசன் வழி அறிகிறோம். ஆகவே தனிநபர் ஒழுக்கப் பிரச்சினையை எழுப்புவதன் மூலம் எதிரணியின் யோக்யதையை அம்பலப்படுத்தும் நோக்கத்திற்கு இந்த உண்மைகள் பயன்படுகின்றன. முன்னுரையிலும் நூல் முழுக்கவும் பாவனைகள் மிகையாக வெளிப்படுகின்றமைக்கு *'இவ்வளவு மோசமான இயக்கத்துடன் நீங்கள் ஏன் இருந்தீர்கள்?'* என்னும் கேள்விக்குப் பதில் சொல்லும் வகையில் நூல் முழுக்க ஏராளமான விளக்கங்கள் இடம் பெறுகின்றன.

வைதீக எண்ணங்களில் வளர்ந்தவன் ஆதலால் சுய மரியாதை உணர்ச்சிகள் அவனைச் சுலபத்தில் ஆட்கொள்ள முயலவில்லை. (ப. 44) ஒன்றை அரைகுறையாக ஆதரிக்கத் தொடங்குகிறவன்கூட ஒவ்வொரு நிகழ்ச்சிகளாலும் வெளியடைந்து முழு ஆதரவாளனாக மாறிவிடுகின்றான். (ப. 148) அவன் என்ன தியாகியவதற்காகவா ஜெயிலுக்கு வந்தான் – ஏதோ வந்தான்; மாட்டிக் கொண்டான் (ப. 195). என்பன போன்ற விளக்கங்கள் கொள்கையின் ஈர்ப்பினால் அல்ல. சூழலின் காரணமாகவே அந்தக் கட்சியில் இருக்க நேர்ந்தது என்னும் பதிலைத் தருகின்றன. கல்லக்குடி போராட்டத்தில் ஈடுபட்டது, தேர்தலில் வேட்பாளராகப் போட்டியிட்டது, பொதுக் கூட்டத்தில் ஆவேசமாக முழங்கியது என எல்லாச் செயல்களும் முழுமையான ஈடுபாட்டினால் அல்ல; போலியாகத்தான் என விளக்குகிறார். இதுபோன்றே ஏராளமான விளக்கங்கள் நூல் முழுவதும் விரவிக்

கிடக்கின்றன. நூலின் இறுதிப் பகுதி இந்த நூலின் நோக்கத்தை விளக்கும் நேரடியான வாசகங்கள் கொண்டதாக இருக்கிறது. *காட்டுக் குரங்குகளிடமிருந்து அவன் விடுதலை பெற்றுவிட்டான்... சமுதாயத் தின் மூன்றாந்தர மனிதர்களோடு அவனுக்கிருந்த உறவு அறுந்துவிட்டது. அர்த்தமில்லாமல் அவன் வளர்த்துக்கொண்டிருந்த வெறி தணிந்துவிட் டது (ப.343)* என்றெல்லாம் எழுதுகிறார். அவருடைய அத்தனை விதமான தவறுகளுக்கும் தான் அதுநாள்வரை இருந்த கட்சியையே காரணமாக்கி ஏராளமாகத் திட்டித் தீர்க்கிறார். கண்ணதாசனின் அரசியல் அறிவு எந்த அளவுக்கானது என்பதை அவர் எழுதிய *'நான் பார்த்த அரசியல்'* என்னும் நூல் வழியாக அறியலாம்.

.... *ஜஸ்டிஸ் கட்சிதான் வெள்ளைக்காரனுக்கு மிகவும் உதவி செய்த கட்சியாகும். விடுதலை கிடைக்காமல் இருப்பதற்கு வெள்ளைக் காரன் செய்த சாகசங்களைவிட இந்தக் கட்சி செய்த சாகசங்கள் மிக அதிகம் (ப.12)* நீதிக்கட்சியைப் பற்றி இவ்விதம் மதிப்பிடும் இவர், பெரியார் பற்றி எழுதும் பகுதிகள் சிறுபிள்ளைத்தனமாக இருக்கின்றன. அவரை மன்னர்கள், சமஸ்தானாதிபதிகளின் தலைவராகக் காண்கிறார். அரசியல் இயக்கம் ஒன்றின் சமூக இருப்பிற்கான காரணங்களைக்கூட அறிந்துகொள்ள இயலாதவரான கண்ணதாசன், கொள்கை வேறுபாடு களின் அடிப்படையில் தி.மு.கவிலிருந்து பிரிந்து வராமல் தலைமைப் போட்டியில் ஈ.வி.கே. சம்பத்தின் பக்கம் சார்ந்திருந்து வெளியேறிய கண்ணதாசன், அரசியல்வாதி ஒருவரின் தன்னிலை விளக்கமாக எழுதிய சுயசரிதமே *வனவாசம்* என்பதில் ஐயமில்லை.

அந்நூல் இன்றும் வெகுஜன வாசிப்புக்கு உகந்ததாக இருப்பது, எளிய நடையினாலும் தலைவர்களுக்கு இருந்த விலைமகளிர் உறவு குறித்த சுவாரஸ்யமான சில நிகழ்ச்சிகளினாலும் அங்கங்கே அவர் தெளித்துச் செல்லும் தத்துவச் சாயல்கொண்ட விளக்கங்களினாலும் தான். மற்றபடி ஒற்றைக் குரல் கொண்ட, பெரிய முக்கியத்துவம் ஏதுமற்ற, சமத்காரமான தன்னிலை விளக்க அறிக்கை ஒன்றுதான் *வனவாசம்.*

●

நூல் விவரம்:
கண்ணதாசன், வனவாசம், வானதி பதிப்பகம், சென்னை, ஐந்தாம் பதிப்பு, 1982.

பாரதியாரின் சொல்லாக்க முயற்சி

பாரதியார் கவிஞராக அறியப்பட்டுள்ள அளவு பத்திரிகையாளராக அறியப்படவில்லை. பத்திரிகைத் துறையில் அவர் செய்துள்ள பணிகள், கவிதைப் பணிக்குச் சற்றும் குறைந்தவை அல்ல. பத்திரிகையாளராக இருந்ததாலேயே உலகச் செய்திகள் பலவற்றை அறிந்துகொள்ளும் வாய்ப்பும், அதனால் பரந்த மனப்பான்மையும் அவருக்குக் கிட்டின. பத்திரிகைகளில் அவர் எழுதிய கட்டுரைகள் அவரது பன்முக ஆளுமையை வெளிக்காட்டுகின்றன. பத்திரிகையாளரின் முதன்மையான கருவி மொழி. மொழியைப் பயன்படுத்துவதில் உள்ள தேர்ச்சியே தமது கருத்துகளை வாசகனிடம் எளிதாகக் கொண்டு சேர்க்க உதவுகிறது. வாசகர் கூட்டத்தையும் உருவாக்குகிறது. தாம் கையாளும் மொழியைப் பற்றிய உணர்வு பத்திரிகையாளருக்கு அவசியம். பாரதியாரிடம் இவ்வுணர்வு மிகுதியாகக் காணப்படுகிறது. அன்றைய பத்திரிகை மொழி நடையைப் பற்றி,

> "தமிழ்நாட்டிலோ முழுதும் தமிழ்நடையைவிட்டு இங்கிலீஷ் நடையில் தமிழை எழுதும் விநோதமான பழக்கம் நமது பத்திராதிபர்களிடம் காணப்படுகிறது. முதலாவது நீ எழுதப்போகிற விஷயத்தை இங்கிலீஷ் தெரியாத தமிழனிடம் வாயினால் சொல்லிக்காட்டு. அவனுக்கு நன்றாக அர்த்தம் விளங்குகிறதா என்று பார்த்துக்கொண்டு பிறகு எழுது. அப்போதுதான் நீ எழுதுகிற எழுத்து தமிழ்நாட்டிற்குப் பயன்படும்."
> (மகாகவி பாரதியார் கட்டுரைகள் ப. 208)

என்று எழுதுகிறார். தாம் யாருக்காக எழுதுகிறோம். யாரிடம் போய்ச் சேர வேண்டும் என்பதைத் தெளிவாகப் பாரதியார் அறிந்திருந்தார். 'இங்கிலீஷ் நடையைப் பாரதி ஏற்றுக்கொள்ளவில்லை. தமிழ் மட்டுமே தெரிந்த வாசகனுக்குப் புரிகிற நடைதான் பாரதியின் ஆதர்சம். அதற்கேற்ப ஆங்கிலச் சொற்களுக்கு நிகரான தமிழ்ச் சொற்களைத் தேடிப் பயன்படுத்தவும் புதிய தமிழ்க் கலைச் சொற்களை உருவாக்கவும்

பாரதி முயன்றிருக்கிறார். இத்தகைய முயற்சியில் ஈடுபடும் மனம், நெகிழ்ந்த தன்மை உடையதாக இருக்க வேண்டும். குறுகிய வரையறைகளை வைத்துக்கொண்டிருந்தால் புதிது படைத்தல் சாத்தியமாகாது. மொழியில் வளர்ச்சி பற்றி நம் மரபிலக்கணங்கள் கொண்டிருந்த புரிந்துணர்வைப் பாரதியார் சரியாகவே உள்வாங்கிக்கொண்டிருந்தார். 'பழையன கழிதலும் புதியன புகுதலும் வழுவல கால வகையினானே' என்பது பாரதியின் சொற்களில்,

> காலம் மாற மாற, பாஷை மாறிக் கொண்டுபோகிறது. பழைய பதங்கள் மாறிப் புதிய பதங்கள் உண்டாகின்றன.
>
> (தத்துவம் ப. 76)

என்று குறிப்பிடப்படுகிறது. இந்த உணர்வில்லை எனில் மொழியை வளர்ச்சிக்கு இட்டுச் செல்லும் சொல்லாக்கங்களில் ஈடுபட இயலாது. இவற்றோடு பாரதியார் அவ்வப்போது சொற்களைப் பற்றிய ஆய்வுகளிலும் ஈடுபட்டுள்ளார். ஒரு சொல்லின் வேர்ச்சொல் என்னவாக இருக்கும், சொல்லுக்கு இருக்கும் பொருள்கள் எவை போன்ற ஆய்வுகளில் பாரதி கருத்துச் செலுத்தினார் என்பதற்கு அவரது கட்டுரைகளில் சான்றுகள் சிதறிக் கிடக்கின்றன.

> 'விடு' என்ற பகுதியிலிருந்து 'வீடு' என்ற சொல் வந்தது. 'வீடு' என்பது விடுதலை. இதை வடமொழியில் முக்தி என்கிறார்கள்.
>
> (கலைகள், ப. 318)

> ஜாதி என்ற சொல் இரண்டர்த்தமுடையது. முதலாவது ஒரு தேசத்தார் தமக்குள் ஏற்படுத்தி வைத்துக்கொள்ளும் பிரிவு ... இரண்டாவது தேசப் பிரிவுகளைத் தழுவிய வேற்றுமை.
>
> (பாரதி தமிழ் ப. 167)

போன்றவற்றைக் குறிப்பிடலாம். இத்தகைய தன்மைகளைத் தன்னகத்தே பெற்றிருந்தமையால் ஆங்கிலச் சொற்களைத் தமிழ்ப்படுத்தும் முயற்சியில் ஈடுபட்டுப் பல புதிய சொற்களை உருவாக்க அவரால் முடிந்திருக்கிறது. புதிய கலைச்சொற்களை வழக்கிற்குக் கொண்டுவரும் தொடக்க நிலையில் மூலமொழிச் சொல்லை அப்படியேவோ அதன் எழுத்துப் பெயர்ப்பையோ அடைப்புக்குள் கொடுக்க வேண்டும் என்பது இன்று அறிஞர்கள் வலியுறுத்தும் கருத்து. இக்கருத்துகள் எல்லாம் வளர்ச்சி பெறாத போதிலேயே பாரதி இம்முறையைப் பின்பற்றி உள்ளார்.

> பிரதிநிதிகள் (டெலிகேட்ஸ்)
> பார்ப்பவர்கள் (விசிட்டர்ஸ்)
> சக்தி யந்திரம் (பவர்)
> முறையீடு (அப்பீல்)
> துண்டுப் பத்திரிகைகள் (நோட்டீஸ்)
> நகர சபை
> வாக்குச்சீட்டு (வோட்)
> அமெரிக்க ஐக்கிய நாடுகள் (யுனைடெட் ஸ்டேட்ஸ்)

இவ்வாறு பாரதி உருவாக்கிய சொற்கள் அனைத்தும் தனித்தமிழ்ச் சொற்கள் அல்ல, அவருடைய காலச் சூழலுக்கேற்ப வடமொழிச் சொற்களையும் பயன்படுத்தியுள்ளார். அவற்றில் பல சிற்சில மாற்றங் களுடனோ அப்படியேவோ இன்றும் வழக்கில் உள்ளன.

சொல்லொன்றை உருவாக்கப் பாரதிக்கு இடைவிடாத முயற்சியும் பல்லாண்டு உழைப்பும் தேவைப்பட்டிருக்கின்றன. இரண்டு சொற்களை முன்வைத்து இதனை விளக்க முடியும். 'மெம்பர்' என்னும் ஆங்கிலச் சொல்லுக்கு நிகரான சொல்லைக் கண்டுபிடிக்க பாரதியார் எடுத்துக் கொண்ட முயற்சியை அவர் கொடுக்கும் குறிப்பின் மூலம் அறியலாம். 'தென்னாப்பிரிக்காவில் பெண்கள் விடுதலை' என்ற கட்டுரையில் 'மெம்பர்' என்ற சொல் வருகிறது. அவ்விடத்தில் கீழ்க்கண்ட அடிக் குறிப்பைப் பாரதியார் தருகிறார்.

> நடுவிலே ஒரு ரசமான வார்த்தை. 'மெம்பர்' என்பதற்குச் சரியான தமிழ்ச் சொல் எனக்கு அகப்படவில்லை. ஆச்சரியத்திலும் ஆச்சர்யம். 'அவயவி' சரியான வார்த்தையில்லை. "அங்கத்தான்" கட்டிவராது. "சபிகன்" சரியான பதந்தான். ஆனால் பொது ஜனங்களுக்குத் தெரியாது. யாரேனும் பண்டிதர்கள் நல்ல பதங்கள் கண்டுபிடித்துக் கொடுத்தால் புண்ணியமுண்டு. 'உறுப்பாளி' ஏதெல்லாமோ நினைத்தேன். ஒன்றும் மனதிற்குப் பொருந்தவில்லை. என்ன செய்வேன்! கடைசியாக 'மெம்பர்' என்று எழுதிவிட்டேன்.
>
> (மாதர் ப. 296)

இந்தக் குறிப்பு பாரதியின் சொல்லாக்க முயற்சி குறித்துப் பல செய்திகளைத் தருவதாக இருக்கிறது. பாரதி கட்டுரையைப் பாதியில் நிறுத்திவிட்டு ஒரு சொல்லுக்காக அரைமணி நேரம் யோசித்திருக்கிறார். சரியான சொல் அகப்படவில்லை என்று பட்டதும் அத்தோடு விட்டுவிடவில்லை. 'ஆர அமர' யோசித்தால் கண்டுபிடித்துவிட முடியும் என்று நம்புகிறார். சொல்லாக்கத்திலும் சரியான சொல் அகப்பட்டுவிட்டால் மட்டும் போதாது, அது பொதுமக்கள் அறிந்ததாக, புரிந்துகொள்ளக் கூடியதாக இருக்க வேண்டும் என்று நினைக்கிறார். அப்போதுதான் அச்சொல்லால் பயன் உண்டாகும். அவர் உருவாக்கிய சொற்கள் அவயவி, அங்கத்தான், சபிகன், உறுப்பாளி ஆகியவை. வேறோர் இடத்தில் 'சபைக்காரர்' என்ற சொல்லையும் பயன்படுத்தி யுள்ளார். இந்த ஐந்து சொற்களும் அவருக்கு நிறைவளிக்கவில்லை. ஆனால் அவர் உருவாக்கிய அங்கத்தான், உறுப்பாளி ஆகிய இரு சொற்களை விகுதி மாற்றத்துடன் அங்கத்தினர், உறுப்பினர் என இன்றும் வழக்கில் பயன்படுத்துகிறோம்.

இதுமட்டுமல்ல, பாரதியின் இடைவிடாத சொல்லாக்க முயற்சி பல ஆண்டுகள் கழித்துப் பலன்கொடுத்திருப்பதை அவருடைய கட்டுரைகள் வாயிலாக அறியலாம். 'பொதுவுடைமை' என்ற சொல்லைப் பாரதிதான் உருவாக்கினார் என்பது அனைவரும் ஏற்றுக்கொண்டதே. அச்சொல்லை உருவாக்கப் பாரதி பல ஆண்டுகள் முயற்சி செய்திருக் கிறார் என்பது வியப்பளிக்கும் செய்தி. 'இந்தியா' பத்திரிகை தொடங்கப் பட்ட காலத்திலிருந்து பாரதியார், ரஷ்யா பற்றியும் சோஷலிஸ்ட்

கட்சி பற்றியும் தொடர்ந்து எழுதி வந்திருக்கிறார். அக்குறிப்புகளை ஆண்டு வரிசையில் காணும்போது 'சோஷலிஸ்ட் கட்சி' என்பதைத் தமிழ்ப்படுத்தப் பாரதி மேற்கொண்ட முயற்சிகள் அறிய வருகின்றன.

1906ஆம் ஆண்டில் 'சோஷலிஸ்ட் கட்சி' என்றே எழுதுகிறார். தொடர்ந்த ஆண்டுகளிலும் அவ்வாறே பயன்படுத்துகிறார். ஆனால் இதற்கான தமிழாக்கம் குறித்துத் தொடர்ந்து சிந்தித்துள்ளார். பாரதியின் கட்டுரைத் தொகுப்பில் செல்வம் (1), செல்வம் (2) ஆகிய இரு கட்டுரைகள் உள்ளன. இக்கட்டுரைகள் எழுதப்பட்ட ஆண்டு குறித்த விவரம் நூலில் இல்லை. ஆனால் கட்டுரையின் இடையில் வரும் குறிப்பைக் கொண்டு, இவை 'சுதேசமித்திரன்' இதழில் 1917ஆம் ஆண்டில் எழுதப்பட்டவை என அறிய முடிகிறது. முதல் கட்டுரை,

> ருஷியாவில் 'சோஷலிஸ்ட்' கட்சியாளர் ஏறக்குறைய தம்முடைய நோக்கத்தை நிறைவேற்றிவிடக்கூடுமென்று தோன்றுகிறது.
>
> (சமூகம், ப. 620)

என்று தொடங்குகிறது. எனவே இக்கட்டுரை ரஷ்யப் புரட்சிக்கு முன் எழுதப்பட்டிருக்க வேண்டும். இரண்டாவது கட்டுரையில்,

> ஏற்கனவே ருஷ்யாவில் ஸ்ரீமான் லெனின், ஸ்ரீமான் மின்த்ரோத்ஸ்கி முதலியவர்களின் அதிகாரத்தின் கீழ் ஏற்பட்டிருக்கும் குடியரசில்...
>
> (சமூகம், ப. 2)

என்று வருகிறது. எனவே இக்கட்டுரை புரட்சிக்குப் பின் எழுதப் பட்டிருக்க வேண்டும். முதல் கட்டுரையில் கீழ்வருமாறு எழுதுகிறார்.

> சோஷலிஸ்ட் கட்சியென்பதைத் தமிழில் ஸமத்துவக் கட்சி என்று சொல்ல லாம். அதுகூடச் சரியான மொழிபெயர்ப்பாகாது. சொத்து பாகம் செய்திருப் பதில், இப்போது சிலர் செல்வரென்றும் பலர் ஏழைகளென்றும் ஏற்பட்டிருப் பதை மாற்றி உலகத்திலுள்ள சொத்தை அதாவது பூமியை உலகத்து ஜனங் களுக்கு ஸமமாகப் பங்கிட்டுக் கொடுக்க வேண்டும் என்றும், தொழில் விஷயத்தில் இப்போது போட்டி முறை இருப்பதை மாற்றிக் கூடியுழைக்கும் முறையை அனுஷ்டானத்துக்குக் கொண்டுவர வேண்டும் என்றும் மேற்படி கட்சியாருடைய முக்கியமான கோட்பாடு, ஆதலால் இந்தக் கட்சிக்கு ஐக்கியக் கட்சி என்று பெயர் சொல்லுவது பொருந்தும் என்று தோன்றுகிறது. இதை 'அபேதக் கட்சி' என்று சொல்லுவாருமுள்ளார்.
>
> (சமூகம், ப. 620)

'மெம்பர்' என்ற சொல்லைப் போலவே இச்சொல்லுக்கும் பலவித மொழி பெயர்ப்புகளை வழங்குகிறார். இவை எதிலும் திருப்திப்படாத பாரதி 'சோஷலிஸ்ட்' என்பதைக் 'கூட்டுறவுக் கொள்கை' என்றும் மொழிபெயர்த்துப் பார்க்கிறார். 1917ஆம் ஆண்டிலேயே 'ஸமூஹ கக்ஷி' என்ற சொல்லாட்சியையும் கையாண்டுள்ளார். (பாரதி தமிழ் ப. 174) இவை எல்லாம் பொருத்தமான சொல்லைத் தேடிப் பயணப் பட்ட பாரதியின் முயற்சியைக் காட்டுகின்றன.

செல்வம் (3) கட்டுரையில் கலைச்சொல் என்னும் உணர்வின்றியே 'பொது உடைமை' என்ற சொல்லாக்கத்தையும் பயன்படுத்திவிடுகிறார்.

ஒருதேசத்தில் பிறந்த மக்கள் அனைவருக்கும் அந்த தேசத்தின் இயற்கைச் செல்வம் முழுதையும் பொதுஉடைமையாக்கிவிட வேண்டுமென்ற கொள்கைக்கு இங்கிலீஷில் 'சோஷலிஸ்ட்' கொள்கையென்று பெயர்.

(சமூகம், ப. 636)

ருஷியாவில் ஸ்ரீமான் லெனின், ஸ்ரீமான் மின்த்ரோக்ஸ்கி முதலியவர்களின் அதிகாரத்தின் கீழ் ஏற்பட்டிருக்கும் குடியரசில் தேசத்து விளைநிலமும் பிற செல்வங்களும் தேசத்தில் பிறந்த அத்தனை ஜனங்களுக்கும் பொது உடைமையாகிவிட்டது.

ஆகிய இரு இடங்களில் 'பொது உடைமை' என்ற சொல்லாக்கத்தைக் கையாளும் பாரதி, 'சோஷலிஸ்ட் கட்சி' என்பதன் பெயர்ப்பாகப் 'பொதுவுடைமைக் கட்சி' என்பதைக் கையாளவில்லை. காரணம் இச்சொல் குறித்துத் தொடர்ந்து சிந்திக்க மனம் தன்னையுமறியாமல் உருவாக்கிவிட்ட சொற்சேர்க்கை அது. இக்கட்டுரைகளுக்குப் பின் 1920ஆம் ஆண்டு எழுதுகிற ஒரு குறிப்பில் 'ஸமூக உடைமைக் கக்ஷி' என்பதையே கையாள்கிறார். (பாரதி தமிழ், ப. 343). பின் 1920ஆம் ஆண்டில்தான் குறிப்பொன்றில் 'பொது உடைமைக் கக்ஷி' என்பதை முதன்முதலாகக் கையாள்கிறார்.

பொது உடைமைக் கக்ஷி என்ற காட்டுத் தீ ஐரோப்பா என்ற மனுஷ்ய வனத்தில் ருஷ்யா முழுவதையும் சூழ்ந்து கொண்டதுமன்றி மற்ற இடங்களிலும் அங்கங்கே திடீர்திடீரென்று வெடித்துத் தழல் வீசி வருவது காண்கிறோம்.

(பாரதி தமிழ், ப. 459)

இதில் சோஷலிஸ்ட் கட்சி என்பதைப் 'பொது உடைமைக் கட்சி' என்று குறிப்பிடுகிறார். ஏறத்தாழ பதினைந்து ஆண்டுகளாகப் பயன்படுத்தி வந்த ஒரு சொல்லுக்கு இவ்வளவு காலம் கழித்துச் சரியான சொல்லாக்கத்தைக் கண்டறிகிறார் பாரதி.

இவை போன்ற பாரதியின் சொல்லாக்க முயற்சிகள் கட்டுரைகளின் ஊடாகச் சிதறிக் கிடக்கின்றன. மொத்தமாகத் தொகுத்து ஆய்ந்தால் பாரதியாரின் பங்களிப்பை அறிவதோடு கலைச் சொல்லாக்க வரலாற்றின் பகுதி ஒன்றையும் கண்டறிந்தவர்கள் ஆவோம்.

•

பயன்பட்ட நூல்கள்:

1. சுப்பிரமணிய பாரதி, பாரதி நூல்கள் – கட்டுரைகள், பாரதி பிரசுராலயம், சென்னை, 1935.
2. பெ. தூரன், பாரதி தமிழ், வானதி பதிப்பகம், சென்னை, 1986.
3. மகாகவி பாரதியார் கட்டுரைகள், பூம்புகார் பிரசுரம், சென்னை, 1980.

■

வம்பு – பொருள் வரையறை

அகராதியியலில் பொருள் வரையறை என்பது முக்கிய இடத்தைப் பெறுவதாகும். குறிப்பிட்ட சொல்லுக்குரிய பொருளைச் சரியாக வரையறுத்துக் கூறுதல் என்பது இதன் பொருள். சொல்லின் பொருளை வரையறுத்துக் கூறுதல் அவ்வளவு எளிதானதல்ல. அதற்குச் சொல் ஆராய்ச்சித் திறமும் தேவைப்படுகிறது. சொல்லின் வளர்ச்சி, காலப் போக்கில் சொல் பெற்ற பொருள் விரிவாக்கம் ஆகியவற்றைப் பற்றிய ஆய்வே சொல்லின் அடிப்படைப் பொருளை நோக்கிச் செல்வதற்கான வழியாகும். சொல் தோன்றியபோது அதற்கு வழங்கப் பட்ட பொருளைக் கண்டறியும்போதுதான் பொருள் வரையறை முழுமை பெறுகிறது. தமிழில் பொருள் வரையறைகொண்ட அகராதிகள் எதுவும் இல்லை. வழங்கும் பொருள்களை முறைப்படுத்தி வரிசைக் கிரமமாகச் சொல்வதாகவே அனைத்து அகராதிகளும் அமைந்துள்ளன.

அகராதிகளில் பொருள் வரையறை செய்யும் முயற்சி இல்லை. அதற்குக் கடின உழைப்பும் பன்னாள் ஆய்வும் தேவை. தனி ஒரு வரால் இயலும் செயலுமல்ல. தனித்தனிச் சொற்களுக்கு வரையறை செய்யும் முயற்சிகள் ஒன்றிரண்டு கட்டுரைகளில் நடைபெற்றுள்ளன. அவ்வகையில் இக்கட்டுரை 'வம்பு' என்னும் சொல்லுக்குப் பொருள் வரையறை செய்யும் முயற்சியை மேற்கொள்கிறது.

வம்பு என்றதும் இன்றைக்கு நடைமுறையில் வம்புக்குப் போகாதே, வம்புச் சண்டை, வம்பளத்தல் போன்ற வழக்காறுகள் நினைவுக்கு வரும். இவை வீண்பேச்சு, அவசியமற்ற பிரச்சினை ஆகிய பொருள்களில் இன்று வழங்குகின்றன. இச்சொல்லுக்கு மிகப் பெரிய வரலாறு உண்டு. தமிழ்ப் பேரகராதி ஏறத்தாழ இருபது பொருள்களை இச்சொல்லுக்குக் கொடுத்துள்ளது. இலக்கிய வரலாற்றிலும் தொல்காப்பியம் தொடங்கி இச்சொல்லின் ஆட்சி நீண்டுள்ளது.

இந்தச் சொல்லுக்கு ஏற்பட்ட பொருள் விரிவாக்கத்தையே இது காட்டுகிறது. ஏனெனில் ஒரு சொல் இருபது பொருள்களைக் குறித்து வழங்குதல் சாத்தியமில்லை. அடிப்படைப் பொருளிலிருந்து கிளைத்துக் கிளைத்து இத்தகைய பொருள் விரிவாக்கத்தைப் பெற்றிருக்க வேண்டும்.

இச்சொல் தொல்காப்பியத்திலேயே முதலில் ஆளப்பெற்றுள்ளது. 'வம்பு நிலையின்மை' என்பது தொல்காப்பிய நூற்பா (தொல் - சொல். 323). வம்பு என்னும் சொல்லுக்கு நிலையின்மை எனப் பொருள் தருகின்றார் தொல்காப்பியர். பத்துப் பதினைந்து நூற்றாண்டுகளுக்குப் பின் உரையெழுதிய உரையாசிரியர்கள் அப்பொருளை அவ்வாறே ஏற்றுக்கொண்டு 'வம்பு என்னும் சொல் நிலையின்மையை உணர்த்தும் ... என்றாக்கால் நிலையில்லாமை கூறியவாறாம்' எனக் கூறுகின்றனர். அத்தோடு சான்றாகச் சங்க இலக்கியங்களிலிருந்து வம்ப மாரி, வம்ப வடுகர், வம்ப நாரை முதலிய தொடர்களைத் தருகின்றனர். இவ்வுதாரணங்கள் பொருந்தவில்லை. தொல்காப்பியம் தவிர வேறு எவ்விடத்தும் நேரடியாக நிலையின்மைப் பொருளில் இச்சொல் ஆளப்பெறவில்லை.

சங்க இலக்கியத்தில் பல இடங்களில் இச்சொல் வருகின்றது. பருவமல்லாத காலத்தில் பெய்யும் மழையைக் குறித்து வம்ப மாரி, 'வம்பப் பெரும்புயல்' என வருகின்றது. புதுமை என்னும் பொருளில் வம்பலர், வம்ப மாக்கள் எனவும் காணப்படுகின்றது. இவையன்றி, முற்றிலும் மாறுபட்ட யானைக்கச்சு, முலைக்கச்சு, கையுறை ஆகிய பொருள்களும் கூறப்பட்டுள்ளன. இப்பொருள்கள் கூறப்பட்டுள்ள இடங்களைச் சிறிது காணலாம். அகநானூற்றுப் பாடலொன்றில்,

> பின்னுவிட நெறித்த கூந்தலும் பொன்னென
> ஆகத் தரும்பிய சுணங்கும் வம்புவிடக்
> கண்ணுருத் தெழுதரும் முலையும் நோக்கி ... (அகம். 150)

எனக் கூறப்படுகின்றது. இங்கு 'வம்புவிட' என்பதற்கு 'வம்புடை' என்பதும் பாடமாகக் குறிக்கப்பட்டுள்ளது. தலைவியின் உடலில் நேர்ந்த மாற்றங்களைக் கண்ட தாய் அவளை அருங்கடிப்படுத்தியதை இப்பாடல் கூறுகின்றது. தலைவியிடம் நேர்ந்த மாற்றங்களாகத் தலைவியின் கூந்தல் வளர்ச்சி, பொன் போன்ற தேமல், முலை ஆகியவற்றைக் கூறுகின்றார் ஆசிரியர். சிறுபெண்ணாக இருந்த தலைவி திருமணப் பருவத்தை எய்திவிட்டதை உணர்ந்த தாய், அவளுடைய அழகைப் புகழ்ந்து கூறுகின்றாள். பின் 'நீடு நினைந்து அருங்கடிப்படுத்து கிறாள்' (அருங்கடி - மிகுந்த காவல்). நீடு நினைதல் என்பது தாய்க்குரிய பொறுப்புகள் பலவற்றையும் நினைந்து எனப் பொருள்படும். பெண் வளர்ந்ததும் அவளை நல்லவிதமாகக் காத்துத் திருமணம் செய்து கொடுக்க வேண்டும் என்னும் கவலை தாயைப் பற்றுவது இயல்பே.

அதுவும் இந்தத் தலைவியோ தாயே மிகவும் போற்றிக் கூறும் அளவுக்கு அழகு வாய்ந்தவளாக இருக்கின்றாள். தலைவிக்குத் தலைவனோடு ஏற்பட்ட உறவைத் தாய் அறியவில்லை. இப்பொருளைப் பற்றிக் கூறுகின்ற பாடல் 'வம்புவிடக் கண்ணுருத் தெழுதரும் முலை' என்கிறது. இதுவரைக்கும் இல்லாதவாறு கூந்தல் வளர்ந்து விட்டது. மார்பில் பொன்போல் தேமல் படர்ந்திருக்கிறது. அவற்றைப் போலவே இதுவரை இல்லாத புதுமை பொருந்தக் கண்ணுடன் உருப்பெற்று வளர்ந்துள்ளது? முலை என்பதே மிகவும் பொருந்தும். உரையாசிரியர்கள் 'வம்புவிட என்பதற்குக் 'கச்சு அற' எனப் பொருள் தருகின்றனர். மற்றொரு பாடமான 'வம்புடை' என்பதைக் கொண்டால் புதுமை உடையை முலைக்கண் என்பது பெரிதும் பொருந்தும் பொருளாகும். ஆக, வம்பு என்பதற்குக் கச்சு எனக் கொள்ளும் பொருள் வலிந்து செய்வதாகும். இப்போதுதான் வளர்ந்திருக்கின்ற பெண். ஆகவே புதுமைமிக்க பொருந்திய கண்ணோடு உருப்பெறும் முலை என்னும் பொருள் கொள்வது மிகச் சரியாக இருக்கும்.

இதேபோல் புறநானூற்றில் இரு பாடல்களில் (புறம். 37, 333) வம்பு என்னும் சொல்லுக்கு யானைக் கச்சு எனப் பொருள் எழுதி யுள்ளனர் உரையாசிரியர்கள். 'வம்பணி யானை' என்னும் தொடருக்குக் 'கச்சணிந்த யானை' என எழுதுகின்றனர். இங்குக் கூறப்படும் யானை பட்டத்து யானை; ஆகவே அவை பொலிவு பெற்றுக் காணப்படும். அத்தகைய பொலிவுக்குக் காரணம் அந்த யானை அணிந்துள்ள புதிய அணிகலன்கள், புத்தாடைகள். ஆகவே, வம்பணி யானை – புதிது அணிந்த யானை எனவோ, 'புதிய அணிகளை உடைய யானை' எனவோ பொருள் கூறுவது பொருந்தும். இதிலும் கச்சு அதாவது யானைக்கச்சு எனப் பொருள் கொள்ளும் அவசியமில்லை. இது வலிந்து கொண்ட பொருள். எனவேதான் பின்னால் இது நிலைபெறவில்லை. பதிற்றுப்பத்தில் ஓர் இடத்தில் (ப. ப. 22) வம்பு – தேர்ச்சீலை என்னும் பொருளில் வருவதாக உரை கூறுகிறது.

உளைப் பொலிந்த மா
இழைப்பொலிந்த களிறு
வம்பு பரந்த தேர்

என்பதில் 'வம்பு பரந்த தேர் – தேர்ச்சீலைகளால் விரிந்து தோன்றும் தேர்கள்' எனப் பொருள் கூறுகின்றனர். புதிதை உணர்த்தும் வம்பு என்னும் சொல் இங்குப் புதிய துணிகளுக்கு ஆகி வருகிறது. அதுதானே தவிர, வம்பு என்பது தேர்ச்சீலை என்னும் பொருளில் வரவில்லை. பதிற்றுப்பத்திலேயே மற்றோரிடத்தில், 'வம்பு களைவறியாச் சுற்றமொடு அம்பு தெரிந்து' (ப. ப. 19) என்னும் அடியில் 'வம்பு' வருகிறது. இங்குக் 'கையுறை' (கையில் அணியும் உறை) எனப் பொருள் கூறு கின்றது. இப்பாடல் போருக்கான ஆயத்தத்தை விரிவாகப் பேசுகிறது. வழிகளைச் செப்பனிடுகின்றனர். வாட்களைச் செம்மை செய்கின்றனர். முரசுகளைக் கழுவித் தூய்மை செய்கின்றனர்.

இவ்விடத்தில் 'கையுறை' அணிந்த வீரர் என்பது பாடல் பொருளமைதிக்குப் பொருந்தவில்லை. எப்போதும் போர்களையே விரும்பிப் போர் மேற்செல்லும் செலவை மேற்கொண்ட வீரர்கள் அவர்கள். ஆகவே புதிய ஆடைகளை, அணிகளைக் களைந்தறியாதவர்கள் அவர்கள். எப்போதும் புத்தாடை களுடனே இருப்பவர்கள் அவர்கள் எனக் கொள்ளுதல் சரியாகும். இங்கும் வம்பு - புதிது என்னும் பொருளில் வரப்பெற்று ஆடைக்கு வருகின்றது.

வம்பு என்னும் சொல் சங்க இலக்கியத்தில் புதுமை, பருவமல்லாத காலத்தில் நிகழும் செயல் ஆகிய இரு பொருள்களில் மட்டுமே வந்துள்ளது. பதிற்றுப்பத்திலேயே (36) 'வம்பமர்க் கடந்து' எனவரும் தொடருக்குப் 'பகைவர் புதுமுறை புணர்ந்து செய்த போர்' என்று பொருள் தரப்படுகின்றது. சிலப்பதிகாரத்தில் 'வம்பப் பரத்தை வறுமொழி யாளனொடு' (சிலம்பு 10; 219) என்னும் அடிக்கு அரும்பத வுரையாசிரியர், வம்பு - புதுமை; பரத்தைத் தன்மைக்குப் புதியவன் என்று பொருள் கொடுத்துள்ளார்.

அடியார்க்கு நல்லாரும் 'வம்பப் பரத்தர்' - புதிய காம நுகர்ச்சியை விரும்பும் காமுகர் எனவும் வம்பமாக்கள் என்பதற்குப் புதிய மாக்கள் எனவும் பொருள் தந்துள்ளார். வம்பு என்பதற்குப் புதுமை என்னும் பொருள் இயல்பாக வழங்கி வந்ததாகத் தோன்றுகின்றது. உரிச்சொல் நிகண்டு 'கச்சு நவம் வம்பு' என்கின்றது. இதில் நிலையின்மை பொருள் இடம் பெறவில்லை. கச்சு - பொருத்தமற்ற பொருளாகும். நவம், அதாவது புதுமை என்னும் பொருளே பொருத்தமாக உள்ளது.

குறுந்தொகையில் (66) வரும் வம்பமாரி என்னும் தொடருக்கு உ. வே. சா. பருவமல்லாத காலத்துப் பெய்யும் மழை என்று கூறுகின்றார். இது மிகவும் பொருத்தமானதாக உள்ளது. இக்காலத்திலும்கூட இப்பொருள் நிலைபெற்றுள்ளது.

'வம்புப் பாளை - பருவமற்ற காலத்தில் பனைமரம் புதிதாக விடும் பாளை' எனக் கொங்கு வட்டாரச் சொல்லகராதி பொருள் கூறுகின்றது.

இது இன்றும் மக்கள் வழக்கில் இருக்கும் சொல்லாகும். வம்பமாரி, வம்புப்பாளை இரண்டிலும் வம்பு, பருவமல்லாத காலத்தில் நிகழும் செயலைக் குறிப்பதாகவே வருகின்றது. பருவமல்லாத காலத்தில் நிகழும் செயலும் புதுமை உடையதே. அதாவது பருவத்தில் நிகழ்தல் வழக்கமான செயலாகும். பருவமல்லாத காலத்தில் நிகழ்தல் புதுமை யாகும். ஆகவே இங்கும் வம்பு - புதுமை என்னும் பொருளிலேயே பயன்படுகிறது.

பக்தி இலக்கியங்களிலும் வம்பார் குன்றம் முதலிய தொடர்களைக் காண முடிகின்றது. இச்சொல் பயின்று வரும் இடங்களிலெல்லாம் புதுமை என்னும் பொருளை இயல்பாகவே பொருத்த முடிகின்றது.

உரையாசிரியர்களின் காலத்திற்குப் பின் எழுந்த இலக்கியங்களில், உரையாசிரியர்களின் தவறான உரையை அடிப்படையாகக் கொண்டு கச்சு, கையுறை முதலிய பொருள்களில் இச்சொல்லைப் பயன்படுத்தி உள்ளனர். எனினும் இயல்பல்லாத காரணத்தால் இப்பொருள்கள் அகராதிகளில் இடம்பெற்றனவே தவிர, வழக்கில் நிலை பெறவில்லை.

இக்கால அகராதிகளில் வம்புக்கு வஞ்சனை, வீண்பேச்சு, தீம்புச் சொல், சிற்றொழுக்கம் முதலிய பொருள்கள் இடம்பெறுகின்றன. பேச்சு வழக்கைக் கருத்தில் கொண்டு சில தொடர்களைக் கருதிப் பார்க்கலாம். வம்பு பேசுதல், ஊர்வம்பு, வம்புக்குப் போதல், வம்பு செய்தல் ஆகியவை இன்று பேச்சுவழக்கில் பெரிதும் உள்ளன. இவற்றின் பொதுத்தன்மையைக் கொண்டு 'வம்பு – வழக்கமல்லாத செயலில் ஈடுபடுதல்' எனப் பொருள் தரலாம். சிலர் சேர்ந்து தங்களுக்கு அருகில் இல்லாதவர்களைத் தூற்றிப் பேசுவது வம்பு; பிறருடைய வழியில் குறுக்கிட்டு அவர்கள் விரும்பாத இழிசெயலில் ஈடுபடுதல் வம்பு. பொதுவாக ஏற்றுக்கொள்ளப்பட்ட, வழக்கமான செயல்களுக்குப் புறம்பானவற்றைச் செய்தலை வம்பு என்கிறோம்.

சொற்கள் இழிபொருட் பேறடைதல் மொழியில் காணப்படுகின்றது. உயர்வான பொருளில் வழங்கிய ஒரு சொல் காலப்போக்கில் இழிவான பொருளை அடைதலை இழிபொருட்பேறு என்கிறோம். வம்புக்கும் இந்த இழிபொருட்பேறு நேர்ந்திருக்கிறது. புதுமை, பருவமல்லாத காலத்தில் நிகழும் செயல், வழக்கமல்லாத செயல் என மூன்று பொருள்களையும் காண்கையில் புதுமைப் பொருளே நெகிழ்வடைந்து மற்ற பொருள்களை நோக்கி நகர்ந்துள்ளது எனலாம். எப்போதுமே சமூகம் புதுமைக்குச் சட்டென வழிவிடுவதில்லை. புதுமையை வன்மையாக எதிர்ப்பதையும் பழமையைப் போற்றுவதையும் காண்கிறோம். சமூகத்தைக் கெடுக்க வந்த ஒன்றாகவே புதுமை கருதப்படுகிறது. இம்மனப்போக்கு, புதுமை எனப் பொருள்பட்ட வம்பு என்னும் சொல்லிலும் தொழிற்பட்டிருக்கலாம். புதுமையை இழிவு செய்யும் சமூக மனம் சிறிது சிறிதாக வம்பைச் சிதைத்து இழிந்த செயல் என்னும் பொருட்பேறுக்குத் தள்ளியிருக்கலாம். இது மேலும் நுண்மையாக ஆராயப்பட வேண்டியதாகும்.

●

குறிப்புகள்:
1. தொல்காப்பியம், குறுந்தொகை, அகநானூறு, புறநானூறு, பதிற்றுப்பத்து, சிலப்பதி காரம் முதலிய நூல்கள்.
2. சென்னைப் பல்கலைக்கழகத் தமிழ்ப் பேரகராதி, தமிழ்நாட்டுப் பாடநூல் நிறுவனத் தமிழ் – தமிழ் அகரமுதலி ஆகியவை.

வட்டார வழக்குச் சொல்லகராதி: ஆய்வுக் குறிப்புரை

வட்டார வழக்குக்கான அகராதிகள் தமிழில் அதிகம் இல்லை. பதினெட்டாம் நூற்றாண்டில் வீரமாமுனிவர் "வட்டார வழக்குத் தமிழ் அகராதி" ஒன்றைத் தொகுத்திருப்பதாகத் தெரியவருகிறது.[1] அவ்வகராதி கிடைக்கவில்லை. அதன்பின் இவ்வகையில் மூன்று அகராதிகள் வெளிவந்துள்ளன. அவை "வட்டார வழக்குச் சொல்லகராதி" (கி. ராஜநாராயணன்)[2], "வழக்குச் சொல் அகராதி" (புலவர் இளங்குமரன்)[3], "செட்டிநாட்டில் தமிழ் வழக்கு" (சுப சண்முகம்)[4] ஆகியவனவாகும். இவற்றுள் "வழக்குச் சொல் அகராதி" குறிப்பிட்ட வட்டாரத்தை அடிப்படையாகக் கொள்ளாமல் பொதுவாக "உலக வழக்கு" என்னும் போக்கில் தொகுக்கப்பெற்றுள்ளது. மேலும் மரபுத் தொடர்களையே பெரிதும் கொண்டுள்ளது. இதை வட்டார வழக்கு அகராதி என்று கொள்ள இயலாது. "செட்டிநாட்டில் தமிழ் வழக்கு" என்பதும் முழுமையானதாக உருப்பெறவில்லை. ஆசிரியரின் ஆர்வத்தை ஒட்டி, அவருக்கு இயன்ற வகையில் தொகுக்கப்பெற்ற சொற்களைக் கொண்ட சிறிய அளவினதாகும். அகராதி முறையையும் பெரிதும் கைக்கொள்ளவில்லை. கி. ராஜநாராயணனின் அகராதியே "வட்டார வழக்கு" என்பதற்கு மிகவும் பொருத்தமாக அமைந்துள்ளதும் புதிய வழியைத் தமிழில் உருவாக்கி உள்ளதுமான அகராதியாகத் திகழ்கிறது. இது நெல்லை - கரிசல் வட்டாரத்தில் வழங்கும் சொற்களைத் தொகுத்துள்ள அகராதியாகும்.

கி. ராஜநாராயணன் கல்விப்புலம் சார்ந்தவர் அல்லர். புனைகதை எழுத்தாளர். தமது வட்டாரத்தின் மேல் கொண்ட பற்றின் காரணமாக, இவ்வகராதியைத் தொகுத்துள்ளார். ஆகவே நெறிமுறைப்படி இவ்வகராதி அமையாததில் வியப்பில்லை. பல்கலைக்கழகங்கள் செய்யத் தவறிய பெரும்பணி ஒன்றைத் தனிமனிதராகக் கி. ராஜநாராயணன்

செய்துள்ளார் என்பது அவருக்கு மிகவும் பெருமை சேர்ப்பதாகும். தனி மனிதர்களின் ஈடுபாட்டின் காரணமாகவே தமிழ் பல வளங்களைப் பெற்றுள்ளது என்பது பொது உண்மை. இவ்வகையில் கி. ராஜநாராயணன் பாராட்டுக்குரியவர். அவர் அகராதியில் காணப்படும் குறைகளைச் சுட்டிக்காட்ட முயலும் இக்கட்டுரை அகராதியைப் பயன்படுத்துவோர் நோக்கிலிருந்து அணுகுகின்றது. மேலும் இதன் நோக்கம் இவ்வகராதியின் இனிவரும் பதிப்புகள் திருத்தமாக அமைய வேண்டும் என்பதும் வேறு வட்டார வழக்கு அகராதி முயற்சிகளில் ஈடுபடுவோர் இவற்றைக் கவனத்தில் கொள்ளவேண்டும் என்பதுமே ஆகும்.

அகராதிக்கு அடிப்படை சொல் தேர்வாகும். தலைச் சொல் தேர்வில் மிகுந்த கவனம் செலுத்துவது அகராதியின் செம்மைக்கு வழி வகுக்கும். கி. ராஜநாராயணனின் இந்த அகராதி இவ்வகையில் பெரும் குறைபாடுடையதாக அமைந்துள்ளது. வட்டார வழக்குச் சொற்களைத் தொகுக்கும்போது முடிந்த அளவிற்குப் பொதுச் சொற்களைத் தவிர்க்க வேண்டும். குறிப்பிட்ட வட்டாரத்தைச் சேர்ந்த மக்கள் புழங்கும் சொற்களில் பெரும்பான்மை பொதுச் சொற்களாகவே இருக்கும். பொதுச் சொற்களினூடே கலந்துவரும் அந்த வட்டாரத்திற்கு மட்டுமே உரிய சொற்களைக் கண்டறிதல் சிரமமானதுதான். அகராதித் தொகுப்பாளர் அந்தச் சிரமத்தை மேற்கொள்ளத்தான் வேண்டும். எழுத்து வடிவிலான இலக்கியம், இதழ்கள் இவற்றோடு தொடர்புடைய வர்களால் பொதுச் சொற்களையும் வட்டார வழக்குச் சொற்களையும் பிரித்து இனம் காண்பது இயலும். கி. ராஜநாராயணன் எழுத்தும் வாசிப்பும் தொழிலாகக் கொண்ட புனைகதை எழுத்தாளர். ஆனால் அவர் சிரமம் எடுத்துக்கொள்ளவில்லை. "அருகி, அருணாக்கயிறு, ஏதாச்சும், ஏகதேசம், ஏகப்பட்ட, கையாள், கைவரிசை" உள்ளிட்ட ஏராளமான சொற்கள் பொதுவான எல்லோருக்கும் தெரிந்த சொற் களாக உள்ளன. குறைந்தபட்சம் ஏற்கனவே வெளிவந்துள்ள தமிழ் அகராதிகளை ஒருமுறை புரட்டியிருந்தாலே போதும். இத்தகைய சொற்களை எளிதில் இனம் கண்டு தவிர்த்திருக்க முடியும்.

சொல் தேர்வு செய்யும்போது பெயர், வினை, பெயரடை, வினையடை ஆகியவற்றைக் கொள்வது முறை. இதில் அம்முறையும் பின்பற்றப்படவில்லை. "அன்ன நடை, நாத்துக்காடாய்" போன்ற உவமைத் தொடர்களும், "எண்ணெய் முந்துதோ திரி முந்துதோ", "துட்டுக்கு எட்டுக்குட்டி வாங்கி எட்டையும் எட்டுத்துட்டு மேனிக்கு வித்தாலும் வட்டித் துட்டுக்கு ஈடாகாது" போன்ற பழமொழிகளும், "கம்பி நீட்டிட்டான், தலை முழுகிற வேண்டியதுதான்" முதலிய மரபுத் தொடர்களும், "எசகு பிசகு" உள்ளிட்ட இணைச் சொற்களும் தலைச் சொற்களாக இடம்பெற்றிருக்கின்றன. இவற்றைத் தனியாகக் கொடுத் திருக்கலாம். அல்லது இவற்றில் இடம்பெறும் வட்டார வழக்குச் சொற்களை மட்டும் தேர்வுசெய்து பொருள் கொடுத்திருக்கலாம். அப்படி அமையாத காரணத்தால் சொல்லகராதி போலில்லாமல் களஞ்சியம்போலத் தோற்றம் தருகிறது.

பேச்சு வழக்கில் சொற்களில் ஒலிகள் திரிந்து வழங்குதல் இயல்பு. மக்கள் வழங்கும் திரிபு வடிவத்தை அப்படியே எடுத்துக் கொள்வதா அதற்குரிய எழுத்து வடிவத்தைப் பயன்படுத்துவதா என்பதை அகராதி ஆசிரியர் முன்கூட்டி முடிவு செய்துகொள்ள வேண்டும். இவ்வகராதியில் இத்தகைய முறைப்படுத்தல் இல்லை. சில இடங்களில் "இடக்கு, உதைப்பு", என எழுத்து வடிவத்தையும் வேறு சில இடங்களில் "எசவு, எனம்" எனப் பேச்சு வழக்கையும் இன்னும் சில இடங்களில் "இளக்காரம், எளக்காரம்" என இரு வடிவங்களையும் தலைச்சொல்லில் பயன்படுத்தியுள்ளார். ஏதாவது ஒரு முறையைப் பின்பற்றிவிட்டு அதை முன்னுரையில் தெரிவித்திருந்தால் அகராதியைப் பயன்படுத்துவோருக்கு எளிதாக இருந்திருக்கும்.

ஒலித் திரிபின் காரணமாக ஒரு செயல் இரண்டுமுறை இடம்பெறுவது போலவே தேவையில்லாமல் அடுத்தடுத்து ஒரே சொல் இருமுறை கொடுக்கப்பட்டிருக்கிறது. "ஆவி, ஆவியே ஆகாது" என்னும் இரண்டில் "ஆவி" என்னும் சொல்லுக்குப் பொருள் கொடுத்துவிட்டு எடுத்துக் காட்டு வாக்கியமாக "ஆவியே ஆகாது" என்பதைக் கொடுத்திருந்தால் போதுமானது. அதேபோல் பிறமொழிச் சொற்களைத் தரும்போது "ஜாஸ்தி, சாஸ்தி, ஜொள்ளு, சொள்ளு" என இரண்டுமுறை இடம்பெறுவதையும் தவிர்த்திருக்கலாம்.

"ஆள் அவுட், செகிட்டேரி, செட்டப்பு" போன்ற ஆங்கிலம் என வெளிப்படையாகத் தெரியும் பல சொற்கள் அகராதியில் இடம் பெற்றுள்ளன. இவற்றை ஆங்கிலச் சொல் எனக் குறிப்பிட்டிருக்கலாம். தலைச் சொற்களுக்குப் பொருள் தரும்போது இவ்வகராதி பல குழப்பங்களைக் கொண்டிருக்கிறது. சொல் தேர்வு சரியாக அமையாத காரணத்தாலோ என்னவோ சொல்லைப் பற்றிய இலக்கணக் குறிப்பு கொடுக்கப்படவில்லை. ஒரு சொல் பெயரா, வினையா, பெயரடையா, வினையடையா என்பதைக் காட்டும் இலக்கணக் குறியீடு அகராதியைப் பயன்படுத்துவோர் சொல்லையும் பொருளையும் மிகச் சரியாகப் புரிந்துகொள்வதற்கு அவசியமானதாகும். இலக்கணக் குறியீட்டை வழங்க முயன்றிருந்தால் தலைச் சொற்களின் அமைப்பும் சீர்மை பெற்றிருக்கும்.

மிகப்பல இடங்களில் சொல்லுக்கான பொருளையும் வட்டார வழக்குச் சொல்லிலேயே தருகின்றார். இது அகராதியின் நோக்கத்தையே சிதைப்பதாக இருக்கின்றது. பொருள் பொதுமொழியில் கொடுக்கப்படுதல்தான் இத்தகைய அகராதிகளின் தேவையை அர்த்தப்படுத்தும். "அரையாப்பு" என்னும் சொல்லுக்குப் "பொம்பளை சீக்கு" எனப் பொருள் தரப்படுகிறது. "பொம்பளை சீக்கு" என்பதே வட்டார வழக்குத்தான். இதிலுள்ள "சீக்கு" என்னும் சொல் "நோய்" என்று பொருள்படும். அகராதியைப் பயன்படுத்துபவர் அரையாப்புக்குப் பொருள் பார்க்க விரும்பினால், அவர் "பொம்பளை சீக்கு" என்பதற்கும், அகராதியைப் புரட்ட வேண்டிய நிலை ஏற்படுகிறது. ஆனால்

"பொம்பளை சீக்கு" என்பது தலைச் சொல்லாக இவ்வகராதியில் அமையவில்லை. ஆகவே வேறு அகராதியைத்தான் நாடவேண்டும். பொருள்தரும் பகுதியில் இடம்பெறும் வட்டார வழக்குச் சொற்கள் அனைத்தும் தலைச் சொல்லாகத் தேர்வு செய்யப்பட்டிருக்கின்றனவா என்பதைப் பரிசோதித்துப் பார்த்திருக்க வேண்டும். பொதுவழக்கில் "பால்வினை நோய்" எனப் பொருள் கொடுத்திருந்தால் மிகச் சரியானதாக இருந்திருக்கும். இந்த அகராதியில் காணப்படும் பொருள் குறை இது. பல சொற்களுக்கு இவ்வாறே பொருள் கொடுக்கப்பட்டிருக்கின்றன. "சாவாரச் செத்த" என்னும் தலைச் சொல்லுக்குச் "சீத்துவம்" என்ற சொல்லைத் தேடி அதற்கும் பொருள் பார்த்தால்தான் "சாவாரச் செத்த" என்பது அர்த்தமாகும்.

தமிழ் அகராதிகளில் ஒரு சொல் என்னென்ன பொருள்களில் வழங்குகிறதோ அந்தப் பொருள்களை எல்லாம் தொகுத்துத் தருதல் என்னும் முறைதான் காணப்படுகிறது. "பொருள் வரையறை" செய்தலே இல்லை. ஒரு சொல்லின் அடிப்படைப் பொருளைக் கண்டறிந்து வழங்குதலே பொருள் வரையறை. பொது அகராதிகளிலேயே இந்த நிலை என்றால், வட்டார வழக்கு அகராதியில் இதை எதிர்பார்க்க வேண்டியதில்லை. ஆனால் ஒரு சொல்லுக்குப் பல பொருள்கள் இருக்கும் பட்சத்தில் அவற்றை அடுத்தடுத்துக் கொடுக்கும் முறையைப் பின்பற்றியிருக்கலாம். அவ்வாறு இல்லாமல் ஒரே பொருளுடைய பல சொற்களை அடுத்தடுத்துக் கொடுக்கின்றார்.

"நாசுவன் – குடிமகன், பண்டிதன், சவரத் தொழிலாளி" என்று கொடுக்கப்படுகிறது. "குடிமகன், பண்டிதன், சவரத் தொழிலாளி" என்னும் மூன்று பொருள்களில் இச்சொல் வழங்குவதாக அர்த்தம் எடுத்துக்கொள்ள நேருகிறது. ஆனால் இம்மூன்றும் வட்டார வழக்கில் ஒரு பொருட்சொற்களாக உள்ளன. பொதுவழக்கில் வெவ்வேறு பொருள்களில் பயன்படுகின்றன. "குடிமகன்" இந்தியக் குடிமகன் (அதாவது குடியுரிமை பெற்றவர்), பண்டிதன் – ஒரு துறையில் புலமை பெற்றோன் (தமிழ்ப் பண்டிதன்) என வேறுவகைப் பொருள்களில் வருகின்றன. நாசுவன் என்ற சொல் இத்தகைய பொருள்களைத் தருவனவாகவும் கருத நேர்கிறது. "சவரத் தொழிலாளி" என்று மட்டும் கொடுத்திருந்தால் போதுமானது. "பங்கரை" என்னும் சொல்லுக்கு "அவலட்சணம், கெட்ட, அழகில்லாத" என மூன்று பொருள்களைத் தருகிறார். பொருள்களைப் பார்க்கும்போது இது பெயர்ச்சொல்லா, பெயரடையா என்னும் குழப்பம் வருகிறது. அதைப் புரிந்துகொள்ளும் விதத்தில் இலக்கணக் குறியீடும் இல்லை. எடுத்துக்காட்டுத் தொடர்களைப் பார்க்கையில் மூன்று சொற்களையும் ஒரே பொருளில் ஆசிரியர் கையாண்டுள்ளார் என்பதையே உணர முடிகிறது. சொற்களுக்கிடையில் உள்ள பொருள் நுணுக்க வேறுபாட்டைக் கருத்தில் கொள்ளவில்லை என்பது புரிகிறது.

ஒரே பொருளுடைய மூன்று சொற்களைத் தரும் ஆசிரியர், அதற்கு நேர்மாறாகச் சில இடங்களில் சொல்லுக்குப் பொருளே

தருவதில்லை. தலைச்சொல் அதற்குரிய எடுத்துக்காட்டுத் தொடர் ஆகியவற்றோடு விட்டுவிடுகிறார். "என்ன சொல்ல வாயிருக்கு" என்னும் தொடரைத் தலைச் சொல்லாகக் கொடுத்துள்ளார். அதற்குப் பொருள் தராமல் எடுத்துக்காட்டுத் தொடராக "நம்ம பிள்ளையே இப்படிச் செஞ்சிருச்சி என்ன சொல்ல வாயிருக்கு"? என்பதைக் கொடுத்து நிறுத்திவிடுகிறார். இதேபோல,

ஆவுதுணை – "ஆவுதுணைக்கு ஆளில்லை"
மோதா: "அந்த ஓட்டுப்போட்ட மோதாவுல ரெண்டு பேருக்கும் புழுக்கம்"

பல சொற்களுக்கு இவ்வாறு பொருள்தராமல் விட்டிருக்கிறார். "மோதா, ஆவுதுணை" முதலிய சொற்களுக்குக் கையில் அகராதி இருந்தும் பொருள் தெரியாத நிலைதான் பயன்படுத்துவோருக்கு ஏற்படும்.

சொல்லுக்குப் பொருள் தருவதில் "சுருங்கச் சொல்லல்" இல்லை. தேவைக்கு மேற்பட்ட விளக்கங்களை அடுக்கிக்கொண்டு போவதும் களஞ்சியத்தில் அமைவதுபோல விவரிப்பதும் சில இடங்களில் காணப்படுகிறது. இது அகராதியின் அமைப்பை மீறிச் சொல்வதாக உள்ளது. அதேபோல் சில இடங்களில் இன்னும் கூடுதல் விளக்கம் இருந்திருந்தால் பயன்பட்டிருக்கும். "ஆடு தின்னாப் பாளை" என்னும் செடிப் பெயரைத் தரும்போது அதன் பெயர்க் காரணத்தையும் கொடுத்திருக்கலாம்.

எடுத்துக்காட்டுத் தொடர்களைத் தருவதிலும் எந்தமுறையும் பின்பற்றப்படவில்லை. சில இடங்களில் எடுத்துக்காட்டுத் தொடர் களைத் தருகிறார். சிலவற்றிற்குத் தருவதில்லை. ஒன்றுக்கு மேற்பட்ட பல தொடர்களைச் சில இடங்களில் தருகிறார். கொடுக்கும் பொருளைச் சரியாக விளக்கக்கூடிய சிறந்த எடுத்துக்காட்டுத் தொடரைத் தேர்வு செய்து கொடுக்கும் முறையை ஆசிரியர் பின்பற்றவில்லை.

இவ்வாறு இவ்வகராதி பல குறைகளைக் கொண்டிருக்கிறது. அகராதியியல் ஓரளவு கற்றறிந்தவரும் இந்நூல் ஆசிரியரும் இணைந்து சில நாட்கள் உழைக்க முடியுமானால் திருத்தம் பெற்ற செம்மையான, இனிவரும் அகராதிகளுக்கு முன்னோடியாக விளங்கக்கூடிய நல்ல பதிப்பை உருவாக்க முடியும். வட்டார வழக்குச் சொற்கள் பலவும் மறைந்து வரும் வேளையில் இவ்வகராதியின் பயன்பாடு கூடுவதற்கும் வழிவகுக்கும்.

●

குறிப்புகள்:

1. சுந்தர சண்முகனார், தமிழ் அகராதிக் கலை, கழக வெளியீடு, சென்னை.
2. கி. ராஜநாராயணன், வட்டார வழக்குச் சொல்லகராதி, அன்னம் வெளியீடு, சிவகங்கை, 1982.
3. இரா. இளங்குமரன், வழக்குச் சொல் அகராதி, கழக வெளியீடு, சென்னை, 1989.
4. சுப. சண்முகம், செட்டிநாட்டில் செந்தமிழ் வழக்கு, 8 காவேரி தெரு, சென்னை, 1990.

■

அகராதி திருடினாரா ஜீவா?

பொதுவுடைமை இயக்கத் தலைவரும் தமிழகத்தில் 'ஜீவா' எனப் பரவலாக அறியப்பட்டவருமான தோழர் ப.ஜீவானந்தம், இவ்வுலகில் 56 ஆண்டுகள் வாழ்ந்திருந்தார். அதனைத் தமிழ் மக்களுக்கு அறிமுகப்படுத்தும் வகையில் 56 நூல்களை வெளியிடும் 'பெரும்பணி'யில் திட்டமிட்டுச் செயல்பட்டு வருகிறார் 'கவிஞர் கே. ஜீவபாரதி' என்பவர். கம்யூனிஸ்டுகளுக்கு எப்போதிருந்து இந்த 'எண் கணித ஜோதிட ஞானம்' சித்தித்ததோ தெரியவில்லை. இருக்கட்டும். அந்த 56 என்னும் வரிசையில் பதினைந்தாம் நூலாக 'ஜீவா தொகுத்த வழக்குச் சொல் அகராதி' என்னும் நூல் வெளியிடப்பட்டிருக்கிறது. ஜீவா 'வழக்குச் சொல் அகராதி' ஒன்றைத் தொகுத்திருக்கிறார் என்பது யாருக்குமே வியப்பை ஏற்படுத்தும் தகவல்தான். ஜீவா வாழ்ந்த காலத்தில் வெளிவராத இந்நூலை, கே. ஜீவபாரதி, கோ. எழில் முத்து ஆகியோர் பதிப்பாசிரியர்களாக இருந்து இப்போது வெளியிட்டிருக்கிறார்கள்.

பதிப்பாசிரியர் என்பவர் யார், அவருடைய வேலைகள் எவையெவை என்பவற்றைப் பற்றி நம்மிடம் தெளிவான வரையறைகள் இல்லை. கையெழுத்துப் பிரதியை அச்சுக்குக் கொடுத்து நூலாக வெளியிட ஏற்பாடு செய்பவரே பதிப்பாசிரியராக இங்குக் கருதப்படும் நிலைதான் உள்ளது. சில சமயங்களில் மெய்ப்புத் திருத்திய ஒரே காரணத்தால் ஒருவர் பதிப்பாசிரியர் அந்தஸ்து பெற்றுவிடுவதுமுண்டு. பழைய நூல்களை அச்சிடும்போது பல 'பதிப்புச் செம்மல்கள்' இன்று நடந்துகொள்ளும் முறைகள் விதவிதமானவை. மதிப்புடைய முன்னுரைகளின் தரத்தை அறியாமல் அவற்றை நீக்கிவிடுதல், பக்கங்கள் கூடிவிடும் என்னும் காரணத்தால் சில கட்டுரைகளைப் பிய்த்து எடுத்தல், தம் நோக்கத்திற்கேற்பத் திருத்தங்கள் செய்தல் என என்னென்னவோ 'பதிப்புத் தர்மங்கள்' இன்று கடைப்பிடிக்கப்படு

கின்றன. இன்றைய தொழில் நுட்ப வசதிகள் எல்லாம் இல்லாத காலத்தில் அர்ப்பணிப்போடு பதிப்பில் ஈடுபட்ட உ.வே.சா., சி.வை. தாமோதரம் பிள்ளை முதலியவர்களின் பதிப்புகளை ஒருமுறையேனும் புரட்டிப் பார்க்கும் எண்ணம்கூட இன்றைய பதிப்பாசிரியர்களுக்கு இல்லை. வெள்ளைத்தாள்களைக் கறுப்பாக்கிப் பெயர்பெற்றுக் கொள்ளும் நோக்கம் எந்த எல்லைவரை போகும் என்பதற்கு 'ஜீவா தொகுத்த வழக்குச் சொல் அகராதி' என்னும் இந்த நூல் நல்ல சான்றாகும்.

இந்நூலுக்குப் 'பதிப்புரை' ஒன்று உள்ளது. நூலை வெளியிட்ட பதிப்பக உரிமையாளர் இந்தப் 'பதிப்புரை'யை எழுதியுள்ளார். பதிப்பக உரிமையாளர் 'பதிப்பாசிரியர்' தகுதியை அடைவது எந்த அடிப்படை யில் என்பது விளங்கவில்லை. 'பதிப்புரை' – பதிப்பாசிரியர்கள் எழுத வேண்டியதில்லையா? அணிந்துரையை எல்லாம் கடந்து 'உள்ளே புகுமுன்' என்னும் தலைப்பில் இந்த நூலின் பதிப்பாசிரியர்கள் இருவரும் எழுதிய முன்னுரை ஒன்று நான்கு பக்க அளவிற்கு உள்ளது. அகராதி ஒன்றைப் பதிப்பிக்கும்போது எத்தகைய தகவல்களை வாசகர்களுக்குக் கொடுக்க வேண்டும் என்பதைப் பற்றிய அக்கறை எதுவுமின்றி எழுதப்பட்டுள்ள இவ்வுரையிலிருந்து சில செய்திகளைத் தொகுத்துக்கொள்ள முடிகிறது. அவற்றைக் கீழ்வருமாறு வரிசைப் படுத்தலாம்.

1. ஜீவா இறுதியாக வாழ்ந்த தாம்பரம் வீட்டில் பதிப்பாசிரியர்கள் தேடி எடுத்த புதையல்களுள் ஒன்று இந்த அகராதி.
2. தோழர் ஜீவாவின் கையெழுத்துப் பிரதியில் இந்த நூலுக்குத் தலைப்புக் கொடுக்கப்படவில்லை. 'ஜீவா தொகுத்த வழக்குச் சொல் அகராதி' என்னும் தலைப்பு பதிப்பாசிரியர்களால் கொடுக்கப்பட்டதாகும்.
3. மக்கிப்போன தாளில், எளிதில் புரியாத வகையில் எழுதப் பட்டிருந்தது இந்த அகராதித் தொகுப்பு.
4. தெருக்கோடியில் வாழுகின்ற அடித்தட்டு மக்கள் அடிக்கடி பயன்படுத்தும் பல வார்த்தைகளைத் தொகுத்து, அவற்றிற்குரிய ஆங்கில வார்த்தைகளையும் குறிப்பிட்டு, சில வார்த்தைகள் தமிழ் இலக்கியங்களில் பயன்படுத்தப்பட்டிருப்பதையும் எடுத்துச் சொல்லி இந்த அகராதியை ஜீவா உருவாக்கியிருக்கிறார்.
5. இந்த அகராதியை இன்னும் செழுமைப்படுத்த விரும்பி இருக்கிறார் ஜீவா. அதனால்தான் சில வார்த்தைகளுக்கு ஜீவா பொருள் கூறாமல் விட்டிருக்கிறார். எதிர்பாராத விதத்தில் மரணம் அவரைத் தழுவிக்கொண்டதால் இந்தப் பணியை ஜீவா செய்ய முடியாமல்போயிற்று.

மேற்கண்ட செய்திகளில் பல விஷயங்கள் தெளிவுபடவில்லை. கிடைத்த கையெழுத்துப் பிரதியில் இருந்தது ஜீவாவின் கையெழுத்து

தான் என்பதைப் பதிப்பாசிரியர்கள் எவ்விதம் உறுதிப்படுத்திக்கொண் டார்கள்? சொற்களை ஜீவாவே அகரவரிசைப்படுத்தி வைத்திருந்தாரா, பதிப்பாசிரியர்கள் அந்த வேலையைச் செய்தார்களா? எவற்றின் அடிப்படையில் இதனை 'வழக்குச் சொல் அகராதி' எனத் தீர்மானித் தார்கள்? வழக்கு என்றால் வட்டார வழக்கா, பொது வழக்கா? இந்நூலில் இருப்பதனைத்தும் வழக்குச் சொற்கள்தாமா? அகராதிகளில் கையாளப்பெறும் குறியீடுகளைப் பதிப்பாசிரியர்கள் அறிவார்களா? அகராதி தயாரிப்பில் அனுபவம் உடையவர்களிடமோ அகராதிகளைப் பெரிதும் பயன்படுத்துபவர்களிடமோ இந்த நூல் காட்டப்பட்டுக் கருத்துக் கேட்கப்பட்டதா? ஜீவாவின் எழுத்துகளில் பேச்சுகளில் வாழ்க்கை வரலாற்றில் இப்படியான ஓர் அகராதித் தயாரிப்பு பற்றி ஏதேனும் குறிப்புள்ளதா? இந்த அகராதியை ஜீவா தொகுக்க எத்தகைய நோக்கங்கள் இருந்திருக்கக்கூடும்? அகராதிக்கான தலைச் சொல் தேர்வில் பொருள் கொடுக்கும் முறையில் ஜீவா என்ன வகையான முறைகளைக் கையாண்டுள்ளார்? – முதலிய கேள்வி களுக்குப் பதிப்பாசிரியர்களின் முன்னுரையில் எந்தப் பதிலும் இல்லை.

ஓய்வில்லாப் பணிகளுக்கிடையே இதுபோன்ற பணிகளிலும் ஜீவா கவனம் செலுத்தியிருப்பது வியக்கச் செய்கிறது, தோழர் ஜீவாவின் புகழுக்குப் புகழ் சேர்க்கிறது இந்த நூல், முழுக்க முழுக்க அரசியலில் அமிழ்ந்து கிடந்த மக்கள் தலைவர் ஜீவா பேச்சுத் தமிழில் மயங்கி இதனைச் செய்திருக்கிறார். ஜீவாவின் ஆற்றல் பிரமிக்க வைக்கிறது, இதிலும் ஜீவா முன்னோர் உழவராகத் திகழ்கிறார் என முன்னுரைகளில் பலபடப் பாராட்டுவதோடு இந்நூல் அமரர் பி. இ. பாலகிருஷ்ணன் அவர்களுக்கும் காணிக்கையாக்கப்பட்டுள்ளது. ஜீவபாரதிக்குப் பொன்னாடை போர்த்தப்படும் நிழற்படம் ஒன்றும் அச்சிடப்பட்டுள்ளது. இத்தனை முஸ்தீபுகளோடு ஜீவாவின் தலையில் சுமத்தப்பட்டிருக்கும் இந்த நூல் உண்மையில் ஒரு 'போலி நூல்' ஆகும்.

இந்த அகராதி வழக்குச் சொல் அகராதியுமல்ல; ஜீவாவால் தொகுக்கப்பட்டதுமல்ல. பேராசிரியர் ச.வையாபுரி பிள்ளையைப் பதிப்பாசிரியராகக் கொண்டு சென்னைப் பல்கலைக்கழகத்தால் வெளியிடப்பட்டுள்ள 'தமிழ்ப் பேரகராதி' எனப்படும் Tamil Lexicon -ஐப் பலரும் அறிவர். வரலாற்றுச் சிறப்புமிக்க பேரகராதி அது. ஏழு (VI + Supplement) தொகுதிகளைக் கொண்ட அவ்வகராதி இப்போதும் விற்பனையில் உள்ளது. 'ஜீவா தொகுத்த வழக்குச் சொல் அகராதி' – முழுக்க முழுக்க 'Tamil Lexicon'ஐப் பார்த்துப் பிரதி எடுக்கப்பட்ட தொகுப்பாகும். ஏழு தொகுதிகளில் இருந்தும் எல்லா எழுத்து வரிசைகளிலும் ஆங்காங்கே சில சொற்களை மட்டும் எடுத்து அப்படியே எழுதப்பட்டுள்ளது. முதல் சொல்லான 'அக்கடாவெனல்' என்பதிலிருந்து 'ஜீமூதமாக' என்னும் கடைசிச் சொல்வரை அனைத்தும் Tamil Lexicon இல் உள்ளவையே. ஆங்கிலப் பொருள், தமிழ்ப் பொருள், குறிப்பு உள்ளிட்ட அனைத்தும்

லெக்சிகனில் உள்ளவையே. லெக்சிகனில் உச்சரிப்பைக் குறிக்கச் செய்யப்பட்டிருக்கும் ஒலிப்பெயர்ப்பு மட்டும் விடப்பட்டுள்ளது. மற்றபடி சுயமாகச் சேகரிக்கப்பட்ட சொல் ஒன்றுகூட இல்லை. பொருள் விளக்கத்திலும் சுயமானது எதுவுமில்லை. எந்த முறையையும் பின்பற்றாமல் மனம்போன போக்கில் லெக்சிகனில் இருந்து குதறியெடுத்துச் சேர்க்கப்பட்ட சொற்களின் தொகுப்பே இந்த அகராதி. லெக்சிகனில் வழக்குச் சொற்களைக் காட்ட colloq (அதாவது colloquial) எனச் சுருக்கமாகக் குறிப்பிடப்பட்டிருக்கும். அக்குறியீட்டைக் கொண்ட சொற்கள் பல 'ஜீவா தொகுத்த வழக்குச் சொல் அகராதி'யிலும் உள்ளன. ஏன் சில சொற்கள் மட்டும் colloquial எனக் குறிப்பிடப்பட்டிருக்கின்றன என்னும் கேள்வி ஏற்பட்டி ருந்தால் இது வழக்குச் சொல் அகராதியில்லை என்பதை எளிதாகக் கண்டறிந்திருக்கலாம். ஜீவா எழுதிவைத்திருந்த கையெழுத்துப் பிரதியில் இருந்து (மக்கிப்போன தாள்கள்) இந்த நூல் உருவாக்கப்பட்ட தாக வைத்துக்கொண்டால், ஜீவா என்ன நோக்கத்திற்காக லெக்சிகனைப் பார்த்து இரண்டாயிரத்துக்கும் மேற்பட்ட சொற்களைக் கை சலிக்க எழுதியிருக்கக்கூடும் என்பதைக் கண்டறிவது மட்டுமே ஓர் ஆய்வாள னின் வேலையாக இருக்கும். பழைய இலக்கியங்களைப் படிக்கும்போது அகராதியைப் புரட்டி இந்தக் குறிப்புகளை எழுதியிருப்பாரா, எழுத்துப் பயிற்சி, ஆங்கிலப் பயிற்சி - போன்ற பயிற்சி நோக்கில் இந்த வேலையில் ஈடுபட்டிருப்பாரா என ஆராயலாம். அவருடைய வாழ்க்கை நிகழ்ச்சிகளில் இதற்கான கூறு ஏதாவது தென்படுகிறதா என நோக்கலாம். மற்றபடி, ஜீவாவின் பெயரில் இதனை வெளியிட்டுள்ளது அவருக்குத் திருட்டுப் பட்டத்தைச் சுமத்துவதாகும்.

மேலும் போதுமான அக்கறையோடு இந்நூல் பதிப்பிக்கப் பெறாமை யால் வேறு சில சந்தேகங்கள் ஏற்படுகின்றன. ஜீவாவின் பெயரில் 56 நூல்கள் வெளியிட வேண்டும் என்பதற்காக, கையெழுத்துப் பிரதிகள் தேவைப்படுவதனால் லெக்சிகனிலிருந்து உருவி இப்படி ஒரு நூலைப் பதிப்பாசிரியர்கள் உருவாக்கிவிட்டார்களா? ஜீவா என்னும் பெயருக்கு இருக்கும் விற்பனை மதிப்பைக் காசாக்கும் நோக்கத்தில் செய்யப்பட்டதா? ஜீவாவின் பெயரால் வெளியிடப்பட்டிருக்கும் நூல்கள் அனைத்தும் (உதாரணமாக: ஜீவா தொகுத்த பழமொழிகள்) நம்பகத்தன்மை உடையனவா?

வாசகர்களுக்கு விளக்க வேண்டிய பொறுப்பைக் 'கவிஞர்' கே. ஜீவபாரதி ஏற்றாக வேண்டும்.

●

நூல் விவரம்:

கே. ஜீவபாரதி, கோ. எழில் முத்து (ப. ள்), ஜீவா தொகுத்த வழக்குச் சொல் அகராதி, ராஜேஸ்வரி புத்தக நிலையம், சென்னை, 2001.

■

தமிழ் இதழ்களின் வரலாற்று நூல்கள்: ஒரு குறிப்புரை

எண்பதுகளில் கல்வி நிறுவனங்கள் இதழியல் துறைக்கு முக்கியத்துவம் கொடுக்கத் தொடங்கின. பல்கலைக்கழகங்களில் முதுகலை வகுப்புகளுக்கு இதழியலும் ஒரு பாடமாக வைக்கப்பட்டது. இதழியல் சான்றிதழ், பெருஞ்சான்றிதழ் படிப்புகள் அறிமுகப்படுத்தப்பட்டன. எம்.பில்., பிஎச்.டி. பட்டங்களுக்கான ஆய்வேடுகள் இத்துறையிலும் நிறைய எழுதப்பட்டன. குறிப்பாகத் தமிழ்த்துறையைச் சேர்ந்தவர்கள் இதில் ஈடுபட்டனர். இதற்கு இரண்டு காரணங்களைக் கூற முடியும்.

1. தமிழ் விரிவுரையாளர் வேலைக்கு முதுகலைப் பட்டம் மட்டும் போதாது என்ற சூழலும் எம்.பில். படிப்போ, பிஎச்.டி. பட்டமோ இருந்தால் போட்டியில் கொஞ்சம் முன்னால் போக முடியும் என்ற தேவையும் ஏற்பட்டது. எனவே, முதுகலை முடித்துவிட்டு என்ன செய்வதெனத் தெரியாத மாணவர்கள் குழுக் குழுவாக ஆராய்ச்சிப் படிப்புகளுக்கு வந்து சேர்ந்தனர். முந்தைய தலைமுறையினர் அளவுக்கு இலக்கியப் புலமை பெற்றிராத இவர்கள் எளிமையானதும் புதுமையானதும் இக்காலத்தைச் சேர்ந்ததுமான தலைப்பைத் தேர்ந்துகொள்ள விழைந்தனர்.
2. கல்வியாளர்களுக்கோ பழைய இலக்கியம் பற்றி மட்டும் பேசிக்கொண்டிருந்தால் போதாது; தற்கால இலக்கியத்துறைகளில் கவனம் செலுத்தியாக வேண்டும் என்ற நிர்ப்பந்தம். இல்லாவிட்டால் நிறுவனம் சாராத இலக்கிய விமர்சகர்களிடையே நிற்க முடியாது என்ற சூழல் ஏற்பட்டது. ஆய்வு மாணவர்களுக்கு நவீனத் தலைப்புகள் கொடுத்து வழி நடத்துவதன் மூலம் இந்நெருக்கடியை எதிர்கொள்ள முனைந்தனர்.

மொழி, இலக்கியம் இவற்றோடு மிகுதியும் தொடர்புடைய இதழியல் துறை இத்தகைய தேவையை நிறைவு செய்யப் பயன்பட்டது. முதலில் தமிழறிஞர்கள் இதழ்களுக்குச் செய்துள்ள பணிகள், இதழ்களில் இலக்கியத் தொண்டு என்கிற வகையில் ஆய்வுகள் தொடங்கிப் பின் விரிவடைந்தன. இதழியல் துறையின் அனைத்துக் கூறுகளையும்

இன்றைய தேவைக்கேற்பப் பயிலவும் ஆராய்ச்சி செய்யவும் முனைந் தனர். இவ்வாறாக இதழியல் கல்வி நிறுவனங்களுக்குள் – குறிப்பாகத் தமிழ்த்துறைக்குள் – நுழைந்தது.

வளர்ச்சிக்கேற்ப, இத்துறை தொடர்பான நூல்கள் தமிழில் இல்லை. தன்னெழுச்சியாக ஓரிருவர் முன்பு எழுதிய நூல்கள் புத்துயிர் பெற்றன; தேடிக் கண்டுபிடிக்கப்பட்டன. எனினும் ஒரு பாடமாக அறிமுகப்படுத்தி நடத்துவதற்குத் தேவையான அளவு, நூல்கள் கிடைக்கவில்லை. எனவே, இதழியல் தொடர்பாக வந்துள்ள ஆங்கில நூல்கள் சிலவற்றைப் படித்து, அவற்றின் நகல்களாக 'இதழியல்' என்னும் தலைப்பில் நூல்கள் எழுதினர்.

சுய அனுபவங்களின்றிக் கல்வியாளர்களால் எழுதப்பட்ட இந்நூல்கள் செயற்கைத் தன்மை உடையன; வரட்டு நடை கொண்டன; பாடத் திட்டத்திற்கேற்ற சில குறிப்புகளை உடைய 'நோட்ஸ்' போன்ற தன்மை மிகுந்தன; தமிழ் இதழ்கள் பற்றி அவற்றிற்குத் தொண்டாற்றிய தமிழறிஞர்கள் பற்றி அங்கங்கே தூவப்பட்டு, பண்டிதத் தன்மையுடன் விளங்குவன. அன்றாடம் மக்களிடையே புழக்கத்திலுள்ள ஒரு துறையைக் கொஞ்சமும் நடைமுறை சாராமல் பாடத் திட்டத்திற்குள் அடைத்துவிட முடியும் என்பதற்கு இந்நூல்களே சான்றாகும்.

இதழியல் துறையில் மாணவர்கள் ஆய்வு செய்ய விழைந்ததும் இதழியல் படித்துவிட்டுத் தமிழ் இதழ்களில் பணியில் அமர முடியுமா என்கிற எதிர்பார்ப்பும் கல்வியாளர்கள் எழுதிய நூல்களின் போதா மையை உணர்த்தின. அனுபவம் சார்ந்த எழுத்துகள் நிறையத் தேவைப்பட்டன. இத்தேவையை நிறைவு செய்ய வணிக இதழ்களோடு நெடுங்காலமாகத் தொடர்பும் அனுபவமும் மிக்க எழுத்தாளர்கள் ஒரு சிலர் முன் வந்தனர். இவர்கள் பெரும்பான்மையும் சுய அனுபவம் சார்ந்தும் சுய தேடல்களோடும் தமிழ் இதழ்களின் வரலாற்றைப் பற்றி எழுதினர்.

இவ்வாறாக இதழ்களின் வரலாறு பற்றிய நூல்கள் குறிப்பிடத்தக்க வகையில் வெளிவந்தன. இவற்றையும் இவற்றிற்கு முன் எழுதப்பட்ட வையுமான இதழ்களின் வரலாறு பற்றிய நூல்களைக் கீழ்க்காணும் வகையில் பிரிக்கலாம்.

1. தகவல் நூல்கள்
2. வணிக நூல்கள்
3. வரலாற்று நூல்கள்

1. தகவல் நூல்கள்:

இவை பெரும்பாலும் எண்பதுகளுக்கு முன்னால் தன்னெழுச்சி யாகச் செயல்பட்டவர்களின் முயற்சியால் விளைந்தவை. தொடக்க கால இதழ்களைப் பற்றிய புறத் தகவல்களை மட்டும் கொடுக்கும் வகையில் அகர வரிசையில் அமைந்தன. இதழின் பெயர், ஆசிரியர், நடத்தியவர், இடம் போன்ற தகவல்கள் கொடுக்கப்பட்டிருக்கும்.

இவற்றில் ஒரே பெயரில் வெவ்வேறு காலகட்டங்களில் நடத்தப்பட்ட இதழ்கள் பற்றிய தகவல்கள் தெளிவின்றிக் கொடுக்கப்பட்டிருக்கும். இவை இதழாசிரியர்கள் குறித்தும் குழப்பங்களை உண்டாக்குவன.

நாள் கிழமை திங்கள் இதழ் விளக்க வரிசை, முற்காலத் தமிழ் இதழ்கள், தமிழ் இதழ்கள் [1] போன்ற நூல்களை இதற்குச் சான்றாகக் குறிப்பிடலாம். இவை வரலாற்று நூல்கள் அல்ல; வரலாறு எழுத விளைவோர்க்கு மிகக் குறைந்த அளவில் தகவல்களைத் தரும் பட்டியல் நூல்களே ஆகும்.

2. வணிக நூல்கள்:

பாடத் திட்டமாக வைக்கப்பட்டு, ஆயிரக்கணக்கான மாணவர்களால் போதிய வளர்ச்சியற்ற ஒரு துறை பயிலப்படும் போது, அத்துறை பற்றிய எந்த நூலும் கிடைத்தற்கரிய பெட்டகமாகக் கருதப்படும். தேர்வு நோக்கிற்கேற்பக் குறிப்புகள் (notes) கிடைக்குமாயின் மாணவர்கள் உடனே வாங்கவும் செய்வர். இத்தன்மையைப் பயன்படுத்திக்கொண்டு 'பத்திரிகையியல்' என்னும் தலைப்பில் சிறுசிறு நூல்களைச் சில பதிப்பகங்கள் வெளியிட்டுள்ளன. அஞ்சல்வழி மூலமாகவோ நேரிலோ இதழியல் படிக்கும் மாணவர்களைக் குறிவைத்து வெளியிடப்பட்டுள்ள வணிக நோக்கு நூல்கள் இவை. இப்பதிப்பகங்கள் முன்பே பல தலைப்புகளில் நூல்களை வெளியிட்டு வெகுசன ஆதரவையும் பெற்றுள்ளன. எனவே பொதுவான மக்களும் பத்திரிகைத்துறை தொடர்பாக அறிந்துகொள்ளும் ஆவலில் இந்நூல்களை வாங்கிப் படிக்கின்றனர்.

குறிப்பிட்ட துறை பற்றிய அக்கறையோ ஆர்வமோ இப்பதிப்பகங்களுக்குக் கிடையாது. வெளியே இருக்கும் சந்தையைப் பயன்படுத்திக் கொண்டு பணம் சம்பாதிப்பது மட்டுமே இவற்றின் குறிக்கோள். இத்தகைய பதிப்பகங்கள் பல்வேறு துறைகள் பற்றியும் ஏற்கனவே 'நோட்ஸ்'களை வெளியிட்டுள்ளன. 'புத்தகம் வெளியிட்டுப் பணம் சம்பாதிப்பது எப்படி?' என்பதை நடைமுறை வழியாகக் காட்டும் இப்பதிப்பகங்கள் வணிக நோக்கு இதழ்களோடு தொடர்புடையவர்களால் நடத்தப் பெறுபவை.

இவை வெளியிட்டுள்ள நூல்கள் சுய உழைப்பற்றவை. பிறர் எழுதியுள்ள பல நூல்களிலிருந்து உருவப்பட்ட தகவல்களையும் செய்திகளையும் கோர்த்து, சுயமாக எழுதப்பட்டது போன்ற பாவனை காட்டுவன; நடையிலோ சொல்லும் முறையிலோ கவனம் இன்றி மனம்போன போக்கில் எழுதப்பட்டன. அரசு நூலகங்களில் இடத்தை அடைத்துக்கொண்டிருக்கும் மாசுகள் இவை.

மணிமேகலைப் பிரசுரம் வெளியிட்டுள்ள நூல்களை இத்தன்மைக்குச் சான்றாகக் கூறலாம்.

3. வரலாற்று நூல்கள்:

இதழியல் துறையில் வெளிவந்துள்ள நூல்களுள் குறிப்பிடத்தக்கவை யாக விளங்குவன 'இதழியல் வரலாறு' என்னும் தலைப்பில் வந்துள்ள நூல்களாகும். மா. சு. சம்பந்தன் அவர்கள் எழுதிய 'தமிழ் இதழியல் வரலாறு', அ. மா. சாமி எழுதிய 'தமிழ் இதழ்கள் தோற்றம் வளர்ச்சி' ஆகிய நூல்கள் இவற்றுள் முக்கியக் கவனத்தைப் பெறுபவை. தமிழ் இதழ்களோடு நெடுநாள் தொடர்புடைய ஆசிரியர்களால் எழுதப் பட்டுள்ள இந்நூல்கள் எந்த அளவு வரலாற்றுத் தன்மை உடையவை என்பதைப் பார்க்க வேண்டியதும் அவசியம்.

வரலாறு என்று பெயரிடப்பட்டுள்ள இந்நூல்களும் அடிப் படையில் தகவல் தொகுப்பு நூல்களே. அ. மா. சாமி எழுதியுள்ள நூலின் அணிந்துரை,

'இந்நூல் ஒரு முழுமையான வரலாற்று நூல் என்பதில் சிறிதும் ஐயமில்லை'[2]

எனக் கூறுகிறது. இதுவரை வெளிவந்துள்ள பெரும்பான்மையான தமிழ் இதழ்கள் பற்றிய தகவல்களைக் கொடுக்கிறது என்னும் பொருளிலேயே 'முழுமையான வரலாற்று நூல்' என்ற பாராட்டு பொருந்துகிறது. இதையே அ. மா. சாமியும்,

'இந்தியாவிலும் பிற மாநிலங்களிலும் கடல் கடந்த நாடுகளிலும் தமிழ் இதழ்கள் வெளிவந்து இருப்பதால், வெளிவந்துகொண்டு இருப்பதால் அந்த வரலாற்றையும் திரட்டினால்தான் தமிழ் இதழியல் வரலாறு நிறைவுபெறும்'[3]

என்று குறிப்பிடுகிறார். அதாவது வெளிநாடுகளில் வந்துள்ள இதழ்கள் பற்றிய விவரங்கள் சேகரிப்பதையே இவர் வரலாறு என்கிறார். இதற்கேற்பவே, வெளிவந்த இதழ்கள் பற்றிய விவரங்களைத் தொகுத்துப் பல தலைப்புகளில் பிரித்துக்கொடுத்துள்ளார்.

இது போன்றே மா. சு. சம்பந்தன் அவர்களின் நூலும் அமைந்துள்ளது. அவரின் 'தமிழ் இதழியல் வரலாறு' நூலுக்கும் 'தமிழ் இதழியல் களஞ்சியம்' நூலுக்கும் அமைப்பு முறையில் வேறுபாடு காண இயலவில்லை. இரண்டுமே இதழ்கள் பற்றிய தகவல்களைக் கொண்டவையாகவே கருதப்படத்தக்கன.

ஒரு வரலாற்றாசிரியன் காரணங்களின் அடிப்படையிலேயே காலப் பிரிவுகளை அமைத்துக்கொள்ள முடியும். இதழ்களின் வரலாற்றை ஐந்து காலகட்டங்களாகப் பிரிக்கும் மா. சு. சம்பந்தன் 'வசதிக்காக'[4] இவ்வாறு பிரித்துக்கொள்ளலாம் என்கிறார். 'வசதி என்று அவர் குறிப்பிடுவது' தான் தொகுத்திருக்கும் தகவல்களை ஒழுங்குபடுத்திக் கொடுப்பதற்கான வசதியையே. வரலாற்று உணர்வோடு கூடிய காலப் பிரிப்பு அல்ல அது.

இதழ்களின் வரலாறு பற்றிய இந்த நூல்கள் பெரும்பாலும் மேலோட்டமான தகவல்களையே கொண்டுள்ளன. ஓரளவு முயற்சி செய்யும் எவரும் இத்தகவல்களைத் தொகுத்துவிட முடியும். மாறாக, வரலாற்று உணர்வோடு சமூகத்தின் அடிப்படைத் தன்மையை

துயரமும் துயர நிமித்தமும்

வெளிக்கொணரும் தகவல்களைத் தொகுப்பதே கடினம். இக்கடினமான பணியே வரலாறு எழுதுவோர் செய்ய வேண்டியது. இதழ்களின் வரலாற்று நூல்கள் அத்தகைய தகவல்கள் இருக்கும் பக்கமே கவனத்தைத் திருப்பவில்லை. அ. மா. சாமியின் நூலிலோ தேவையற்ற வெற்றுத் தகவல்கள் இடத்தை அடைத்துக் கொண்டுள்ளன.

வணிக நோக்கு இதழ்களைப் பற்றிய தகவல்களைத் தொகுக்கும் பணியில் ஈடுபட்ட இவர்கள், அவற்றிற்கு இணையாக, எதிரான தளத்தில் செயல்பட்ட சிற்றிதழ்களைப் பற்றிய தகவல்களைத் திரட்ட வில்லை. சிற்றிதழ்கள் பற்றித் தமிழில் வெளிவந்துள்ள ஓரிரு நூல்களைப் பற்றிக்கூட இவர்கள் கவனமெடுத்துக் கொள்ளவில்லை. ‘மணிக்கொடி காலம்’, ‘சரஸ்வதி காலம்’ ஆகிய நூல்கள் ‘மணிக்கொடி’, ‘சரஸ்வதி’ ஆகிய இதழ்கள் எவ்வாறு ஓர் இயக்கமாகச் செயல்பட்டன என்பதைப் பற்றிய சிறப்பான நூல்களாகும். இந்நூல்களைப் படித்ததற்கான அறிகுறிகூட இவர்களின் நூல்களில் காணப்படவில்லை.

தமிழ்ச் சிறுகதை வரலாற்றில் முதன்மை இடம்பெறும் ‘மணிக்கொடி’ இதழைப் பற்றித் தவறான தகவலை மா. சு. சம்பந்தன் எழுதுகிறார். திரு. பி. எஸ். இராமய்யாவால் 1950இல் நடத்தப்பட்டு ஓரிரு இதழ்களே வெளிவந்த ‘மணிக்கொடி’ பற்றிக் கூறுபவர், பி. எஸ். இராமய்யாவுக்கும் மணிக்கொடிக்கும் இருந்த முக்கியப் பந்தத்தைப் பற்றி எதுவும் கூறவில்லை.[5] மணிக்கொடியோடு தொடக்கத்தில் அவருக்கு இருந்த தொடர்பு பற்றியோ, அவரே பொறுப்பேற்று நடத்திய காலம் பற்றியோ எந்தக் குறிப்பும் இல்லை. ஆனால் அதுவே மணிக்கொடி வரலாற்றில் முக்கியக் கட்டமாகும். பரவலாக அறியப்பட்ட இதழைப் பற்றிய சரியான தகவல்களைத் தராதவரிடத்து, பிற சிற்றிதழ்களைப் பற்றிய தகவல்களை எதிர்பார்ப்பது இயலாது.

அ. மா. சாமியும் மிகச் சில சிற்றிதழ்கள் பற்றிய மேலோட்டமான தகவல்களைக் கூறிச் செல்கிறார். ‘தீபம்’ இதழில் வல்லிக்கண்ணன் தொடர்ச்சியாகச் சிற்றிதழ்களை அறிமுகப்படுத்தி, மிகுந்த தகவல்களோடு எழுதியுள்ள கட்டுரைகள் இதழ்களின் வரலாற்றை எழுதுவோர்க்கு மிகுந்த பயன்தரும். தற்போது இக்கட்டுரைகள் நூல் வடிவில் வெளியிடப்பட்டுள்ளன. வல்லிக்கண்ணனின் ‘புதுக்கவிதை தோற்றமும் வளர்ச்சியும்’ என்ற நூலும் பல இதழ்களைப் பற்றிய தகவல்களைக் கொண்டது. இவற்றைப் பார்த்ததற்கான அறிகுறிகள்கூட இவர்கள் நூல்களில் தென்படவில்லை.

வணிக இதழ்களுக்கு வணிகம் மட்டுமே முதன்மை நோக்கம். சிற்றிதழ்களோ சமூக, அரசியல், இலக்கியத் தளங்களில் ஏற்பட்ட கருத்து மோதல்களை, விவாதங்களை ஆழமாக உள்ளடக்கிக்கொண்டிருப்பன. சிற்றிதழ்கள் வணிக இதழ்களைவிடச் சமூக நிகழ்வுகளைப் பிரதிபலிப்பன. எனவே, வணிக நோக்கு இதழ்களைவிடச் சிற்றிதழ்களே இதழ்களின் வரலாற்றில் முக்கிய இடம் பெற வேண்டும். ஆனால், இந்நூல்களில் அத்தகைய பார்வை இல்லை.

மேலும் தமிழ்ச் சிறுகதை வரலாறும் கவிதை வரலாறும் இதழ்களோடு மிகுந்த தொடர்புடையவை. இருபதாம் நூற்றாண்டு இலக்கிய வரலாற்றை இதழ்களின் வரலாறு எழுதுவோர் இணைத்துப் பார்ப்பதில்லை.

குறிப்பிட்ட வகை இதழ்கள் ஒரு குறிப்பிட்ட காலகட்டத்தில் தோன்றிப் பெருகியதற்கான சமூகக் காரணங்களை இந்நூல்கள் காணவில்லை. முதல் இதழ் எது, இரண்டாம் இதழ் எது என்கிற கண்டுபிடிப்பு விவாதங்களிலேயே கவனம் செலுத்தியுள்ளன. அப்படியும்கூட இந்நூல்களில் முரண்பாடான, தவறான பல தகவல்கள் உள்ளன.[6]

இந்நூலாசிரியர்களால் முக்கியமாக இதழ்களின் வரலாற்றிற்கும் இதழியல் வரலாற்றிற்குமான வேறுபாடு உணரப்பெறவில்லை.

'இதழியல்' என்ற சொல் 'Journalism' என்னும் ஆங்கிலச் சொல்லுக்கு நிகரானது; ஒரு துறையைக் குறிக்கும் சொல்லாகும். 'இதழ்கள்' என்ற சொல் 'Journals' என்னும் சொல்லுக்கு நேரானது. இதழியல், இதழ்களின் பல்வேறு கூறுகளையும் உள்ளடக்கியது. அச்சுக் கலை, இதழ் வடிவமைப்பு, கார்ட்டூன் உள்ளிட்ட ஓவியங்கள், இதழ்களில் இடம்பெறும் பல்வகைப் படைப்புகள், விளம்பரங்கள், இதழ்களுக்கான வடிவமைப்பு என்பதே ஒரு தனித் துறையாக வளர்ச்சி பெற்றிருப்பதைக் காணலாம். ஒவ்வொன்றைப் பற்றியும் தனித்தனியாக எழுதப்படும் போதே இதழியல் வரலாறு நிறைவுபெறும்.

இதழ்கள் தோன்றி வளர்ந்த வரலாற்றோடு இவை தொடர்புடையவையல்ல என்று கூறமுடியாது. இதழ்களின் வரலாற்றை இவற்றின் ஒளியோடுதான் எழுத முடியும். குறிப்பாக அச்சுக் கலையின் வளர்ச்சி பற்றித் தெரியாமல் இதழ்களின் பெருக்கம் பற்றியோ வளர்ச்சி பற்றியோ எழுத இயலாது. மா. சு. சம்பந்தன் அவர்கள் அச்சுக் கலை, அச்சும் பதிப்பும் போன்ற நூல்களை எழுதியிருந்தாலும் அச்சுக் கலையின் தொடக்க காலம் பற்றி மட்டுமே இதழ்களின் வரலாற்றில் கூறுகிறார். அதன் தொடர்ச்சியான வளர்ச்சியை இதழ்களின் வரலாற்றில் தொடர்புபடுத்தி எழுதவில்லை.

காரணம், இதழியல் வரலாற்றுக்கும் இதழ்களின் வரலாற்றுக்குமான வேறுபாட்டை இவர்கள் உணரவில்லை. 'தமிழ் இதழியல் வரலாறு' 'இதழியல் களஞ்சியம்' எனத் தலைப்புக் கொடுக்கிறார் மா. சு. சம்பந்தன். இங்கு 'இதழ்களின் வரலாறு' என்னும் தலைப்புதான் பொருந்தும். அ. மா. சாமி 'தமிழ் இதழ்கள் தோற்றம் வளர்ச்சி' எனத் தலைப்புக் கொடுத்திருந்தாலும், முன்னுரையில், "...வரலாற்றையும் திரட்டினால் தான் தமிழ் இதழியல் வரலாறு நிறைவு பெறும்.[7]" (அழுத்தம் எமது) என்று எழுதுகிறார். இதன் மூலம் இவருக்கும் இதழ்களின் வரலாற்றிற்கும் இதழியல் வரலாற்றிற்கும் வேறுபாடு தெரியவில்லை என்றே கருதலாம்.

இவர்களுக்கு இதழ்களின் வரலாறு பற்றிய கருத்துப் பதிவு 'தகவல் தொகுப்பு' என்பதாகவே உள்ளது. இதழ்கள் சமகால

நடப்புகளை உடனுக்குடன் வெளியிடுவன. அவற்றிற்கேற்ப அனைத்துக் கூறுகளிலும் மாற்றம் பெறுவன. பிறவற்றைவிட இதழ்களின் வரலாறு சமூக நிகழ்வுகளோடு மிகுதியும் தொடர்புடையது. எனவே, இதழ்களின் வரலாற்றைச் சமூகக் காரணிகளோடு இயைபுபடுத்தி எழுதவேண்டியது அவசியம். அப்போதுதான் இதழ்களின் உள்ளடக்க மாற்றங்கள், பெருக்கம், பாதிப்புகள் போன்றவற்றைச் சரியாக உணரமுடியும். தனிப்பட்ட இதழின் வரலாற்றைக்கூட இந்த அடிப்படையில் எழுதும் போதுதான் சிறக்கும். சான்றாக, பாரதியாரின் 'இந்தியா' இதழின் வரலாற்றை விடுதலைப் போராட்டம், அப்போதைய காங்கிரசின் மிதவாத, தீவிரவாதப் போக்குகள் போன்றவற்றோடு தொடர்புபடுத் தாமல் எழுத முடியாது.

இவ்வாறு இந்த நூல்களை வரலாற்று நூல்களாகக் கருத முடியா விட்டாலும், இவற்றிலிருந்து வரலாற்றுக்கு உதவும் பல தகவல்களைப் பெறலாம். இந்தத் தகவல்கள் போதுமானவையாக இல்லை; பல தவறானவ்வையாக உள்ளன என்னும் குறைகள் இருந்தபோதிலும் இப்போதைக்கு இவையாவது உள்ளன என்று திருப்திப்பட்டுக் கொள்ளலாம்.

●

குறிப்புகள்:

1. (அ) சு. அ. இராமசாமிப் புலவர், **நாள் கிழமை திங்கள் இதழ் விளக்க வரிசை,** சென்னை, கழகம், 1961.
   (ஆ) மா. ரா. இளங்கோவன், **முற்காலத் தமிழ் இதழ்கள் – ஓர் அறிமுகம்,** சென்னை, சேகர் பதிப்பகம், 1979.
   (இ) சோமெல, **தமிழ் இதழ்கள்,** சென்னை, சென்னைப் பல்கலைக்கழகம், 1975.
2. அ. மா. சாமி, **தமிழ் இதழ்கள் – தோற்றம் வளர்ச்சி,** சென்னை, நவமணிப் பதிப்பகம், 1987, ப. iv
3. மேற்படி, ப. xi
4. 'தமிழ் இதழியல் வரலாற்றை 1) 1830 முதல் 1859 வரை, அதாவது சிப்பாய்க் கிளர்ச்சிக்கு முன்வரை ஒரு காலகட்டமாகவும் 2) 1859 முதல் 1900 வரை மற்றொரு காலகட்டமாகவும் 3) 1901 லிருந்து 1942 வரை இன்னொரு காலகட்ட மாகவும் . . . வசதிக்காக வேண்டி (அழுத்தம் எமது) பிரித்துக்கொள்ளலாம்.'
   மா. சு. சம்பந்தன், **தமிழ் இதழியல் வரலாறு,** சென்னை, தமிழர் பதிப்பகம், 1987, ப. 19.
5. மேற்படி, ப. 82 – 83.
6. **தமிழ் இதழியல் வரலாறு:**
   பாரதியார் 'மகாராணி' பத்திரிகை ஆசிரியராக இருந்தார் எனக் கூறப்பட்டுள்ளது. இது தவறு. 'சக்கரவர்த்தினி' என்றிருக்க வேண்டும். (ப. 289) 'பண்டித விசாலாட்சி யம்மாள் 1902இல் லோகோபகாரிக்குத் துணையாசிரியை ஆனார். அவரே முதல் பெண் ஆசிரியை' எனக் கூறுபவர், பின் 'பெண் கல்வி: சகோதரி ஆர். தாயாரம்மா (1900)' எனவும் குறிப்பிடுகிறார். இது முரண்பாடான தகவல். (ப. 50) இதுபோன்ற பலவற்றைக் குறிப்பிட முடியும்.
7. அ. மா. சாமி, **தமிழ் இதழ்களின் தோற்றம் வளர்ச்சி,** ப. xi.

■

கொங்கு நாட்டுச் சுடுமண் சிற்பங்கள்

கொங்கு நாட்டுக் கிராமக் கோயில்களில் காணப்படும் சுடுமண் சிற்பங்களை அவற்றின் தன்மை கருதி,

1. தெய்வங்களின் மூல உருவங்கள்
2. வேண்டுதலுக்காகச் செய்யப்படும் உருவங்கள்

என இரண்டு வகையாகப் பிரிக்கலாம்.

கண்களை அகட்டிக்கொண்டு கைகளில் ஆயுதம் ஏந்தியபடி நிற்கும் தெய்வங்களின் உருவங்கள் முதல் வகையைச் சார்ந்தவை. மிகப் பெரிய உருவங்களும் அவற்றிற்கேற்ற குதிரைகளும் மண்ணால் செய்து வைக்கப்படுகின்றன. வீரச் செயல்களுடன் தொடர்புடைய முனியப்பன் போன்ற தெய்வங்களுக்கே இத்தகைய உருவங்கள் செய்யப்படுகின்றன. இவையன்றிக் கல்லாலோ மண்ணாலோ ஆன ஒரு சிறிய உருவம் பூசை செய்வதற்கேற்ற வகையில் நடுவில் வைக்கப் பட்டிருக்கும். இதுவே மூல உருவமாகும்.

இவை மண்ணால் செய்யப்படுவதால் பெருங்காற்று, மழை ஆகியன வரும்போது சிதைந்துவிடுகின்றன. கைகள் உடைந்தும் உருவம் சிதறியும் சேதம் ஏற்படுகின்றது. மூல உருவங்களுக்கு ஏற்படும் இச்சேதத்தை அடிக்கடி ஈடுசெய்வது கிராமப் பொருளாதார நிலையில் சாத்தியமில்லை. எனவே கான்கிரீட்டுகளால் செய்யப்பட்ட உருவங்களையே இன்று வைக்கின்றனர். பழைய மண் உருவங்களை அகற்றிவிட்டுக் கான்கிரீட் உருவங்களை அவ்விடத்தில் இன்று உருவாக்குகின்றனர்.

மேலும் நகர்மயமாதலின் காரணமாகக் கிராமக் கோயில்கள் புதுப்பிக்கப்படுகின்றன. கட்டிடங்களற்ற பழைய கோயில் அமைப்பு மாற்றப்பட்டுக் கட்டிடங்கள் உருவாக்கப்படுகின்றன. பெருந்தெய்வங்

களின் கோயில் அமைப்புக்கு இவையும் உயர்த்தப்படுகின்றன. இதன் காரணமாகவும் பழைய மண் சிற்பங்கள் அகற்றப்பட்டுப் புதிய கான்கிரீட் சிற்பங்கள் வைக்கப்படுகின்றன.

வழிபாடு நிலைபெற்றதாகிக் கோயில்கள் உருவான காலகட்டத்தில் இத்தகைய உருவங்களும் அமைக்கப்பட்டிருத்தல் வேண்டும். வீரச் செயல்களில் ஈடுபட்டு உயிர் துறந்த வீரர்களே முதலில் நடுகல்லாகி, பின் இத்தகைய கோயில் வழிபாட்டுக்கு உரியவர்களாக உயர்த்தப்பட்டிருத்தல் வேண்டும். வீரம் என்பதன் உருவமாகக் கோபத்தில் கண்களைத் திறந்துகொண்டும் பெரிய மீசை வைத்துக்கொண்டும் ஆயுதபாணிகளாக இத்தெய்வங்கள் படைக்கப்பட்டுள்ளன.

அழகாக மெழுகப்பட்ட கற்களை நட்டுவைத்தே வழிபடும் வழக்கம் இன்றும் கிராமங்களில் உண்டு. நில தெய்வங்கள் பெரும்பாலும் அவ்வாறே வணங்கப்படுகின்றன. முனியப்பன் போன்ற எல்லைக் காவல் தெய்வங்களும் முன்பு கற்களாக வழிபடப்பட்டுப் பின்னர் – இத்தகைய உருவங்களைச் செய்கிற திறன் வளர்ந்த பின்னர் – பெரிய உருவங்களாக உருவாக்கப்பட்டிருக்க வேண்டும். உருவ வழிபாட்டின் வளர்ச்சி, மண்பாண்டக் கலையின் வளர்ச்சி ஆகியவற்றி னூடாகவே இத்தகைய உருவங்களை உணர்ந்துகொள்ள இயலும்.

மணிமேகலையில் வரும் சக்கரவாளக் கோட்டம் பற்றிய வருணனையில் இத்தகைய ஓர் உருவம் காட்டப்படுகின்றது.

மடித்த செவ்வாய்க் கடுத்த நோக்கின்
தொடுத்த பாசத்துப் பிடித்த சூலத்து
நெடுநிலை மண்ணீடு... (மணி 6:45–7)

இந்த உருவ வருணனை இன்றைக்குக் காணப்படும் முனியப்பன், அய்யனார் போன்ற கிராமத் தெய்வங்களின் உருவங்களோடு முற்றிலும் ஒத்திருப்பதைக் காணலாம். மண்ணால் செய்யப்பட்டு வாயிலில் நிறுத்தப்பட்டிருந்த இந்த உருவம் 'பூத வடிவம்' என உரையில் குறிக்கப்படுகின்றது. இவ்வுருவம் எக்கடவுளின் தன்மை கொண்டது என ஆராய்வதைவிட, மண்ணால் இத்தகைய உருவங்கள் செய்கிற வழக்கம் மிக முற்பட்ட காலத்திலேயே இருந்திருக்கிறது என்பதை இதன் மூலம் அறியலாம்.

பொதுவாக மண்ணால் செய்யப்படும் உருவங்கள் கிராமக் கலையைச் சார்ந்தவை என்பது உறுதி. இன்றைக்குக் காணப்படும் இந்த மண் மற்றும் கான்கிரீட் உருவங்களிலும் நுண்ணிய கலைத்திறன் கள் காணப்படுவதில்லை. தோற்றத்தில் வீரமும் பார்ப்பவருக்குப் பயத்தை உண்டாக்கும் ஒருவகைக் கொடூரமும் இவற்றின் உருவ அமைப்பில் காணப்படுகின்றன.

வேண்டுதல்களுக்காகச் செய்யப்படும் உருவங்கள் இரண்டாம் வகையைச் சார்ந்தவை. இவையே அளவில் அதிகம். பல கோயில்களைச் சுற்றிலும் இத்தகைய உருவங்கள் உடைபட்ட நிலைகளில் கிடப்பதைக்

காணலாம். கொங்கு நாட்டுச் சுடுமண் சிற்பங்களை மக்கள் இட்டு வழங்கும் பெயர்களின் அடிப்படையில்,

1. உரு அல்லது உருவு
2. பசு அல்லது பசுவு
3. வேட்டை
4. குதிரை

என நான்காகப் பிரிக்கலாம்.

மனிதர்களுக்கு வரும் நோய்கள் நீங்கவும் நோய்கள் வராமல் பாதுகாக்கவும் வேண்டுதலின் பேரில் செய்து வைக்கப்படும் உருவங்கள் 'உரு' அல்லது 'உருவு' எனப்படுகின்றன. இவை மனித உருவங்கள் ஆகும். இவற்றை 'உருவாரம்' என்றும் அழைப்பர்.

குறிப்பிட்ட மனிதர்களைப் போன்ற உருவங்களைச் செய்வதில்லை. பொதுவாக ஆண், பெண் உருவங்கள் என்று வேறுபடுத்திப் பார்க்கும் அளவில் மட்டும் இவை அமைகின்றன.

பெரும்பாலும் குழந்தைகளுக்கு இவ்வுருவுகள் செய்யப்படுகின்றன. குழந்தைகள் நோய்வாய்ப்படுதலும் அதற்கு உரிய மருத்துவ வசதி இன்மையால் இறந்துபோவதும் அதிகம். எனவே குழந்தைகளைக் காக்க வேண்டிக் குழந்தை போன்ற உருவுகள் செய்யப்படுகின்றன. தவழ்கின்ற நிலையிலுள்ள குழந்தை உருவுகள் 'தவழ் குழந்தை' என அழைக்கப்படுகின்றன.

இடுப்பில் குழந்தையைத் தூக்கி வைத்துக்கொண்டிருக்கும் தாயின் உருவங்களும் நிறைய உள்ளன. கிராமப்புறப் பெண்களுக்குப் பிள்ளைப் பேறு என்பது கடினமான ஒன்று. பேற்றுக்கால மருத்துவ வசதிகள் கிடையாது. கிராமப்புற முரட்டு மருத்துவமே இதற்கும் பயன்படுத்தப்படுகிறது. இதன் காரணமாகப் பல பெண்கள் இறந்துவிடுவதும் நோய்வாய்ப்படுவதும் மிகச் சாதாரணம். ஆகவே பிள்ளைப்பேற்றுக்கான வேண்டுதலாகத் தாய்சேய் நலமாக இருக்கக் குழந்தையை எடுத்து வைத்துக்கொண்டிருக்கும் தாயின் உருவுகள் செய்து வைக்கப்படுகின்றன. இதனைத் 'தொட்டில் குழந்தை' எனப் பெயரிட்டு அழைக்கின்றனர்.

சிறுவர் சிறுமியர்களின் உருவுகளும் பெரியவர்களின் உருவுகளும் செய்து வைப்பதுண்டு. இவ்வுருவுகள் கிராம தெய்வங்களைப் போன்றே கண்களை உருட்டி விழித்துக்கொண்டு கையில் கத்தியைப் பிடித்தபடி செய்யப்படுகின்றன. கத்தி இல்லாமலும் இருப்பதுண்டு. ஒருவிதக் கொடூரத் தன்மை இவற்றில் காணப்படுகின்றது. மஞ்சள், சிவப்பு, கறுப்பு போன்ற வண்ணங்கள் தீட்டப்படுகின்றன.

மாடு, எருமை ஆகியவற்றிற்கு வரும் நோய்களைப் போக்கவும் அவை செழிப்பாக வளரவும் வேண்டிச் செய்யப்படும் உருவங்கள் 'பசு' அல்லது 'பசுவு' என்று அழைக்கப்படுகின்றன.

பொதுவாகக் கொங்கு வட்டாரமே வறட்சி மிகுந்த பகுதி. வானம் பார்த்த பூமி. மழை பெய்தால் மட்டுமே வேளாண்மை செய்வதற்கேற்ற மேட்டுக்காடுகள் எனப்படும் புன்செய் நிலங்கள்

துயரமும் துயர நிமித்தமும்

133

நிறைந்த பகுதி. எனவே வேளாண்மையைப் போலவே மக்களுக்கு வருவாயை வழங்கக் கூடியவை கால்நடைகள். ஆறுமாத வேளாண்மை கூடக் கால்நடைகளை மனத்தில் வைத்து, அதற்கேற்ற பயிர்களாகவே செய்யப்படுகின்றன.

கம்பு, சோளம், ராகி (ஆரியம், கேழ்வரகு) போன்ற பயிர்கள் இத்தகையவை. இத்தானியங்கள் மக்களின் உணவுக்குப் பயன்படு கின்றன. இவற்றின் தட்டுகள் (தட்டைகள்) கால்நடைகளுக்குத் தீவனமாகின்றன. நிலக்கடலை இப்பகுதியில் மிகுதியும் பயிர் செய்யப் படுகின்றது. இதன் முக்கியக் காரணம் கடலைக்கொடியைக் கால்நடை களுக்குச் சிறந்த தீவனமாகப் பயன்படுத்துவதேயாகும்.

கால்நடைகளைப் பேணுவதிலும் அவற்றின் நலனிலும் இப்பகுதி மக்கள் மிகுந்த அக்கறை செலுத்துகின்றனர். அவற்றிற்கு வரும் நோய்களைத் தீர்க்கவும் நோய்கள் அணுகாமல் காக்கவும் வேண்டிப் 'பசுவுகள்' செய்து வைக்கப்படுகின்றன. மாடு, எருமைகளுக்கே இத்தகைய உருவங்கள் செய்து வைக்கப்படுகின்றன. ஆடுகளுக்கு நோய் வந்தால் அவற்றைப் பலியிடுவதாக வேண்டிக்கொள்வர். கோழிகளுக்கும் பலியிடுவதே வேண்டுதல்.

காதுகளை விறைத்துக்கொண்டு பயம் கலந்த பார்வையுடன் நிற்கும் காளை உருவங்களைக் கோயில்களில் நிறையக் காணலாம். கொங்கு வட்டாரத்திலன்றி மற்ற பகுதிகளில் இத்தகைய காளை உருவங்களைக் காண முடியாது. இவையும் வண்ணம் தீட்டப் பட்டவையே. பார்த்தால் காளை என உணர்ந்து கொள்ளக்கூடிய அளவுக்கு மட்டுமே இவற்றின் உருவ அமைப்பு காணப்படுகின்றது; கலை நுணுக்கங்கள் கிடையாது.

நாய்களுக்கு ஏற்படும் நோய்களைக் குணப்படுத்தவும் அவற்றிற்கு நோய்கள் வராமல் இருக்கவும் வேண்டிச் செய்து வைக்கப்படும் உருவங்கள் 'வேட்டை' என்று அழைக்கப்படுகின்றன.

கிராம வாழ்க்கையில் கால்நடைகள் பொருளாதாரத்திற்குப் பெரும்பங்கு வகிக்கின்றன. அக்கால்நடைகளைப் பராமரிப்பதில் நாய்களின் பங்கு மிகுதியாகும். ஒவ்வொரு வீட்டிலும் இரண்டு நாய்கள் வளர்க்கப்படும். ஒன்று வீட்டுக் காவல்; மற்றொன்று பட்டிக் காவல். பட்டி எனப்படுவது ஆடுகள் அடைக்கப்படும் இடம். மூங்கில்களை இணைத்தோ முட்கம்புகளைச் சேர்த்தோ செய்யப்படும் படல்களைக்கொண்டு உருவாக்கப்படுவது பட்டியாகும். நான்கு படல்கள் கொண்ட பட்டி, எட்டுப் படல்களைக் கொண்ட பட்டி என ஆடுகளின் எண்ணிக்கைக்கேற்ப பெரிதாக அமைக்கப்பட்டிருக்கும். இதன் நடுவே குடிசை ஒன்று வைக்கப்பட்டிருக்கும். இதனைப் 'பட்டிக் குடுசு' என்றழைப்பர். மழை, வெயிலிலிருந்து ஆடுகளைக் காக்கவும் நாய்களைக் கட்டுவதற்கும் இக்குடிசை பயன்படும்.

இக்குடிசையின் உள்ளே மேல்பகுதியில் கட்டிலைப் போட்டு மனிதர்கள் படுத்துக்கொள்வதுமுண்டு.

நிலங்களில் உரம் வேண்டி ஆட்டுப் பட்டிகள் போடுவர். இதன் அருகில் வீடுகள் எதுவும் இருக்காது. கால்நடைகள் செல்வங்களாக இருப்பதால் திருட்டு அதிகம். ஆடு திருடுவதைப் பற்றிய கதைகள், உண்மை நிகழ்ச்சிகள் பல பேசப்படுகின்றன. எனவே ஆடுகளைக் காப்பது பெரும் பொறுப்பாக இருக்கின்றது.

நாய்கள் திருடர்களின் வரவை அறிவிப்பவையாக உள்ளன. எனவே நாய்கள் பேணிக் காக்கப்படுகின்றன. நாய் இல்லாவிட்டால் ஆடுகளுக்கு ஏற்படும் சேதம் மிகுதி. இதன் காரணமாகவே நாய்களுக்கு உருவங்கள் செய்யப்படுகின்றன. இவை 'வேட்டை' என்னும் பெயரால் அழைக்கப்படுகின்றன.

நாய் உருவங்கள் நாக்கினைத் தொங்கப் போட்டுக்கொண்டு வெறியுடன் காணப்படுகின்றன. நாக்கினை நீட்டாத உருவங்களும் உண்டு. இவற்றிற்கும் வண்ணங்கள் பூசப்படுகின்றன. பாய்ச்சல் வேகம் கொண்ட உருவ அமைப்பு உள்ளது. இவற்றிலும் கலை நுணுக்கங்கள் கிடையாது.

குதிரைகள் கடிவாளம் பூட்டப்பட்டுச் சவாரிக்குத் தயாராக இருப்பது போன்று நிறுத்தப்பட்டிருக்கும். இவை குறிப்பிட்ட காரணத் துக்கான வேண்டுதலின் பேரில் செய்யப்படுவதில்லை. குடும்பப் பிரச்சினைகள் தீர்வதற்கான பொது வேண்டுதலின் பேரில் செய்து வைக்கப்படுகின்றன.

தெய்வங்களின் வாகனம் குதிரை. கிராமத் தெய்வங்கள் பெரும் பாலும் மக்களுக்கான போராட்டத்தில் உயிர் நீத்த வீரர்களாகவே இருக்கின்றன. இவர்கள் போரில் உயிர் நீத்த காரணத்தால் குதிரைகள் வாகனமாக்கப்பட்டுள்ளன. குதிரைகளின் மீதேறி இத்தெய்வங்கள் இரவுகளில் மக்களைக் காப்பாற்றும்; காவல் புரியும் என்பது நம்பிக்கை.

எனவே தெய்வத்துக்குத் தேவைப்படும் வாகனமாகிய குதிரையின் உருவத்தைச் செய்துவைப்பதன் மூலம் தமது பிரச்சினைகளைத் தீர்த்துக்கொள்ள முடியும் என்று நம்புகின்றனர்.

குதிரை உருவங்கள் கடிவாளம் பூட்டப்பட்டுச் சவாரிக்குத் தயாராக நிற்கின்றன. இவற்றின் வாய் திறந்திருக்கும். இவை மிகப் பெரிய அளவில் செய்யப்படுகின்றன. உயரமான குதிரைகள் வேகத்தின் குறியீடு. இவற்றிலும் நுணுக்கமான வேலைப்பாடுகளைக் காண முடிவதில்லை.

இத்தகைய சுடுமண் சிற்பங்கள் பலராலும் வணங்கப்படும் முனியப் பன், மாரியம்மன் போன்ற பொதுத் தெய்வங்களுக்கே வைக்கப்படு கின்றன. தனிப்பட்ட குடும்பத்தினர் வணங்கும் தெய்வங்களுக்கோ குல தெய்வங்களுக்கோ வைக்கப்படுவதில்லை.

துயரமும் துயர நிமித்தமும்

இந்த உருவங்களைச் செய்துவைப்பதன் காரணத்தையும் அதன் பின்னணியில் உள்ள நம்பிக்கையையும் புரிந்துகொள்ளவும் இதனால் ஏற்படும் விளைவுகளின் தன்மையைக் காணவும் மானிடவியலார் கூறும் 'மந்திரம்' என்னும் கூறினை இவற்றில் பொருத்திப் பார்க்கலாம்.

மந்திரம் தொடர்பான கருத்துகள் ஜார்ஜ் தாம்சன் அவர்களின் 'மனித சமூக சாரம்' (1990), 'சமயம் பற்றி' (1988) ஆகிய நூல்களிலிருந்தும் ஆ.சிவசுப்பிரமணியன் அவர்களின் 'மந்திரம் சடங்குகள்' (1988) நூலிலிருந்தும் இங்குத் தொகுக்கப்படுகின்றன.

இனக்குழுவாக இருந்த மனிதன் இயற்கையைக் கட்டுப்படுத்தவும் அதனிடமிருந்து தனது தேவைகளைப் பெற்றுக்கொள்ளவும் உருவாக்கியதே மந்திரமாகும். ஒருவகை ஆன்மா, உலகத்திலுள்ள எல்லாப் பொருள்களிலும் பொதிந்துள்ளது என்னும் கருத்தோட்டமே மந்திரம் தோன்றுவதற்கான அடிப்படைக் காரணமாகும்.

இயற்கைப் பொருள்களில் உறைவதாக மனிதன் நம்பிய ஆவிகளின் துணையுடன் இயற்கையிடமிருந்து பலனைப் பெற முடியும் என மனிதன் நம்பினான். இதன் தொடர்ச்சியாக ஒரு செயலைப் போலச் செய்தலாகவோ பாவனைச் செயலாகவோ நிகழ்த்துவதன் மூலம் எதார்த்த வாழ்வில் அக்கற்பனையை உண்மை நிகழ்ச்சியாக மாற்ற முடியும் என நம்பினான். இந்நம்பிக்கையின் வெளிப்பாடே மந்திரமாகும்.

எதார்த்தத்தை, புற உலகை, தன் கட்டுப்பாட்டிற்குள் கொண்டு வந்ததுபோல் ஒரு பொய்த் தோற்றத்தை, போலியை உருவாக்குவதன் மூலம் எதார்த்தத்தை, புற உலகை உண்மையாகவே தன்னால் கட்டுப்படுத்த முடியும் என்பதே மாய வித்தைக்கு (மந்திரம்) ஆதாரமாக இருக்கும் மூலக் கருத்து. அதன் ஆரம்பக் கட்டங்களில் அது வெறும் போலச்செய்தலாகவே இருந்தது.

மந்திரத்தை,

1. ஒத்த மந்திரம் அல்லது பாவனை மந்திரம்
2. தொத்து மந்திரம்

என இரண்டாகப் பிரிப்பர். பிரேசர் என்பவருடைய கோட்பாட்டின் அடிப்படையில் இவை பிரிக்கப்படுகின்றன.

'ஒத்தது ஒத்ததை உருவாக்குகிறது' என்னும் நம்பிக்கை அடிப்படையில் உருவாவது ஒத்த மந்திரமாகும். ஏற்பட வேண்டிய விளைவும் அதனை அடையச் செய்யப்படுகின்ற செயலும் ஒத்திருக்கும் என்பது ஒத்த மந்திரத்தின் கோட்பாடாகும். பாவனையின் மூலம் ஒரு செயலைச் செய்தால் அது எதார்த்தத்தில் நடைபெறும் என்னும் 'போலச் செய்தல்' தன்மை கொண்டது இது. பல்வேறு இனத்தவரின் நடனங்கள் இதற்கு உதாரணமாகக் கூறப்படுகின்றன.

ஒருமுறை தொடர்புகொண்டிருந்தது எப்பொழுதும் தொடர்பு கொண்டிருக்கும் என்னும் அடிப்படையில் உருவாவது தொத்து மந்திரமாகும்.

மந்திரம் புராதனச் சடங்குகளிலும் புதைந்துள்ளது என்பர். தொடக்க காலத்தில் மந்திரம் மட்டுமே இருந்தது. சமயம் கிடையாது.

சமூக எதார்த்த நிலையின் தலைகீழ்ப் பிம்பமே சமயம்.

இயற்கைக்கு முன்னால் நாகரிக மனிதனுக்கு இருக்கும் பல வீனத்தின் வெளிப்பாடு சமயம் ஆகும். இயற்கையைப் புரிந்துகொள்ள வும் வெல்லவும் முடியாத ஆதிகால மனிதன் மாய வித்தையின் (மந்திரம்) ஆதரவை நாடியதுபோல், வர்க்கச் சமூகத்தைப் புரிந்து கொள்ள முடியாத நாகரிக மனிதன் சமயத்தின் துணையை நாடுகிறான்.

மந்திரத்தின் தன்மை போலச்செய்தல் என்றால், சமயத்தின் தன்மை வேண்டுதலும் பலியிடுதலும் ஆகும். இதனையே தாம்சன், கடவுள் நம்பிக்கையும் வழிபாடு அல்லது பலிதானமும் சமயத்தின் சிறப்பம்சங்கள். இன்றும் மிகப் பழங்குடிக் காட்டுமிராண்டிகளுக்குக் 'கடவுளுமில்லை; வழிபாடுமில்லை; பலிதானமுமில்லை. இன்று நாகரிகம் அடைந்தவர்களாக உள்ள மக்களின் ஆதிகாலத்தை ஆராயப் புகுந்தால் அவர்களுக்கும் அக்காலத்தில் கடவுள்கள் இருக்கவில்லை. வழிபாடுகள் பலிதானமும் இருக்கவில்லை என்பது தெரியவரும். அக்காலத்தில் இருந்ததெல்லாம் மாயவித்தை (மந்திரம்) மட்டுமே' எனக் குறிப்பிடுகின்றார்.

ஆதிகாலத்தில் தோன்றிய மந்திரமும் வர்க்கங்கள் உருவான நாகரிக காலத்தில் தோன்றிய சமயமும் இணைந்த கூறுகள் இன்றைய சடங்குகளில் காணப்படுகின்றன. இத்தகைய சடங்குகளை மந்திர – சமயச் சடங்குகள் எனக் குறிப்பிடலாம்.

மந்திரக் கூறுகள் கொண்ட சடங்குகளின் பயன்களைக் குறைத்து மதிப்பிட இயலாது. இதனால் ஏற்படும் பயன்களைத் தாம்சன் விளக்குகிறார்.

புறநிலை உலகு புறநிலை விதிகளால் தம்முடைய விருப்பத்திற்கு அப்பாற்பட்டு இயங்குகிறது என்பதை அவர்கள் (ஆதிகால மனிதர்கள்) அறிந்திருக்கவில்லை. ஆயினும் அவர்களது செய்கை வீண் போக வில்லை. உழைப்புப் போக்கில், சில முடிவுகளை மனிதன் முன்கூட்டியே கற்பனை செய்ததைப் போலவே, தான் விரும்பிய எதார்த்தத்தை அதீதக் கற்பனையின் வாயிலாக... நிறைவேற்றிக்கொள்கிறார்கள்... இது எதார்த்தத்தின் மீதான அகநிலை மனோபாவத்தை மாற்றுகிறது; அதன் மூலம் மறைமுகமாக எதார்த்தத்தையே மாற்றுகிறது.

இவ்வாறு மந்திரம் – சமயம் இணைந்த சடங்குகள் பற்றியும் அவற்றின் விளைவுகள் பற்றியும் மானிடவியலில் கருத்துகள் கூறப்படு கின்றன. சுடுமண் சிற்பங்களை விளக்குவதற்கும் இக்கருத்துகள் பயன்படுத்தப்படுகின்றன.

துயரமும் துயர நிமித்தமும்

சுடுமண் சிற்பங்கள் பாவனை என்னும் போலச்செய்தலை அடிப் படையாகக் கொண்ட ஒத்த மந்திரத்தின் தன்மைகளைக் கொண்டிருக் கின்றன.

நோயுற்ற மனிதனைப் போன்ற உருவங்களைச் செய்து வைப்பதன் மூலம் அம்மனிதனின் நோயைப் போக்கிவிட முடியும்; ஒரு விலங்கின் உருவத்தைச் செய்துவைத்துவிட்டால் அதனை இறப்பிலிருந்து காப்பாற்ற முடியும் என்னும் நம்பிக்கையின் அடிப்படையில் இவ்வுருவங்கள் செய்துவைக்கப்படுகின்றன. இது ஒரு செயலையோ உருவத்தையோ கற்பனையில் பாவனையாகச் செய்வதன் மூலம் எதார்த்தத்தில் அதைக் கட்டுப்படுத்த முடியும் என்னும் ஒத்த மந்திரத்தின் தன்மையைக் கொண்டதாகும்.

தொடக்கத்தில் நடனங்களில் மட்டும் இருந்த இத்தன்மை பிற கலைகளுக்கும் பரவியதற்குச் சான்றுகள் உள்ளன. பழங்காலக் குகை ஓவியங்கள் பற்றி டாக்டர் நாகசாமி, 'உருவை வரைந்து அவற்றினை ஈட்டியால் குத்துவதுபோல வரைந்தால் அது அவனுக்கு மாந்திரீக சக்தியைக் கொடுக்கும் என்றும் அதனால் ஏராளமான விலங்குகளை வேட்டையாட முடியும் என்றும் கருதியிருக்க வேண்டும்' எனக் குறிப்பிடுகின்றார். பிற கலைகளும் இதன் அடிப்படையிலேயே தோன்றின என்பதை ஜார்ஜ் தாம்சன் கூற்று வலியுறுத்தும்.

இசை, செய்யுள், ஓவியந்தீட்டல், சிற்பம் போன்ற கலைகள் பாவனை மந்திரத்தினின்று தோன்றிய ஏனைய கலைகளாகும்... புராதனகால மனிதர்களின் உணர்வு குழந்தையின் உணர்வில் இருப்பதைப் போன்று பொருளின் உருவமானது அந்தப் பொருளினின்று பிரித்து எண்ணப்படவில்லை; எனவே, உயிருள்ள ஒரு படைப்பின் – மனிதன் அல்லது விலங்கின் – உருவத்தைச் செய்துவிட்டால், அந்தப் பிராணி அவனுடைய ஆற்றலுக்கு உட்பட்டுவிட்டது என அக்காலத்தில் நம்பப்பட்டது.

சுடுமண் சிற்பங்களின் தோற்றமும் இதன் அடிப்படையிலேயே உருவானது எனலாம். மந்திரத்தின் வளர்ச்சியாகவே இவற்றைக் காண முடிகின்றது. இவ்வாறு சிற்பங்கள் செய்து கோயில்களில் வைக்கும் வழக்கம் பழமையானது என்பதை மணிமேகலையில் வரும் சான்று காட்டுகின்றது.

மாயையின் ஒளித்த மணிமேகலை தனை
ஈங்கிம் மண்ணீட்டி யாரென உணர்கேன் (மணி. 18:156)

சம்பாபதி கோயிலுள் சென்று மறைந்துகொண்ட மணிமேகலையைத் தேடி உள்ளே செல்லும் உதயகுமாரன், அங்கு வைக்கப்பட்டிருக்கும் மண் பாவைகளைக் கண்டு திகைப்புறுகிறான். அம்மண்பாவைகள் வேண்டுதலின் பேரில் செய்யப்பட்டவையா என்பதைப் பற்றிய குறிப்புகள் இல்லை. ஆனால் மண்ணால் செய்யப்பட்ட பாவைகள் கோயிலில் வைக்கப்பட்டிருந்ததை உணர முடிகிறது. இக்காலச் சுடுமண் சிற்பத்தின் தன்மைக்கான வளர்ச்சியினை இதில் காணலாம்.

இச்சுடுமண் சிற்பங்களை மட்டுமல்ல, மாரியம்மன் கோயில்களில் 'கண்ணடக்கம் செய்து வைத்த'லையும் போலச்செய்யும் ஒத்த மந்திரத்தின் தன்மை கொண்டதாகவே காணலாம். தேங்காய்க் குலை, நுங்குக் குலைகட்டுதல் போன்றவற்றையும் – கண்ணுக்கு ஊறு நேராமல் காக்கக் கண்ணடக்கம் செய்துவைத்தலைப் போல – ஒன்றுக்குப் பிரதியாகப் படைத்தல் என்னும் போலச் செய்தல் தன்மையே கொண்டதென விளக்கலாம். மிக எளிதில் கிடைக்கும் பொருள்களாதலால் அவையே படைக்கப்படுகின்றன எனலாம். ஆடு, கோழிகள் பலியிடுவதிலும் போலச் செய்தல் தன்மை இருக்கிறது. தே. ஞானசேகரன் இதைப் பற்றிக் குறிப்பிடும்போது, ஆடு, பன்றி, எருமை, மாடு, கோழி ஆகியன இன்று பலியிடப்படுகின்றன. மனிதனது பாவங்களை விலங்குகளுக்கும் பறவைகளுக்கும் மாற்றலாம் என்ற நம்பிக்கையில் இவைகள் பலிப் பொருட்களாக ஆக்கப்பட்டுள்ளன என்கிறார். இதிலும் பாவனைத் தன்மை வெளிப்படுவதால் 'பாவனை மனிதப் பலி' என்பர்.

பாவனைத் தன்மைகொண்ட மந்திரத்தின் தன்மை இதில் வெளிப்படுவது போலவே, சமயத்தின் கூறுகளும் காணப்படுகின்றன. வேண்டு தலும் பலியிடுதலும் சமயத்தின் கூறுகள். சுடுமண் சிற்பங்கள் உடனுக்குடன் செய்யப்படுவதில்லை. நோய் வரும்போது செய்து வைத்துவிடுவதாக வேண்டிக்கொள்கின்றனர். பின்னர் திருவிழாவின் போது செய்து வைக்கின்றனர். வேண்டுதல் எனப்படும் சமயத்தின் தன்மையும் இதில் வெளிப்படுகின்றது.

ஆக, சுடுமண் சிற்ப உருவாக்கம் மந்திரம், சமயம் இரண்டின் கூறுகளையும் கொண்ட மந்திர – சமயச் சடங்காகும்.

●

பயன்பட்ட நூல்கள்:

1. ஆ. சிவசுப்பிரமணியன், மந்திரம் சடங்குகள், நியூசெஞ்சுரி புக் ஹவுஸ், சென்னை, 1988.
2. ஜார்ஜ் தாம்சன், சமயம் பற்றி, நேத்ரா (மொ. ர்.), நேத்ரா வெளியீடு, சென்னை, 1988.
3. ஜார்ஜ் தாம்சன், மனித சமூக சாரம், கோ. கேசவன் (மொ. ர்), சென்னை புக் ஹவுஸ், சென்னை, 1981.

■

வெளியீட்டு விவரங்கள்

1. **உதிரக் கவிச்சி படிந்த கவிதைகள்**: தாமரை, ஏப்ரல் 1998. தற்போது 'தமிழினி' வெளியீடாக வந்துள்ள 'சுகந்தி சுப்பிரமணியன்' கவிதைத் தொகுப்பின் பின்னுரையாகவும் இக்கட்டுரை இடம்பெற்றுள்ளது.

2. **சமையலறையில் தேயும் சாமான்**: அழகிய நாயகி அம்மாளின் 'கவலை' என்னும் தலைப்பில் இடம்பெற்றது. இந்தியப் பல்கலைக்கழகத் தமிழாசிரியர் மன்ற ஆய்வுக்கோவை தொகுதி – 3, மே 2002.

3. **மீள்வாசிப்பில் பாமாவின் நாவல்கள்**: 18, 19.11.2000 ஆகிய இருநாட்களில் பிரம்மராஜன், ஆர்.சிவகுமார் ஆகியோரால் தருமபுரியில் நடத்தப்பட்ட 'பெண் எழுத்தாளர் சந்திப்பு' கருத்தரங்கில் வாசிக்கப்பட்ட கட்டுரை. 'அவ்வை மண்ணில் பெண் எழுத்தாளர்கள்' (மருதா, சென்னை, டிசம்பர் 2001) நூலிலும் இக்கட்டுரை இடம்பெற்றுள்ளது.

4. **ஜி. நாகராஜன் படைப்புகளில் கனவுகள்**: சி. மோகனைத் தொகுப்பாசிரியராகக் கொண்டு காலச்சுவடு பதிப்பகம் வெளியிடத் திட்டமிட்டிருந்த ஜி. நாகராஜனைப் பற்றிய விமர்சனத் தொகுப்பு நூலுக்காக எழுதப்பட்ட கட்டுரை. நூல் வெளிவரவில்லை.

5. **சுமுகம் தரும் வெறுமை**: 2002இல் சென்னையில் நடைபெற்ற காலச்சுவடு நூல் அறிமுகக் கூட்டத்தில் வாசிக்கப்பட்ட கட்டுரை.

6. **பரிவில்லாதது வீடு**: பேரா. வீ. அரசு அவர்களால் சென்னைப் பல்கலைக்கழகத் தமிழ் இலக்கியத்துறையில் ஏற்பாடு செய்யப்

பட்டிருந்த, 'கங்கு' அமைப்பின் நாவல் விமர்சனக் கருத்தரங்கில் அளிக்கப்பட்ட கட்டுரை. ஜனவரி 2002.

7. **துயரமும் துயர நிமித்தமும்:** 'பார்வை' இலக்கிய அமைப்பு சார்பாக, ஈரோட்டில் நடைபெற்ற பாவண்ணன் படைப்புகள் குறித்த கருத்தரங்கில் வாசிக்கப்பட்ட கட்டுரை.

8. **'பசலை'யில் பதிவாகும் வாழ்க்கை:** இந்தியப் பல்கலைக்கழகத் தமிழாசிரியர் மன்ற ஆய்வுக்கோவை, தொகுதி 3, மே 2000.

9. **பம்மாத்துகளை உடைத்த கிராமத்துக்காரர்:** குமுதம் தீராநதி, ஏப்ரல் 2003.

10. **'தொட்டிக்கட்டு வீடு' - சாதிய மேலாண்மை:** நிறப்பிரிகை இலக்கிய இணைப்பு.

11. **திருக்குறள் - சுஜாதாவின் வெகுஜன உரை:** இந்தியப் பல்கலைக்கழகத் தமிழாசிரியர் மன்ற ஆய்வுக்கோவை, தொகுதி 3, மே 2003.

12. **மண்சார் கவிதைகள்:** பேரா.தொ.பரமசிவன் அவர்கள் ஏற்பாட்டில் திருநெல்வேலி, மனோன்மணியம் பல்கலைக்கழகத் தமிழ்த்துறையில் 2003இல் நடைபெற்ற கருத்தரங்கில் வழங்கப்பட்ட கட்டுரை.

13. **உடுமலை நாராயணகவியின் தி.மு.க. சார்புநிலை:** 'உடுமலை நாராயணகவி பன்முகப் பார்வை', மகாகவி பாரதியார் அறக் கட்டளை, கோவை, 2002.

14. **வனவாசமும் தன்னிலை விளக்கமும்:** 'கவியரசு கண்ணதாசன் கவிதைச் செழுமையும் கருத்தியல் மேன்மையும்' மகாகவி பாரதியார் நூலகம், கோவை, 2002.

15. **பாரதியாரின் சொல்லாக்க முயற்சிகள்:** தமிழ்ப் பொழில், 1998.

16. **வம்பு - பொருள் வரையறை:** இந்தியப் பல்கலைக்கழகத் தமிழாசிரியர் மன்ற ஆய்வுக்கோவை, தொகுதி 3, மே 2001.

17. **வட்டார வழக்குச் சொல்லகராதி - ஆய்வுக் குறிப்புரை:** ஆய்வுச் சிந்தனைகள், ஐந்தமிழ் ஆய்வாளர் மன்றம், மதுரை, ஏப்ரல் 1999.

18. **அகராதி திருடினாரா ஜீவா?:** 'கவிதாசரண்' இதழ், பிப்ரவரி - ஏப்ரல் 2003.

19. **தமிழ் இதழ்களின் வரலாற்று நூல்கள் - ஒரு குறிப்புரை:** 'தமிழ்ப் பொழில்' இதழ், மார்ச் - ஏப்ரல் 1992.

20. **கொங்கு நாட்டுச் சுடுமண் சிற்பங்கள்:** பேரா. வீ. அரசு அவர்கள் மேற்பார்வையில் நாட்டுப்புறவியல் நிறைசான்றிதழ் படிப்புக்காக அளிக்கப்பட்ட ஆய்வின் ஒரு பகுதி.

வெளியீடு: 1. 'தாமரை' இதழ், மார்ச் 1993.
2. 'தன்னனானே' இதழ், மே 2001.

பொருளடைவு

அகநானூறு 111, 114
அச்சுக் கலை 129
அச்சும் பதிப்பும் 129
அடியார்க்கு நல்லார் 113
அடுக்கு மாளிகை 58
அண்ணாதுரை 96, 99, 102
அப்பாவின் வீட்டில் . . . . .
    செடிகள் நிற்கும் 51, 56
அம்பை 99
அம்ருதா ப்ரீதம் 69
அமங்கலம் 46
அரும்பதவுரையாசிரியர் 113
அவையல் கிளவி 46
அழகிய நாயகி அம்மாள் 20, 21,
    22, 23, 24, 25, 26, 28
அழகிரிசாமி, கு. 89
அழியாக் கோலம் 68
அறிவு விருந்து 99
அறுவடை 67
ஆணாதிக்கம் 25, 98
இடக்கரடக்கல் 46
இதிகாசம் 58, 59
இந்தியா 107, 130
இயங்கியல் 30

இராமசாமிப் புலவர், சு. அ. 131
இராமய்யா, பி. எஸ். 128
இராமாயணம் 101
இருண்ட வீடு 97
இலக்கணக் குறிப்பு 115
இலக்கண மரபு 30
இழிபொருட்பேறு 114
இளங்குமரன், இரா 115
இளங்கோவன், மா. ரா. 130
இளம்பிறை 89, 91, 92
உடுமலை நாராயணகவி 94, 95,
    96, 97, 98, 99
உடுமலை நாராயணகவியின்
    பாடல்கள் 99
உரிச்சொல் நிகண்டு 113
உருவு 133
உரையாசிரியர்கள் 111, 112, 113, 114
உலகமயமாக்கல் 70
ஊரும் சேரியும் 31
எதார்த்தவாதம் 60, 61, 65, 66,
    136, 137
எதிர்மரபு 47, 59
எம். ஜி. ஆர் 98
எழில்முத்து, கோ. 120, 123

145

எழுத்து 89
ஏழு லட்சம் வரிகள் 59
கண்ணகி 96
கண்ணதாசன் 100, 101, 102, 103, 104
கண்மணி குணசேகரன் 89, 90, 91
கணையாழி 58
கபிலர் 87
கரிகாலன் 89, 90, 92
கருக்கு 30, 31, 32, 33, 34
கருணாநிதி 94, 96
கல்லக்குடி போராட்டம் 102, 103
கலகமொழி 29
கலாப்ரியா 89
கலைச்சொல் 105, 106, 108, 109
கலைமகள் 106
கவர்ன்மென்ட் பிராமணன் 31
கவலை 20, 21, 28
கவி 69
கள்ளழகர் 89
களஞ்சியம் 116
காந்தியடிகள் 103
காப்பியங்கள் 56
காலச்சுவடு 99
கிருஷ்ணன், என். எஸ். 94, 98
குடும்ப விளக்கு 97
குதிரை 133, 135
குறத்தி முடுக்கு 43
குறுந்தொகை 113, 114
கொங்கு வட்டாரச் சொல்லகராதி 113
கோவிந்தராஜ் 61, 63, 64, 65
சக்கரவர்த்தினி 130
சங்க இலக்கியம் 95, 111, 113
சங்கதி 30, 31, 32, 33, 34
சங்கை வேலவன் 99
சட்டி சுட்டது 68

சண்முக சுந்தரம், ஆர். 66, 67, 68, 69, 70, 89
சண்முக சுந்தரம், சு. 79, 99
சண்முகம், சுப. 115, 119
சண்முகம் செட்டியார், ஆர். கே. 69
சதுக்கப் பூதம் 79, 80
சந்திரமோகன் 45
சம்பத், ஈ. வி. கே. 101, 104
சம்பந்தன், மா. சு. 127, 128, 129, 130
சமயம் பற்றி 136, 139
சமூகம் 108, 109
சரத் சந்திரர் 69
சரஸ்வதி காலம் 128
சனங்களின் கதை 89, 91
சாமி, அ. மா. 127, 128, 129,130
சாமிநாதையர், உ. வே. 113, 121
சாவித்திரி ராஜீவன் 20
சிக்மண்ட் ஃப்ராய்டு 36, 38, 40
சிலப்பதிகாரப் புகார்க் காண்ட உரை 69
சிலப்பதிகாரம் 95
சிவ சுப்பிரமணியன் 136, 139
சிவாஜி கணேசன் 97
சுகந்தி சுப்பிரமணியன் 15, 16, 17, 18, 19
சுகுமாரன் 57
சுதேசமித்திரன் 108
சுந்தர சண்முகனார் 119
சுப்பிரமணியம், க. நா. 69, 89
சுயசரிதம் 20, 21, 28, 30, 31, 100, 101, 102, 103, 104
சுயமரியாதை 103
சுஜாதா 81, 82, 83, 84, 85, 86
செந்தமிழ் நாட்டில் செந்தமிழ் வழக்கு 115, 119
செய்யுள் 88
செவ்வியல் மரபு 31

சென்னைப் பல்கலைக் கழகம் 122
சொல்லாக்கம் 106, 107, 109
சோமெல 130
சோஷலிஸ்ட் கட்சி 107, 108, 109
ஞானசேகரன், தே. 139
தத்துவம் 106
தபசி 89, 91, 92
தமிழ் அகராதிக் கலை 119
தமிழ் இதழ்கள் 126, 130
தமிழ் இதழ்கள் தோற்றம் வளர்ச்சி
127, 129, 130
தமிழ் இதழியல் களஞ்சியம்
127,129
தமிழ் இதழியல் வரலாறு
127, 129, 130
தமிழ் தமிழ் அகர முதலி 114
தமிழ் தேசியக் கட்சி 101
தமிழ்நாட்டுப் பாடநூல்
நிறுவனம் 114
தமிழ்ப்பெண் 96
தமிழ்ப் பேரகராதி 110, 122
தமிழில் வட்டார நாவல்கள் 79
தலித் அடையாளம் 29
தலித் அரசியல் 29, 32
தலித் அழகியல் 29
தலித் இலக்கியம் 29, 30, 32
தலித் நோக்கு 30, 33
தலித் பண்பாடு 29
தவழ் குழந்தை 133
தனிவழி 67
தாமோதரம்பிள்ளை, சி. வை. 121
தாரா சங்கர் பானர்ஜி 69
திராவிட முன்னேற்றக் கழகம் 94, 95,
96, 97, 98, 99, 100, 101, 102, 103, 104
திராவிடர் கழகம் 94, 95, 96, 99
திருக்குறள் 81, 82, 83, 84, 85,
86, 95
திருக்குறள் புதிய உரை 86

திருஞான சம்பந்தம் 69
திருமூலர் 94
தீபம் 128
தூக்குத் தூக்கி 97
தூரன், பெ. 109
தொட்டிக்கட்டு வீடு 72, 79, 80
தொட்டிக்கட்டு வீடு ஒரு
கண்ணோட்டம் 79
தொட்டில் குழந்தை 133
தொல்காப்பியம் 110, 111, 114
தொல்காப்பியர் 111
தொன்மக் கதைகள் 20
தொன்மை 88
நாகசாமி 138
நாகம்மாள் 66, 68
நாகராஜன், ஜி. 35, 37, 38, 39, 41,
42, 43, 44, 45, 46, 47, 48, 49, 50
நாட்டார் வழக்காற்றியல் ஆய்வு
மையம் 20, 28
நாள் கிழமை திங்கள் இதழ்
விளக்க வரிசை 126, 130
நாளை மற்றுமொரு நாளே
42, 46, 47, 50
நாவலும் வாசிப்பும் 88
நான் பார்த்த அரசியல் 104
நிலவுடைமை 62
நுகர்வு 86
நெல்லித்தோப்பு 58
பக்தி இலக்கியம் 113
பகுத்தறிவு 95
பசலை 61, 63
பசுவு 133, 134
பதிற்றுப்பத்து 112, 114, 133
பதேர் பாஞ்சாலி 69
பந்தோபாத்யாய 69
பழமலை 89, 91, 92
பனித்துளி 68
பாடகி 69

பாமா 30, 34
பாரதி தமிழ் 106, 108, 109
பாரதிதாசன் 97
பாரதியார் 88, 105, 106, 107, 108, 109, 130
பாலகிருஷ்ணன், பி. இ. 122
பாவண்ணன் 57, 58, 59, 90, 91, 92
பிரதாப முதலியார் சரித்திரம் 88
பிரேசர் 136
புகழேந்தி, இரத்தின. 89, 90, 91, 92
புதுக்கவிதை தோற்றமும் வளர்ச்சியும் 128
புதுமலர் நிலையம் 69
புதுமைப்பித்தன் 89
புதையுண்ட வாழ்க்கை 15
புராணம் 58, 59
புறநானூறு 112, 114
புனைவுகள் 20, 21, 60
பூம்புகார் 96
பூவும் பஞ்சும் 68
பெண் ஏன் அடிமையானாள் 96
பெண்ணடிமை 99
பெண்ணியம் 20
பெண் நோக்கு 21, 26, 33
பெண்மொழி 18, 21
பெரியார் 94, 96, 98, 99, 104
பொதுப்புத்தி 82, 84, 85, 86, 93
பொதுவுடைமை 107, 108, 109, 120
பொன்னீலன் 20, 24
போலச் செய்தல் 136, 137, 138, 139
மகாகவி பாரதியார் கட்டுரைகள் 105, 109
மகாபாரதம் 101
மணிக்கொடி 68
மணிக்கொடி காலம் 128

மணிமேகலை 132, 138
மணிமேகலைப் பிரசுரம் 126
மதுரம், டி. ஏ. 97
மந்திரம் 136, 137, 138, 139
மந்திரம் சடங்குகள் 136, 139
மரபிலக்கணம் 106
மரபிலக்கியம் 88, 93
மரபு 47, 88, 89
மன ஓசை 58
மனித சமூக சாரம் 136, 139
மாதர் 107
மார்க்சியக் கோட்பாடு 30
மாரப்பன், மணல்வீடு 79
மீன் பார்வை 31
மீனாட்சி சுந்தரம் 79
முதற்பொருள் 87
முற்காலத் தமிழ் இதழ்கள் 126
முற்காலத் தமிழ் இதழ்கள் - ஓர் அறிமுகம் 130
முற்போக்கு இலக்கியம் 30
மூட நம்பிக்கை 95
மோகன், சி. 45
ரசிகமணி டி. கே. சி. 69
ரஷ்யா 107
ராமசாமி, கே. ஆர். 94
ராஜ் கௌதமன் 29, 31
ராஜகோபாலன், கு. ப. 67, 68
ராஜநாராயணன் 89, 115, 116, 119
லஷ்மி மணிவண்ணன் 51, 52, 53, 54, 55, 56
வசந்தம் 69
வட்டார இலக்கியம் 71, 72
வட்டார வழக்கு 115
வட்டார வழக்கு அகராதி 115 116
வட்டார வழக்குச் சொல்லகராதி 115, 118, 119
வட்டார வழக்குத் தமிழ் அகராதி 115

வடிவேலன், இரா. 72
வல்லிக்கண்ணன் 128
வலை 58
வழக்குச் சொல் அகராதி 115, 119, 122
வனவாசம் 100, 101, 102, 103, 104
வாய்மொழி மரபு 31
விடுதலை 99
விந்தன் 37
வீரமாமுனிவர் 115
வெகுஜனக் கருத்தியல் 86
வேங்கடாசலபதி, ஆ. இரா. 88
வேட்டை 133, 134, 135

வேதநாயகம் பிள்ளை 88
வையாபுரிப்பிள்ளை, ச. 122
வைரமுத்து வரை 99
ஜஸ்டிஸ் கட்சி 104
ஜார்ஜ் தாம்சன் 136, 137, 138, 139
ஜானகிராமன், தி. 89
ஜீவபாரதி, கே. 120, 122, 123
ஜீவா தொகுத்த பழமொழிகள் 123
ஜீவா தொகுத்த வழக்குச்சொல் அகராதி 120, 121, 122, 123
ஜீவானந்தம், ப. 120, 121, 122, 123
ஜெயகாந்தன் 37

■

ஆசிரியரின் காலச்சுவடு வெளியீடுகள்

மாதொருபாகன், அர்த்தநாரி, ஆலவாயன்

நாவல்

விலையடக்கப் பதிப்பு

ரூ. 260

'மாதொருபாகன்' நாவலும் அதன் முடிவை இருவிதமாக வைத்துச் செய்த கற்பனையின் விளைவாகிய 'அர்த்தநாரி', 'ஆலவாயன்' ஆகிய இந்த மூன்று நாவல்களையும் மிகுந்த ஆசையோடு எழுதினேன். எழுதிய காலத்து இன்பநிலை முடிந்து இவற்றால் பெருந்துயர் பீடித்தபோது இவற்றை இனிமேல் தனித்தனியாகக்கூட வெளியிடக்கூடாது என்றுதான் முடிவெடுத்திருந்தேன். இப்போதோ மூன்றையும் ஒரே நூலாக வெளியிடும் நிலை. எண்ணங்களைத் தீர்மானிப்பதில் அகநிலைக்கு மட்டுமல்ல, புறநிலைக்கும் பெரும் பங்கிருக்கிறது என்பதுதான் என் நம்பிக்கை. அதை இன்று நிதர்சனமாக உணர்கிறேன். இவை அச்சாகியே தீர வேண்டும் என்பது என் அவா அல்ல. ஆனால் அச்சிடாமல் நிறுத்துவது பொதுநிலையில் அறமாகாது. ஆகவேதான் இப்போதைய திருத்தப் பதிப்பு.

பெருமாள்முருகன்

பதிப்புகள் மறுபதிப்புகள்

கட்டுரைகள்

ரூ. 195

நான் எழுதியவற்றில் மிகக் குறைவான படிகள் விற்பனையான நூல் இது. ஆனால் அதிகமாக விற்றிருக்க வேண்டிய நூல் இதுதான் என நினைக்கிறேன். கல்வித்துறை சார்ந்தவர்களுக்கு மட்டுமே உரிய துறை பதிப்பு எனக் கருதிப் பொதுவாசகர்கள் புறக்கணித்திருப்பார்களோ என எண்ணியதுண்டு. ஆனால் என் மொழிநடையும் ஆய்வை விவரிக்கும் விதமும் கல்வித்துறை ஆய்வுகளிலிருந்து வெகுவாக வேறுபட்டவை. பொதுவாசகரின் கவனத்தில் பதிப்புணர்வை இருத்த வேண்டும் என்பதே என் நோக்கம். நூல்களைத் தேடித் தேடி வாங்கி வாசிக்கும் வாசகர் நல்ல பதிப்புகளை நாடிச் சென்றால் அவர்களின் வாசிப்பு எளிமையானதாகவும் மகிழ்ச்சியானதாகவும் அமையும். அதற்கு உந்தித் தள்ளும் கட்டுரைகள் இவை எனத் தாராளமாகச் சொல்ல முடியும்.

பெருமாள்முருகன்

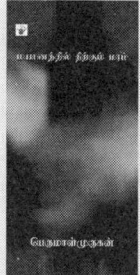

மயானத்தில் நிற்கும் மரம்

கவிதைகள்

ரூ. 225

'கோழையின் பாடல்கள்' (2016) நூலுக்கு முன் வெளியான 'நிகழ் உறவு' (1992), 'கோமுகி நதிக்கரைக் கூழாங்கல்' (2000), 'நீர் மிதக்கும் கண்கள்' (2005), 'வெள்ளிசனிபுதன் ஞாயிறுவியாழன்செவ்வாய்' (2012) ஆகிய நான்கு நூல்களின் கவிதைகளும் சேர்ந்த ஒட்டுமொத்தத் தொகுப்பு இது.

'சில ஆரம்பகாலக் கவிதைகள் சுயானுபவத்தை அப்படியே கவித்துவ மொழியில் பதிவாக்கி இருப்பவையாகவும் தற்காலக் கவிதைகள் பலவும் அனுபவத்தின் நிழல்களைத் தவறவிடாது அவற்றைப் 'பொதுவாக்கி' எழுதியிருப்பவையாகவும் தோன்றுகின்றன. இந்தப் பொதுவாக்கலில்தான் வெவ்வேறு விஷயங்கள் கவிதைக்குள் வந்துசேரும். இங்குதான் வாசகன் தன் கவிதையை வாசிக்கத் தொடங்குகிறான். அப்பட்டமான சுயத்தின் உணர்வுவயப்பட்ட பதிவாக இருக்கிற கவிதைகளைவிட அதை நுட்பமாகப் பொதுவாக்கியிருக்கிற கவிதைகள் எனக்குப் பிடித்திருக்கின்றன' என்கிறார் கவிஞர் இசை.

கோழையின் பாடல்கள்

கவிதைகள்

ரூ. 225

பெருமாள்முருகனின் ஐந்தாவது கவிதைத் தொகுப்பு இது. முந்தைய நான்கு தொகுப்புகளிலும் உள்ள கவிதைகள் கவிஞர் தன்னிச்சையாக எழுதிக் காலத்துக்கும் சூழலுக்கும் கையளித்தவை. இந்தத் தொகுப்பிலுள்ள பெரும்பான்மையான கவிதைகள் காலமும் சூழலும் பிடரியில் சுமையாக அமர்ந்த வேதனை தாளாமல் கவிமனம் வெளிப்படுத்தியவை. துரத்தலுக்கு இடையில் சற்றே நின்று கொஞ்ச நேரம் மூச்சு வாங்கிக்கொள்ள எழுதப்பட்டவை.

கலைச் சுதந்திரத்தின் மேல் சமூக அதிகாரம் வன்மத்துடன் பிடி இறுக்கிய நாள்களின் தனிமை, வேதனை, துயரம், ஏக்கம், ஆற்றாமை, கண்ணீர், கையறு நிலை, கழிவிரக்கம், சீற்றம், ஏளனம் ஆகிய எல்லா உணர்வுகளும் இந்தக் கவிதைகளில் புலப்படுகின்றன. ஆனால் அவை வெளிப்படுவது குற்றம் சாட்டும் முனைப்பிலோ குறைகூறும் மொழியிலோ அல்ல. ஏனெனில் கவிதையின் தெய்வ மொழியில் சாபத்திற்குச் சொற்கள் இல்லை.